സമരചരിത്രപരമ്പര

പാടിക്കുന്ന്

Nadakkavu, Kozhikode, Kerala, 673011
www.insightpublica.com
e-mail: insightpublica@gmail.com
Title: **Padikkunnu**
(Malayalam)
Author: **K. Balakrishnan**
Complied & Edited: V.S.Anilkumar
First Edition: May 2022
Calligraphy: Sasi Varsha
Cover&Layout: kjvj@insight
Copyright © Reserved
All rights reserved.
Printed and Published by
InsightinPublica Printers & Publishers Pvt. Ltd.
ISBN 978-93-90535-30-9
₹199

പാടിക്കുന്ന്

കെ.ബാലകൃഷ്ണൻ

സമാഹരണം / സംയോജനം
വി.എസ്.അനിൽകുമാർ

പാടിക്കുന്ന രക്ത സാക്ഷികൾ
സഖാക്കൾ- കെ.കുഞ്ഞപ്പ . എം.വി. ഗോപാലൻ നമ്പ്യാർ
കെ.കെ. രയിര നമ്പ്യാർ
4-5-1950

പോരാടിക്കുന്ന് രക്തസാക്ഷികളുടെയും
സഖാവ് പി.സി. അനന്തന്റെയും
സഖാക്കൾ കെ.എ.കേരളീയൻ,
അറാക്കൽ കുഞ്ഞിരാമൻ, കുഞ്ഞാക്കമ്മ,
ഇ.പി.കൃഷ്ണൻ നമ്പ്യാർ,
കെ.കെ.കുഞ്ഞനന്തൻ നമ്പ്യാർ,
ടി.സി.നാരായണൻ നമ്പ്യാർ,
ഇ.കുഞ്ഞിരാമൻ നായർ, ചടയൻ ഗോവിന്ദൻ,
സി.ബാലൻ, സി.പി.മൂസാൻകുട്ടി
എന്നിവരുടെയും സ്മരണയ്ക്കായി
ഈ പുസ്തകം സമർപ്പിക്കുന്നു.

മയ്യിൽ ചെറുപഴശ്ശിയിൽ എ.കെ.കൃഷ്ണൻ നമ്പ്യാരുടെയും കെ.ശ്രീദേ വിയുടെയും മകനായി 1963 ഏപ്രിൽ 20-ന് ജനിച്ചു. മയ്യിൽ എൽ.പി. സ്കൂൾ, മയ്യിൽ ഗവ.ഹൈസ്കൂൾ, തലശ്ശേരി ഗവ.ബ്രണ്ണൻ കോളേജ്, പട്ടാമ്പി ശ്രീനീലകണ്ഠ സംസ്കൃത കോളേജ് എന്നിവിടങ്ങളിൽ വിദ്യാ ഭ്യാസം. മലയാളത്തിൽ എം.എ., ബി.എഡ്. ബിരുദം. ദേശാഭിമാനി കണ്ണൂർ ബ്യൂറോ ചീഫ്, ദേശാഭിമാനി വാരിക എഡിറ്റർ ഇൻ ചാർജ് എന്നീ നിലകളിൽ പ്രവർത്തിച്ചു. വി.എസ്.അച്യുതാനന്ദൻ മുഖ്യമന്ത്രി യായിരിക്കെ പ്രസ് സെക്രട്ടറിയായി പ്രവർത്തിച്ചു. ഇപ്പോൾ മാതൃഭൂമി എഡിറ്റോറിയൽ വിഭാഗത്തിൽ.

ഗുണ്ടർട്ടിന്റെ നാട്ടിൽ, ചടയൻ ത്രേരാള്ളിയും പോരാളിയും, കണ്ണൂർ കോട്ട, ഏഴിമല, കാസർക്കോടൻ ഗ്രാമങ്ങളിലൂടെ, പഴശ്ശിയും കടത്തനാട്ടം, കണ്ണൂർ ഭൂതവും വർത്തമാനവും, പൃത്തിക്കമാങ്ങ, മാർക്സിന്റെ വീട്, ഹെർമൻ ഗുണ്ടർട്ട്, എം.എൻ.വിജയൻ (ജീവചരിത്രം), കേസരി ബാലകൃഷ്ണപിള്ള കേരളത്തിന്റെ സോക്രട്ടീസ്, ജനാധിപത്യകേരളം തുടങ്ങിയവയാണ് പ്രസിദ്ധീകതമായ കൃതികൾ.

ഭാര്യ- വി.സി. രമണി. മക്കൾ- ശ്രേയ, ശ്വേത

ഇ.മെയിൽ- balakrishnanvalliyote@gmail.com

കെ.ബാലകൃഷ്ണൻ

കേരളം ഉണ്ടായത്

കേരളം ഉണ്ടായത് എങ്ങനെയെന്ന ചോദ്യത്തിന് ഒരൊറ്റ ഉത്ത രമേയുള്ളൂ രക്തരൂഷിത സമരത്തിലൂടെ. സ്വാതന്ത്ര്യ സമര ത്തിന്റെ ഭാഗമായും അല്ലാതെയും കമ്മ്യൂണിസ്റ്റ് പാർട്ടികൾ നടത്തിയ വിട്ടുവീഴ്ചയില്ലാത്ത പോരാട്ടത്തിന്റെ ഫലമാണ് ഇന്നത്തെ കേരളം. മധ്യവർഗ ജീവിതത്തിന്റെ സുഖശീതളിമയിൽ ജീവിക്കുന്ന മലയാളിയെ സംബന്ധിച്ച് രക്തരൂഷിതമായ ഇത്തരം പോരാട്ടങ്ങൾ ഓർമ്മിക്കുക എന്നതു പോലും അസഹനീയമായിത്തീരാം. വികസനത്തിന്റെ വർണ ശബളിമയിൽ പോരാട്ടത്തിന്റെയും ത്യാഗത്തിന്റെയും ഉണങ്ങാത്ത രക്തക്കറ പതിഞ്ഞിരിപ്പുണ്ട്. ആലസ്യത്തിന്റെ സുഷുപ്തിയിൽ കഴിയുന്ന ഈ കാലത്ത് അത് മലയാളിയെ വീണ്ടും ഓർമ്മിപ്പിക്കണം എന്ന് ഞങ്ങൾ കരുതുന്നു. അതൊരു ചരിത്ര നിയോഗമാണെന്ന് മനസ്സിലാ ക്കുന്നു. പ്രസാധനം പ്രക്ഷുബ്ധതയുടെ പ്രകാശനം എന്നത് സത്യസന്ധ തകൊണ്ട് അടയാളപ്പെടുന്ന മായാത്ത ഒരു വാക്കിന്റെ വാഗ്ദാനമാണ്. അതുകൊണ്ടാണ് കേരളത്തിന്റെ സമരചരിത്രം ഒരു പരമ്പരയായി പുറത്തിറക്കാൻ ഞങ്ങൾ തീരുമാനിച്ചത്. ആദ്യഘട്ടത്തിൽ കയ്യൂർ, മുനയൻകുന്ന്, കാവുമ്പായി, പാടിക്കുന്ന്, മൊറാഴ, ഒഞ്ചിയം, ഇടപ്പള്ളി, പുന്നപ്ര-വയലാർ, ക്രൂരനാട് തുടങ്ങി ഒമ്പത് പുസ്തകങ്ങൾ അടങ്ങിയ പരമ്പരയാണ് പ്രസിദ്ധീകരിക്കുന്നത്. മറ്റ പ്രധാന സമരചരിത്രങ്ങൾ അടുത്തഘട്ടത്തിൽ പ്രസിദ്ധീകരിക്കാൻ കഴിയും എന്ന് ഞങ്ങൾ കരുതുന്നു. കഴിഞ്ഞ രണ്ടു വർഷമായി മലയാളത്തിന്റെ പ്രിയപ്പെട്ട എഴ ത്തുകാരൻ വി.എസ്. അനിൽകുമാർ ഇതിനുള്ള നിരന്തര പരിശ്രമങ്ങളി ലായിരുന്നു. അനിയേട്ടനോട് അതിരറ്റ സ്നേഹം. സമയബന്ധിതമായി ചരിത്രരചന പൂർത്തീകരിച്ച എഴുത്തുകാരോടും സ്നേഹവും കൃതജ്ഞതയും രേഖപ്പെടുത്തി ഈ പരമ്പര കേരളത്തിന് സമർപ്പിക്കുന്നു.

സുമേഷ് ഇൻസൈറ്റ്

സമരചരിത്രപരമ്പര

വി.എസ്.അനിൽകുമാർ

ചെന്നൈയിൽ നിന്ന് തൊണ്ണൂറു കിലോമീറ്റർ അകലെയുള്ള ഗ്രഡിയം എന്ന കുഗ്രാമത്തിലേക്കും ഹരിയാനയിലെ റോത്തക്കിൽ നിന്ന് നാല്പതു കിലോമീറ്റർ അകലെയുള്ള ഫർമാനയിലേക്കും മധുരൈയിൽ നിന്ന് പന്ത്രണ്ട് കിലോമീറ്റർ അകലെയുള്ള കീഴടിയിലേക്കും പല കാലങ്ങളിലായി യാത്ര ചെയ്ത് എത്തിയപ്പോൾ ആദ്യം ഉണ്ടായ വികാരം ഒരേപോല്യുള്ളതായിരുന്നു. കനത്ത പെരുത്ത കയറിയ ആദരവ്, വിനയം.

ഇന്ന് ഫർമാന, സമ്പന്നമായയതും ഗ്രഡിയവും കീഴടിയും ദരിദ്രമായയതും ആയ കൃഷിയിടങ്ങളാണ്. പക്ഷെ നമ്മുടെ പ്രപിതാമഹന്മാർ ആയിര ക്കണക്കിന് വർഷങ്ങൾക്ക മുമ്പ് ജീവിച്ച ഇടങ്ങളാണവ. കുറേദൂരം ഉരുളൻ കല്ലുകൾ ചവിട്ടി കഷ്ടപ്പെട്ട് ഗ്രഡിയത്തിലെത്തിയാൽ ആദി മാനവർ വാണിരുന്ന ഒരു ഗുഹ കാണാം. വളരെ പഴയ കാലത്തെ ജനവാസത്തിന്റെ തെളിവുകൾ കീഴടി ഖനനത്തിൽ കിട്ടുകയുണ്ടായി. അതിന് ഹാരപ്പൻ സംസ്കൃതിയെക്കാൾ പഴക്കമുണ്ടാകാം എന്നാണ് അനുമാനം. ഫർമാനയാകട്ടെ അവിടെയൊരു ഹാരപ്പൻ പട്ടണം ഒളിപ്പിച്ച വെച്ചു. അത് പതുക്കെ പുറത്തെടുത്തു നോക്കുകയായിരുന്നു, ഞങ്ങൾ എത്തുമ്പോൾ.

സകല സൗകര്യങ്ങളും (fecilities) ഉള്ള ജീവിതത്തിൽ നിന്ന് എത്തി, ഈ ഇടങ്ങളിൽ നില്ക്കമ്പോൾ, എല്ലാ സംഘനൃത്തങ്ങളും സംഘഗാനങ്ങളും വിശപ്പും അസൗകര്യങ്ങൾ സൃഷ്ടിക്കുന്ന കഠിനമായ

യാതനകളും നിലവിളികളും ചരിത്രത്തിലെ ഏട്ടുകളിൽ മറിയുന്നത് അനുഭവപ്പെട്ടും. അവരുടെ ജീവിതവും നമ്മുടെ ജീവിതവും തമ്മിൽ യാതൊരു താരതമ്യവും സാദ്ധ്യമല്ല. അവരുടെ ജീവിതം നിരന്തരമായ പോരാട്ടങ്ങളുടേയും സഹനങ്ങളുടേയും ശേഖരമാണ്.

കേരളീയമായ കമ്മ്യൂണിസ്റ്റ് പോരാട്ടങ്ങളുടെ ത്യാഗ-വീര-സഹന ചരിത്രത്തിലൂടെ കടന്നുപോകുമ്പോൾ അതേ ആദരവ്, അതേ വിനയം കനത്തു വരുന്നു... ഇതിനെക്കുറിച്ചൊക്കെ എന്തെങ്കിലും എഴുതാൻ പോലും എനിക്കെന്ത് അർഹത എന്ന സംശയമുണ്ടാകുന്നു. കാരണം അതിക്രൂരവും അതിശക്തവുമായ ഭരണ-സാമൂഹിക ക്രമത്തോട് കൃത്യമായി പടയുണ്ടാക്കി, കൊണ്ടും കൊട്ടുത്തും, അപ്പോഴല്ലെങ്കിൽ കുറച്ച കഴിഞ്ഞ് ലക്ഷ്യത്തിലെത്തിയ വീരചരിതങ്ങളാണെല്ലാം. ഹിംസ സ്വന്തം ശരീരത്തിൽ അനുഭവിക്കാനുള്ളതു മാത്രമല്ല തിരിച്ച കൊടുക്കാ നുള്ളതു കൂടിയാണ് എന്ന പ്രത്യയശാസ്ത്രപരമായ തിരിച്ചറിവ് ഉണ്ടാക്കി യെടുത്തു നടത്തിയ സമരങ്ങളാണെല്ലാം.

ലക്ഷ്യശുദ്ധിയോടൊപ്പം മാർഗ്ഗശുദ്ധിയും അനിവാര്യമാണെന്ന് നിർബ്ബന്ധം പിടിക്കുന്നവരുണ്ട്. നല്ല ആശയമാണത്. പക്ഷെ പണി യെടുത്തു തളർന്ന വീഴുമ്പോഴും വിശന്ന് കരയേണ്ടി വരികയും പല വിധമായ അപമാനങ്ങളും വിവേചനങ്ങളും പീഡനങ്ങളും അനുഭ വിക്കേണ്ടിവരികയും ചെയ്യ കർഷകരും തൊഴിലാളികളും പടയെ ട്ടുക്കുമ്പോൾ മാത്രമാകരുത് ഈ നല്ല ആശയം പ്രചരിപ്പിക്കേണ്ടത്. തങ്ങളുടെ അത്യാഗ്രഹങ്ങൾക്കനുസരിച്ച് കാര്യങ്ങൾ നടക്കാൻ വേണ്ടി ഏതു നിലവാരത്തിലുള്ള അക്രമവും നടത്താൻ കൈയ്യറപ്പില്ലാത്ത ജന്മി - പുരോഗത-ഭരണവർഗ്ഗത്തോട് ഇതേ ലക്ഷ്യ - മാർഗ്ഗ വിശുദ്ധി ആരെങ്കിലും ഉപദേശിച്ചതായി കേട്ടിട്ടില്ല.

1939 ഡിസംബർ 31 നാണ് ഇന്നത്തെ ധർമ്മടം നിയോജകമണ്ഡ ലത്തിൽപ്പെട്ട പാറപ്രം എന്ന സ്ഥലത്ത് കേരളത്തിലെ കമ്മ്യൂണിസ്റ്റ് പാർട്ടി രൂപീകരണം നടക്കുന്നത്. ഇന്ത്യൻ നാഷണൽ കോൺഗ്രസി ന്റെ നേതൃത്വത്തിൽ ദേശീയ സ്വാതന്ത്ര്യ സമരം വളരെയധികം ശക്തി നേടിയ സമയത്തു പോലും മറ്റൊരു പ്രത്യയശാസ്ത്രത്തിന് കേരളത്തിൽ വ്യാപനം കിട്ടി എന്നത് ശ്രദ്ധേയമായ കാര്യമാണ്. മാത്രമല്ല ഇന്ത്യയിൽ കേവലം പതിനേഴ് വർഷം (1925 ൽ ഇന്ത്യയിൽ കമ്മ്യൂണിസ്റ്റ് പാർട്ടി രൂപീകൃതമായി) പ്രായമുള്ള ഒരു സംഘടനയ്ക്ക് 57 വർഷം പ്രായമായ ഇന്ത്യൻ നാഷണൽ കോൺഗ്രസിന്റെ 'ക്വിറ്റ് ഇന്ത്യ' സമരത്തെ സാമ്രാജ്യത്വാനുകൂല - വിരുദ്ധ സംവാദതലത്തിലേക്ക് കൊണ്ടുവര വാനും കഴിഞ്ഞു എന്നതും ഓർക്കണം. ശരിയായാലും തെറ്റായാലും

ആ വിഷയം സമയാസമയങ്ങളിൽ സംവാദതലത്തിൽ ഇപ്പോഴും തുടരുന്നുണ്ട്.

നിർഭയരും നിസ്വാർത്ഥരുമായ നേതാക്കളും പ്രവർത്തകരും വർഗ്ഗ പക്ഷപാതിത്തമുള്ള പ്രത്യയശാസ്ത്രവും കേരളത്തിലെ കർഷക - തൊഴിലാളിവർഗ്ഗം സ്വീകരിച്ചു എന്നതാണ് പിന്നീട് സംഭവിച്ചത്. പിറവിക്ക ശേഷം ഒരു വ്യാഴവട്ടത്തിനുള്ളിൽത്തന്നെ മഹത്വമുള്ളതും ഗംഭീരവ്വമായ സായുധപ്പോരാട്ടങ്ങൾ തന്നെ നടത്താൻ കേരളത്തിലെ കമ്മ്യൂണിസ്റ്റ് പാർട്ടിക്ക് കഴിഞ്ഞു. പഴയതും പ്രസക്തമായയതുമായ ഭാഷയിൽ പറഞ്ഞാൽ ജന്മിമാരുടേയും ദുർഭരണാധികാരികളുടേയും കോട്ട കൊത്തളങ്ങളെ പിടിച്ചലയ്ക്കാൻ ഈ പോരാട്ടങ്ങൾ കൊണ്ട് സാധിച്ചു.

പിറവിയെടുത്ത് അടുത്ത വർഷം, 1940 ൽ മൊറാഴ സമരം നടക്ക നുണ്ട്. ഒരു വർഷത്തിനുള്ളിൽ ഇത്രയും വലിയ ധീരതയ്ക്കും സഹനത്തി നും നിസ്വവർഗ്ഗം തയ്യാറായി എന്നത് അവരനുഭവിച്ചു വന്ന ക്രൂരമായ ജീവിതത്തെക്കൂടി വ്യക്തമാക്കുന്നുണ്ട്. 1941 ലാണ് കയ്യൂർ പോരാട്ടം നടക്കുന്നത്. 1946 ൽ പുന്നപ്ര - വയലാറും കരിവെള്ളൂരും കാവുമ്പായിയും പോരാട്ടങ്ങൾ കൊണ്ട് ചുവക്കുന. 1948-ൽ ഒഞ്ചിയത്തേയും മുനയൻ കുന്നിലേയും അദ്ധ്യാനിക്കുന്ന വർഗ്ഗം ധീരമായി പൊരുതുന്നു. 1949 ൽ ക്രൂരനാട്. 1950-ൽ ഇടപ്പള്ളിയും പാടിക്കുന്നം. ദേശീയ സ്വാതന്ത്ര്യം കിട്ടിയിട്ടും അടിസ്ഥാന വർഗ്ഗത്തിന്റെ പോരാട്ടങ്ങൾ അവസാനിച്ചില്ല. കമ്മ്യൂണിസ്റ്റ് പാർട്ടിയുടെ നേതൃത്വത്തിൽ നടന്ന കർഷകരുടേയും തൊഴിലാളികളുടേയും സമരങ്ങൾ ഈ പട്ടിക കൊണ്ട് അവസാനി ക്കുന്നമില്ല. ചിലത് എടുത്തു പറഞ്ഞു എന്നേയുള്ളൂ.

പിൽക്കാല കേരളം രൂപം കൊണ്ടത് പ്രധാനമായും ഈ സമര ങ്ങളുടെ അനന്തരഫലമായിട്ടാണ്. ചോരയും ജീവനും കൊടുത്ത് അന്നത്തെ കമ്മ്യൂണിസ്റ്റ് പ്രസ്ഥാനം പോരാടിയതു കൊണ്ടാണ് സാമൂഹിക ജീവിത മുന്നേറ്റത്തിനതകുന്ന മുൻഗണനാക്രമം, ഭൂപരിഷ്ക്ക രണത്തിനും വിദ്യാഭ്യാസത്തിനും ആരോഗ്യത്തിനുമൊക്കെ ലഭിച്ചത്. വികസനത്തിൽ രാഷ്ട്രീയമില്ല എന്ന് തീർത്തു പറയുന്ന അരാഷ്ട്രീയത, നമ്മുടെ രാഷ്ട്രീയപ്പാർട്ടികൾക്കും സ്വീകാര്യമായ ഈ കാലത്ത്, വളർ ച്ചയ്ക്കും പുരോഗമനത്തിനും കൃത്യമായ സോഷ്യലിസ്റ്റ് ഭാഷ്യമുണ്ട് എന്ന് ഉറപ്പിച്ചു പറയാൻ കരുത്തു നൽകിയത്, ഈ പറഞ്ഞതും അല്ലാത്തതു മായ പോരാട്ടങ്ങളാണ്. ഇന്ത്യയിലെ മറ്റൊരു സംസ്ഥാനത്തും ഇങ്ങനെ സംഭവിച്ചില്ല എന്നതും ഇതിനൊപ്പം പറയണം.

ഇൻസൈറ്റ് പബ്ലിക്ക 'സമരചരിത്രപരമ്പര' എന്ന പൊതുപേരിൽ ഇങ്ങനെ ഒരു കൂട്ടം പുസ്തകങ്ങൾ പ്രസിദ്ധീകരിക്കുമ്പോൾ അതിൽ എന്റെ പങ്ക് വളരെ വളരെ ചെറുതാണ് എന്നു പറയട്ടെ. 'നവോത്ഥാന പരമ്പര' എന്ന പേരിൽ ഇൻസൈറ്റ് പ്രസിദ്ധീകരിച്ച പുസ്തകങ്ങൾ മികച്ച വായനാനുഭവമായിരുന്നു. അതു ചൂണ്ടിക്കാട്ടി സുമേഷിനോട് ഇങ്ങനെയൊരു സാദ്ധ്യതയുണ്ട്. എന്നു പറഞ്ഞു. പിന്നെ ഓരോ പുസ്തകത്തിന്നും ഗ്രന്ഥകാരനെ കണ്ടെത്തി. അവരെ ഫോണിലൂടെയും വാട്ട്സാപ്പിലൂടെയും കഴിഞ്ഞ രണ്ടു വർഷമായി നിരന്തരം ഓർമ്മപ്പെടു ത്തി. ഇത്ര മാത്രമാണ് എന്റെ പണി.

ചരിത്രരചന ഒട്ടും എളുപ്പമുള്ള കാര്യമല്ല. കമ്മ്യൂണിസ്റ്റ് ചരിത്രമാകു മ്പോൾ പ്രത്യേകിച്ചും. അപാകതകൾ ഉണ്ടാക്കി, പിന്നെയത് കണ്ടു പിടിക്കുന്ന തീവ്ര വലതുപക്ഷം കക്ഷിരാഷ്ട്രീയത്തിൽ വിജയിച്ച നിൽ ക്കുകയും ഭരണവർഗ്ഗമാകുകയും ചെയ്ത ഈ സന്ദർഭത്തിൽ വളരെയ ധികം സൂക്ഷ്മത ആവശ്യമുള്ള ഒരു കർമ്മമാണിത്. ഡോ.സി. ബാലൻ (കയ്യൂർ), ഡോ. ജിനേഷ് കുമാർ എരമം (മുനയൻകുന്ന്) എ. പത്മനാഭൻ (കാവുമ്പായി), കെ.ബാലകൃഷ്ണൻ (പാടിക്കുന്ന്), ദാമോദരൻ (മൊറാഴ), വി.കെ.സുരേഷ് (ഒഞ്ചിയം), എൻ.എം.പിയേഴ്സൺ (ഇടപ്പള്ളി), സി.എസ്.സുരേഷ് (പുന്നപ്ര - വയലാർ), എൻ.കെ. ഭ്രപേഷ് (ശൂരനാട്) എന്നിവരാണ് ഈ സംരംഭത്തിൽ വളരെ സന്തോഷത്തോടും ആത്മാർ ത്ഥതയോടും പങ്കെടുത്തത്. അവരോട് നന്ദി പറഞ്ഞു തീർക്കാനാവില്ല.

ഇൻസൈറ്റ് പബ്ലിക്കയാണ് ഇത് ഏറ്റെടുത്തത് എന്നതുകൊണ്ട് അവർക്കും പ്രത്യേകിച്ച് കൃതജ്ഞത അടയാളപ്പെടുത്തുന്നില്ല.

ഉള്ളടക്കം

ആമുഖം

പാടിക്കുന്ന് പണ്ട് കൗതുകത്തിന്റെയും ഭീതിയുടെയും കുന്നായിരു ന്നു. അവിടെനിന്ന് നോക്കിയാൽ അറബിക്കടലും പശ്ചിമഘട്ട ട്ടവും അടുത്ത് കാണാം. രണ്ടിനുമിടയിൽ പച്ചപ്പിന്റെ മഹാസമുദ്രം. ചെറു പ്പകാലത്ത് പാടിക്കുന്ന് രക്തസാക്ഷിദിനാചാരണത്തിൽ പതിവായി പങ്കെടുക്കാറുള്ളതാണെങ്കിലും രക്തസാക്ഷിമണ്ഡപത്തിൽ പുഷ്പാർച്ചന നടത്താൻ മൂന്നോ നാലോ തവണയേ പോയിട്ടുള്ളൂ. അത് പെരുമാച്ചേ രിവഴി നടന്ന് കാട്ടംമേട്ടം താണ്ടിയിട്ടായിരുന്നു. കൂട്ടുകാരോടൊപ്പമുള്ള ആ യാത്ര അവിസ്മരണീയമാണ്. പച്ചപ്പിന്റെ വലിയൊരു ഗ്ലോബിന്റെ രൂപത്തിൽ കാണുന്ന കുന്നിലേക്ക് കാട്ടവഴിയിലൂടെ നടന്ന് അതിന്റെ ധ്രുവപ്രദേശത്തെത്തൽ.സസ്യശ്യാമളതയുടെ പുളകമാണ് പകലെങ്കിൽ രാത്രിയിൽ പ്രേതഭീതിയായിരുന്നു പാടിക്കുന്നിൽ. കയരളം മൊട്ട കഴിഞ്ഞാൽ രണ്ട് കിലോമീറ്റർ അപ്പുറത്ത് കരിങ്കൽകുഴിയിലെത്തണം ഒരു വീടെങ്കിലും കാണാൻ. രാത്രി 10 മണി വരെ അന്ന് കണ്ണൂരിൽനിന്ന് കരിങ്കൽകുഴിയിലേക്ക് രണ്ടാം നമ്പർ ബസ്സുണ്ടായിരുന്നു. ദൂരെയെവിടെ യെങ്കിലും പോയവർ വൈകിയാൽ രണ്ടാം നമ്പറിനെത്തി പാടിക്കുന്ന് വഴി നടക്കുകയായിരുന്നു. കമ്പിൽ ഗായത്രിയിൽ സെക്കൻഡ് ഷോ അല്ല ഫസ്റ്റ് ഷോ കണ്ടാൽത്തന്നെ മയ്യിലേക്ക് ബസ് കിട്ടില്ല. നടത്തം മാത്രം പോംവഴി. തെരുവ്വിളക്കമില്ല. ചിലപ്പോൾ അപരിചിതരായ ആരെങ്കിലും ഒന്നിച്ചനടക്കാനുണ്ടാകും. പാടിക്കുന്നിനെപ്പറ്റി കേൾക്കുന്ന കഥകളെല്ലാം ഭയപ്പെടുത്തുന്നതാണ്. കൊലപാതകം, ആത്മഹത്യ... പിന്നെ സ്ഥിരം പ്രേതസഞ്ചാരം... അല്പദൂരം നടക്കും, മുമ്പിൽ എന്തോ

ത്രൂപം നിൽക്കുന്നതുപോലെ തോന്നി നിൽക്കും... പേടിച്ച് അല്പം പുറ കോട്ടുപോകും... പിന്നെ ചെറിയ ചരല്വാരി പരീക്ഷണാടിസ്ഥാനത്തിൽ എറിയും... പ്രതികരണമൊന്നുമില്ലെങ്കിൽ നാലഞ്ചടി വീണ്ടും മുന്നോട്ട്... ഇത്തരത്തിൽ എത്രയെത്ര അനുഭവങ്ങൾ. ഇപ്പോൾ പാടിക്കുന്നിലെ പ്രേതങ്ങളെല്ലാം എങ്ങോ മറഞ്ഞു. മദ്യശാലയും ഹോട്ടലുകളും മാളും ടർഫും വീട്ടുകളും ഒക്കെയായി നഗരസ്വരൂപത്തിലേക്ക് പാടിക്കുന്ന് എത്തി.

അത്തരം മാറ്റങ്ങളെല്ലാമുണ്ടെങ്കിലും പാടിക്കുന്നിനെ പാടിക്കുന്നാ ക്കുന്ന ചോര ഇടിക്കുന്ന ചരിത്രത്തിന് മാറ്റമില്ല.പാടിക്കുന്നിലൂടെ നടന്നു പോകുമ്പോഴെല്ലാം അതിന്റെ ചരിത്രം സ്വയം അന്വേഷിച്ചറിയാനും പകരാനുമുള്ള ആഗ്രഹം മനസ്സിൽ നിറയാറുണ്ടായിരുന്നു. അതൊരു നീറ്റലായിരുന്നു. സാധാരണ രക്തസാക്ഷിത്വമല്ല പാടിക്കുന്നിലേത്. രണ്ട് വിപ്ലവകാരികളെ ജയിലിൽ നിന്ന് പോലീസ് തന്നെ ജാമ്യത്തി ലെടുക്കുക, കണ്ണുകെട്ടി വിജനഭീകരമായ പാടിക്കുന്നിലെത്തിക്കുക, മറ്റൊരു വിപ്ലവകാരിയെ പോലീസ് കസ്റ്റഡിയിൽനിന്ന് അവിടെ ക്കെത്തിക്കുക- പോലീസുകാരും കോൺഗ്രസ് നേതാക്കളും ചേർന്ന് വെടിവെച്ചുകൊല്ലുക, എന്നിട്ട് ഏറ്റുമുട്ടൽകൊലയെന്ന് രേഖയാക്കുക- ഇതാണ് സംഭവിച്ചത്. അതിന്റെ യഥാർഥ കഥകൾ മനസ്സിലാക്കി ലേഖനം തയ്യാറാക്കിയത് 1981-ലാണ്. നാല്പതുകളിൽ ത്യാഗനിർഭര മായ പ്രവർത്തനം നടത്തിയ സഖാക്കളുടെ വീട്ടുകളിലെത്തി വിവര ങ്ങൾ ശേഖരിച്ചു. ഇ.പി.കൃഷ്ണൻ നമ്പ്യാർ, ടി.സി.നാരായണൻ നമ്പ്യാർ, കെ.കെ.കുഞ്ഞനന്തൻ നമ്പ്യാർ, അപ്പനകുറുപ്പ് ഇടങ്ങി നിരവധി പേർ. ഫീച്ചർ തയ്യാറാക്കി കലാകൗമുദിക്ക് അയച്ചു.അക്കാലത്ത് കലാകൗമു ദിയാണ് പുരോഗമനവാദികളായ യുവാക്കളുടെ ഹരം. കലാകൗമുദിയും ഫിലിം മാഗസിനും കഥ മാസികയും എല്ലാം ചേർന്ന് എസ്.ജയചന്ദ്രൻ നായരുടെ നേതൃത്വത്തിൽ കൗമുദി ഗ്രൂപ്പ് നിറഞ്ഞുനിൽക്കുന്ന കാലം. ഫീച്ചർ അയച്ച് രണ്ടാഴ്ചക്കകം മറുപടി വന്നു. ഫീച്ചർ പ്രസിദ്ധപ്പെട്ട ത്താനായി തിരഞ്ഞെടുത്തിട്ടുണ്ട് എന്ന് എൻ.ആർ.എസ്.ബാബുവിന്റെ കാർഡ്. പക്ഷേ നാലഞ്ച് മാസം കഴിഞ്ഞിട്ടും പ്രസിദ്ധപ്പെടുത്തിയില്ല. അപ്പോഴാണ് ദേശാഭിമാനി വാരികയിൽ മോചനത്തിന്റെ നാഴിക ക്കല്ലുകൾ എന്ന ഒരു പംക്തി ഇടങ്ങിയത്. പാടിക്കുന്ന് ഫീച്ചർ അതിലേക്കയച്ചു. ഏതാനും ആഴ്ചകൾക്കകം ദേശാഭിമാനി വാരികയിൽ അത് നല്ലനിലയിൽ അച്ചടിച്ചവന്നു. പാടിക്കുന്ന് സംഭവത്തെപ്പറ്റി എല്ലാ കൊല്ലവും അനുസ്മരണം വരാറുണ്ടെങ്കിലും ആ സംഭവത്തെപ്പ റ്റി വിശദമായി ഒരുലേഖനം വരുന്നത് അതാദ്യമായാണ്. പാടിക്കുന്ന്

ഉൾപ്പെട്ട മേഖലയിലും പ്രസ്ഥാനം കെട്ടിപ്പടുക്കുന്നതിന് നേതൃത്വം നൽകിയ കേരളീയൻ പാടിക്കുന്ന് രക്തസാക്ഷികൾ എന്ന പേരിൽ ചെറിയൊരു പുസ്തകം പ്രസിദ്ധപ്പെടുത്തിയത് (സി.പി.ഐ. കയരളം ലോക്കൽ കമ്മിറ്റി പ്രസിദ്ധീകരണം) വർഷങ്ങൾക്കശേഷം എം.പി. ദാമോദരൻ നമ്പ്യാരാണ് (കൊളച്ചേരി പഞ്ചായത്ത് പ്രസിഡന്റും ആദ്യകാല കമ്മ്യൂണിസ്റ്റ് നേതാവും) വായിക്കാൻ തന്നത്. ആ പുസ്ത കത്തിൽ രക്തസാക്ഷികളെക്കുറിച്ചുള്ള വിവരങ്ങളാണുള്ളത്.

1998-ൽ സഖാവ് ചടയൻ ഗോവിന്ദൻ അന്തരിച്ചപ്പോൾ അദ്ദേഹ ത്തെക്കുറിച്ച് ഒരു ജീവചരിത്ര പുസ്തകം തയ്യാറാക്കാൻ സഖാവ് പിണറാ യിയാണ് നിർദേശിച്ചത്. ആ പുസ്തകത്തിനുവേണ്ടിയുള്ള വിവരശേഖരണ ത്തിനിടയിലാണ് പാടിക്കുന്ന് സംഭവത്തെക്കുറിച്ച് കുറേക്കൂടി വിശദമായി മനസ്സിലാക്കാൻ സാധിച്ചത്. ചടയൻ തേരാളിയും പോരാളിയും എന്ന പേരിൽ ചിന്ത പബ്ലിഷേഴ്സ് പ്രസിദ്ധീകരിച്ച ആ പുസ്തകത്തിൽ പാടി ക്കുന്ന് സംഭവത്തെക്കുറിച്ച് കൂടുതൽ കാര്യങ്ങൾ ഉൾപ്പെടുത്തിയിട്ടുണ്ട്. അതിനും രണ്ട് വർഷത്തിന് ശേഷമാണ് ദേശാഭിമാനി വാരികയിൽ കേരളപര്യടനം എന്ന പേരിൽ എന്റെ നാട്ടസഞ്ചാരക്കുറിപ്പുകൾ വരാൻ തുടങ്ങിയത്. പര്യടനം കയരളത്തെത്തിയതോടെ പാടിക്കുന്ന് വീണ്ടും മനസ്സിൽ നിറഞ്ഞു. അപ്പോഴേക്കും രൈരുനമ്പ്യാർ എന്ന പേര് കേൾക്ക മ്പോൾത്തന്നെ ആവേശംകൊള്ളുന്ന അവസ്ഥയിലായിരുന്നു. കെ.പി. കുഞ്ഞികൃഷ്ണേട്ടന്റെ ഒപ്പം രൈരു നമ്പ്യാരുടെ സഹോദരിയെയും മറ്റ് ബന്ധുക്കളെയുമൊക്കെ കണ്ട് കുറെയധികം കാര്യങ്ങൾ അറിഞ്ഞു. കണ്ണൂർ കോട്ടയിൽ പാടിക്കുന്ന് സംഭവത്തിനും അറാക്കലിന്റെ വീര ചരിതത്തിനും വലിയ പ്രാധാന്യം നൽകി അവതരിപ്പിച്ച. അറാക്കൽ കുഞ്ഞിരാമന്റെ മകൻ ജയറാം ഏറെ വിവരങ്ങൾ നൽകി. അറാക്കൽ കുഞ്ഞികൃഷ്ണേട്ടനിൽനിന്ന് കുറെ കാര്യങ്ങൾ മനസ്സിലാക്കിയിരുന്നു. കമ്മ്യൂണിസത്തെ വളർത്തിയ ആലിൻകടവത്ത് വീവിങ്ങ് വർക്സിലെ മാനേജരായിരുന്ന പള്ളിക്കുന്നിലെ പോത്തോടി രാഘവേട്ടൻ കുറെ കാര്യങ്ങൾ പറഞ്ഞുതന്നു. അങ്ങനെ ഒരാപാടാളകളിൽനിന്ന് ലഭിച്ച വിവരങ്ങളാണ് പാടിക്കുന്ന് സംഭവത്തിന്റെയും അതിന്റെ പശ്ചാത്ത ലത്തിന്റെയും ഏറെക്കുറെ പൂർണമായ ഒരു ചിത്രം മനസ്സിൽ നിറച്ചത്. ഇതിന്റെയെല്ലാം ശേഷമാണ് സഖാവ് കെ.കെ.കുഞ്ഞനന്തൻ നമ്പ്യാർ നമ്മെ വിട്ടുപരിഞ്ഞത്. ആദ്യത്തെ പാടിക്കുന്ന് ലേഖനം തയ്യാറാക്ക ന്നത് മുതൽ പാടിക്കുന്ന് ചരിത്രരചനയിൽ കെ.കെ.വഴികാട്ടിയായി രുന്നു. കെ.കെ.യുടെ ജീവചരിത്രം തയ്യാറാക്കാൻ മയ്യിൽ സി.ആർ. സി. തീരുമാനിക്കുകയും അതിന്റെ ചുമതല എന്നെയും കെ.സി.

വേണുഗോപാലൻ മാസ്റ്ററെയും ഏൽപ്പിക്കുകയും ചെയ്തു. സി.ആർ.സി. തന്നെ ഒരു സമിതിയെ നിയോഗിച്ച് പഴയകാല പ്രവർത്തകരിൽനിന്ന് വിവരശേഖരണം നടത്തി. വിലപ്പെട്ട ആ വിവരങ്ങൾ 'നാടിന്റെ കഥ നായകന്റെയും' എന്ന കെ.കെ.യുടെ ജീവചരിത്രത്തിന്റെ പ്രധാന ഭാഗമാണ്. മയ്യിൽ കയരളം, കണ്ടക്കൈ മേഖലയിലെ പ്രസ്ഥാന ത്തെക്കുറിച്ച് വിശദമായും ഇരിക്കൂർ ഫർക്കയിലെ പ്രസ്ഥാനത്തിന്റെ ആദ്യകാലത്തെക്കുറിച്ചും അതിൽ പ്രതിപാദിക്കുന്നുണ്ട്. പാടിക്കുന്ന് രക്തസാക്ഷികളെയും അവരിൽനിന്ന് ആവേശമുൾക്കൊണ്ട് ഇരിക്കൂർ ഫർക്കയിലും വിശേഷിച്ച് കയരളം മേഖലയിലും വളർന്നുവന്ന തൊഴി ലാളിവർഗ വിപ്ലവ പ്രസ്ഥാനത്തെക്കുറിച്ചും സമഗ്രമായ ഒരു പുസ്തകം ഇനിയും ഉണ്ടാകേണ്ടതായാണിരിക്കുന്നത്. ഭരണകൂട ഭീകരതയുടെ ഒരുപാടനുഭവങ്ങളുള്ള ജനതയാണ് കേരളീയർ. പാടിക്കുന്നിൽ സ്വത ന്ത്ര ഇന്ത്യൻ ഭരണകൂടം നടത്തിയ കൊലപാതകം അതിൽനിന്നെല്ലാം വ്യത്യസ്തമാണ്. അത്രയും ഭീകരസംഭവമായിരുന്നിട്ടും അതേക്കുറിച്ച് സമഗ്രമായ ഒരു ചരിത്രമോ സിനിമയോ ഒന്നും ഉണ്ടായിട്ടില്ലെന്നത് കുറച്ചിലാണ്. നക്സലൈറ്റ് നേതാവായിരുന്ന സഖാവ് വർഗീസിനെ കൊല ചെയ്ത പോലീസ് സംഘത്തിലെ അംഗമായ രാമചന്ദ്രൻ നായർ പിൽക്കാലത്ത് അതേക്കുറിച്ച് വെളിപ്പെടുത്തൽ നടത്തിയപ്പോൾ കൊലക്കേസ് രജിസ്റ്റർ ചെയ്തു. കേസിൽ ലക്ഷ്മണയടക്കമുള്ള പോലീസ് ഉദ്യോഗസ്ഥർ ശിക്ഷിക്കപ്പെട്ടു. വർഗീസിന്റെ കുടുംബത്തിന് സർക്കാർ നഷ്ടപരിഹാരം നൽകേണ്ടിവന്നു. ആ കേസ് ഉദ്ഭവിച്ച സമയത്ത് കെ.കെ. പാടിക്കുന്ന് സംഭവത്തിലും അക്കാലത്തെ സർക്കാരിന്റെ തെറ്റ് ഇപ്പോഴത്തെ സർക്കാർ ഏറ്റുപറയണമെന്നും രക്തസാക്ഷികളുടെ കുടും ബത്തിന് നഷ്ടപരിഹാരം നൽകണമെന്നും ആവശ്യപ്പെടുകയുണ്ടായി.

അടിയന്തരാവസ്ഥക്കാലത്ത് രക്തസാക്ഷി അനുസ്മരണവുമായി ബന്ധപ്പെട്ട ഒരു പരിപാടിക്കിടെ സി.പി.ഐ(എം) കണ്ണൂർ ഏരിയാ സെക്രട്ടറി സി. ബാലൻ, കെ.കെ. കുഞ്ഞനന്തൻ നമ്പ്യാർ എന്നിവരെ പോലീസ് കസ്റ്റഡിയിലെടുത്ത് വളപട്ടണം സ്റ്റേഷനിൽ കൊണ്ടുപോയി ക്രൂരമായി തല്ലിച്ചതച്ച സംഭവമുണ്ടായി. സി. ബാലേട്ടന്റെ വയറ്റിൽ ചവിട്ടുകയും കെ.കെ.യുടെ പല്ല് തല്ലിക്കൊഴിക്കുകയും ചെയ്തു. ലോക്കപ്പ് മർദനത്തിൽ സി. ബാലേട്ടൻ മരണത്തിൽനിന്ന് രക്ഷപ്പെട്ടത് തലനാ രിഴയ്ക്കാണ്. ദീർഘകാലത്തെ ചികിത്സയെ തുടർന്നാണ് ഇരുവർക്കും എഴുന്നേറ്റനടക്കാനായത്. കെ.കെ.ക്ക് പിന്നീട് വെപ്പുപല്ലായത് ഈ സംഭവത്തെ തുടർന്നാണ്. 1948-ലെ ഭീകരവാഴ്ചയെയും അടിയന്ത രാവസ്ഥക്കാലത്തും അതിനുതൊട്ടുമുമ്പുണ്ടായ ഭീകരവാഴ്ചയെയും

അതിജീവിച്ചാണ് പാടിക്കുന്ന് രക്തസാക്ഷികളുടെ നാട്ടിലെ പ്രസ്ഥാനം ശക്തിയാർജിച്ചത്.

പാടിക്കുന്ന് രക്തസാക്ഷികളെക്കുറിച്ചുള്ള ഈ പുസ്തകം തയ്യാറാ ക്കിയത് കഥാകൃത്തും രാഷ്ട്രീയ നിരീക്ഷകനുമായ വി.എസ്.അനിൽകു മാറിന്റെ സ്നേഹപൂർവമായ നിർബന്ധത്തെ തുടർന്നാണ്. വിവരങ്ങൾ നൽകി സഹകരിച്ചവരെ നന്ദിയോടെ ഓർക്കുന്നു.

കെ. ബാലകൃഷ്ണൻ

5-3-22

മയ്യിൽ

പാടിക്കുന്ന്

ആറ് വർഷം മുമ്പാണ്. 1920-21 കാലം. ചിറക്കൽ താലൂക്കിലെ കോൺഗ്രസ് പ്രചാരകനായി നിയോഗിക്കപ്പെട്ട വി.എം. വിഷ്ണു ഭാരതീയൻ ബാലംഗാധരതിലകന്റെയും മഹാത്മജിയുടെയുമടക്കം സന്ദേശവുമായി കയരളം അംശത്തിലെ വീടുകൾ കയറിയിറങ്ങാൻ തുടങ്ങി. തനിച്ചാണ്. ബ്രിട്ടീഷ് കമ്പനി ഭരണം ഇന്ത്യയിൽ നിന്ന് പോകണം, സ്വദേശി ഭരണം വരണം. അതിന് കോൺഗ്രസ്സിൽ ചേർന്ന് പ്രവർത്തിക്കണം എന്നാണ് അന്ന് കേവലം വി.എം. വിഷ്ണനമ്പീശൻ മാത്രമായ ഭാരതീയന്റെ അപേക്ഷ.

കയരളത്ത് ഒറപ്പടിക്കടുത്ത് കുന്നത്ത് പുതിയ വീട്ടിൽ തറവാട് ഇടത്തരം ഭൃവ്യടമസ്ഥരുടേതാണ്. നെൽകൃഷിയും കുരുമുളക് തോട്ടവു മൊക്കെയുണ്ട്. തറവാട്ടിൽ അന്നത്തെ പ്രധാനി രൈരുനമ്പ്യാരാണ്. കുന്നത്ത് പുതിയ വീട്ടിൽ രൈരുനമ്പ്യാർ. അക്രമപ്പിരിവുമായി ബന്ധപ്പെ ട്ട് ജന്മിമാർക്കെതിരെ വ്യക്തിപരമായിത്തന്നെ സമരം പ്രഖ്യാപിച്ചനിൽ ക്കുകയായിരുന്ന രൈരുനമ്പ്യാർ. തിലകനെക്കുറിച്ചും ഗാന്ധിയെക്കുറി ച്ചുമെല്ലാം വിഷ്ണനമ്പീശൻ വിശദീകരിച്ചപ്പോൾ രൈരുനമ്പ്യാർ കോൺ ഗ്രസ്സിൽ അംഗത്വമെടുത്തു. തന്റെ സുഹൃത്തുക്കളും ബന്ധുക്കളുമെല്ലാമായ ആറുപേരെക്കൂടി കോൺഗ്രസ്സ് അംഗത്വമെടുപ്പിച്ചു. കയരളം അങ്ങനെ സ്വാതന്ത്ര്യസമരത്തിന്റെ കണ്ണികളിലൊന്നായി മാറുകയായിരുന്നു.

പണ്ട് പണ്ട്, പതിനെട്ടാം നൂറ്റാണ്ടിന്റെ അവസാനകാലത്ത് പഴശ്ശി രാജയുടെ സാമ്രാജ്യത്വവിരുദ്ധ പോരാട്ടത്തിൽ പങ്കാളികളായ നിരവ ധിപേർ കയരളം അംശത്തിലും പരിസര പ്രദേശങ്ങളിലുമുണ്ടായിരുന്നു.

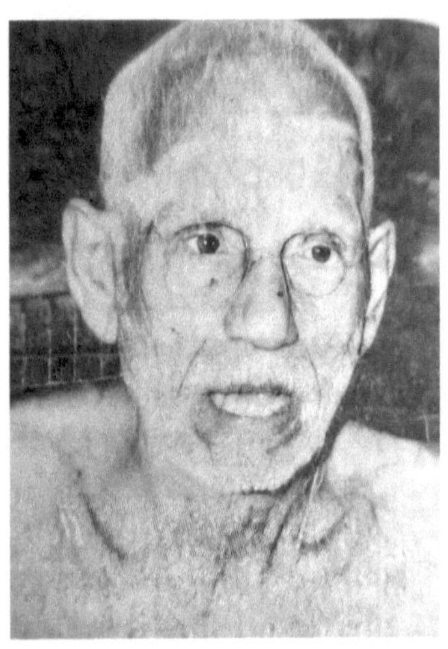

വി.എം. വിഷ്ണുഭാരതീയൻ

സ്വാതന്ത്ര്യസമരത്തിന്റെ ഒരു രൂപ മായിരുന്നുവെങ്കിലും അത് ധനിക കൃഷിക്കാരും ജന്മിമാരും അവർക്ക് മേലെയുള്ള അധികാരകേന്ദ്രത്തി നെതിരെ നടത്തിയ ചെറുത്തുനില്പാ യിരുന്നു. രാജാവിനും സാമ്രാജ്യത്വ ത്തിനുമെതിരെ നാടൻ ജന്മിമാരും അവരുടെ കീഴിലെ കൃഷിക്കാരും അവരുടെ കുടിയാന്മാരുമെല്ലാം ചേർന്ന് നടത്തിയ സമരം, അന്ന് പങ്കാളികളായ സമരഭടന്മാർ സ്വ ത്വബോധത്തോടെയാണോ അത് ചെയ്തതെന്ന് കൃത്യമായി പറയുക വയ്യ. എങ്കിലും വൻകിട നാട്ടുവാഴി ത്തത്തിനും അവരുടെ കോട്ടയായ ബ്രിട്ടീഷ് കമ്പനിക്കുമെതിരെ സമരത്തിന് വളക്കൂറുള്ള മണ്ണായിരുന്ന കയരളം മേഖല.

വീരകേരളവർമപഴശ്ശിരാജ 1797 മെയ്മാസം കയരളം അംശത്തിലെ കണ്ടക്കൈ ദേശത്തൂക്കൂടെ മാണിയൂരിലേക്ക് മാർച്ച് ചെയ്യുകയുണ്ടായി. കേരളചരിത്രത്തിലെ ഐതിഹാസികമായ ഒരു പോരാട്ടത്തിന്റെ ഇടവേളയായിരുന്നു അത്. ബ്രിട്ടീഷ്-പഴശ്ശി പോരാട്ടം തീർക്കാനെന്ന പേരിൽ ചിറക്കൽ രാജാവിന്റെ മധ്യസ്ഥതയിൽ സന്ധിസംഭാഷണം തീരുമാനിക്കുകയായിരുന്നു. വയനാട് കേന്ദ്രീകരിച്ച് പോരാട്ടകയായിരു ന്ന പഴശ്ശിരാജയും രണ്ടായിരത്തോളം പേരുള്ള സേനയും ചുരമിറങ്ങി കല്യാട് വഴി ചുഴലിയിലേക്ക് വന്ന് കണ്ടക്കൈ പെരുമ്പാറക്കടവ് കടന്ന് അവർ കണ്ടക്കൈയില്ലൂടെ വേളത്തെത്തി. വേളത്ത് ഒരു രാത്രി താമ സിക്കാൻ നിശ്ചയിച്ചെങ്കിലും ഗണപതി ക്ഷേത്രപരിസരത്ത് വേണ്ടത്ര വെള്ളവും മറ്റും കിട്ടാഞ്ഞതിനാലാണത്രേ മാണിയൂരിൽ തന്നെ രാത്രി കഴിക്കാൻ നിശ്ചയിച്ചത്.

സന്ധി സംഭാഷണത്തിനുള്ള യാത്രയായിരുന്നുവെങ്കിലും ഗൂഢമായി, യുദ്ധം മൂർച്ഛിപ്പിക്കുന്നതിനുള്ള ശക്തി സംഭരിക്കുന്നതിനുള്ള ഇടവേളയായി ആ നിരായുധകാലം ഉപയോഗപ്പെടുത്തുകയായിരുന്ന പഴശ്ശി. കണ്ടക്കൈ വഴി വന്നത് അന്ന് കയരളം മേഖലയിൽ ചുഴലി സാമന്തൻ കേളപ്പൻ നമ്പ്യാരുടെ നേതൃത്വത്തിൽ നടന്നുകൊണ്ടിരി ക്കുന്ന ആയുധപരിശീലന പരിശോധനയ്ക്കു കൂടിയായിരുന്നു. ചിറക്കൽ രാജാവുമായും ബ്രിട്ടീഷ് കമ്പനിയുമായും തെറ്റി സ്വന്തം നിലയിൽ സമരം

ക.കെ. രൈരു നമ്പ്യാർ

പ്രഖ്യാപിച്ചുകഴിയുകയാണെന്ന് ചുഴലി നമ്പ്യാർ.

ചുഴലി നമ്പ്യാരെ തകർക്കാൻ ചിറക്കൽ രാജ തന്ത്രങ്ങൾ ആവിഷ്കരിച്ചു. രാജ്യം മുഴുവൻ തന്റെ നേരിട്ടുള്ള നിയന്ത്രണത്തിലാണ്, ഇടപ്രഭക്കന്മാരായ സാമന്ത ന്മാരൊന്നുമല്ലെന്ന് രാജാവ് കമ്പനിക്ക് 'സത്യവാങ്മൂലം' നൽകിയിരുന്നു. അതായത് നികുതി വിഹിതത്തിന് പ്രാദേശിക അധികാര സ്ഥാപനത്തിന് മറ്റാർക്കും അവകാശമില്ലെന്ന്. ഇത് സാമന്തനെ ചൊടിപ്പിച്ചു. അങ്ങനെ ചുഴലി നമ്പ്യാർ ബ്രിട്ടീഷ്

കമ്പനിക്കും ചിറക്കൽ രാജക്കന്മാരെതിരായി സമരം പ്രഖ്യാപിച്ച് കണ്ട കൈയിൽ വന്ന് ഏറെക്കുറെ രഹസ്യമായി പാർപ്പുറപ്പിച്ചു. കയരളം, കണ്ടക്കൈ മേഖലയിലെ തങ്ങളുടെ ഭൂപ്രദേശത്ത് കൃഷി ഇറക്കാതിരി ക്കൽ, നികുതി നൽകാതിരിക്കൽ എന്നീ നിലയിലുള്ള ചെറുത്തുനില്പുകൾ തുടങ്ങി. അതിന്റെ തുടർച്ചയായി കയരളം, കണ്ടക്കൈ, കുറ്റിയാട്ടൂർ, അരിന്ത്ര എന്നിവിടങ്ങളിൽ ആയുധപരിശീലനം തുടങ്ങി. മുപ്പതോളം യുവാക്കളെയാണ് ഓരോകേന്ദ്രത്തിലും പരിശീലിപ്പിച്ചത്. കണ്ടക്കൈ യിൽ ദയരോത്ത് ഉദയനന്റെ നേതൃത്വത്തിലായിരുന്ന പരിശീലനം. 'സർവ്വസൈന്യാധിപ'നായി ചുഴലി സാമന്തൻ കേളപ്പൻ നമ്പ്യാർ. ഈ വിവരം അറിയാവുന്ന വീരകേരളവർമ്മ പഴശ്ശിരാജ ചിറക്കലി ലേക്കുള്ള സമാധാന ചർച്ചായാത്ര കണ്ടക്കൈയിലൂടെയാക്കിയത് സാമന്തനെ കണ്ട് ചർച്ച നടത്താനാണ്. ബ്രിട്ടീഷുകാർക്കെതിരായ പോരാട്ടത്തിൽ സാമന്തന്റെ 'പ്രാദേശിക സേന'യെ കണ്ണിചേർക്ക ലായിരുന്ന ലക്ഷ്യം. അത് എത്രത്തോളം നടന്നുവെന്ന് വ്യക്തമല്ല. എന്നാൽ ആയുധ പരിശീലനമടക്കമുള്ള കാര്യങ്ങളുടെ സൂചനകൾ 'തലശ്ശേരി രേഖകളി'ൽ ഉണ്ട്.

ഇങ്ങനെ സമരോത്സുകതയുടെ ശിഥിലമായ ചരിത്രസ്മൃതികളുടെ മണ്ണാണ് കയരളം. ആ മണ്ണിലേക്കാണ് വി.എം. വിഷ്ണുനമ്പീശൻ കോൺഗ്രസ്സിന്റെ സന്ദേശവുമായി നൂറ്റാണ്ടുമുമ്പ് എത്തിയത്. പിന്നെയും ഏതാനും വർഷങ്ങൾക്കുശേഷം തൊള്ളായിരത്തി മുപ്പതു കളുടെ മധ്യേ കെ.എ. കേരളീയൻ കയരളം താവളമാക്കി. പല പല

കെ.എ. കേരളീയൻ

താവളങ്ങളിലൊന്ന്.

അപ്പോഴേക്കും കിസാൻ സംഘത്തിന്റെ പ്രവർത്തനത്തി ലേക്ക് കർഷകകുടുംബത്തിലെ കുട്ടികൾ അണിചേരാൻ തുടങ്ങി യിരുന്നു. വിഷ്ണനമ്പീശൻ കയരളം മേഖലയിൽ (കാട്ടാമ്പള്ളി മുതൽ കുറ്റിയാട്ടൂർ വരെയുള്ള ഇന്നത്തെ മയ്യിൽ ഏരിയ) ആദ്യമായി കോൺഗ്രസ്സിൽ ചേർത്ത കുന്നത്ത് പുതിയ വീട്ടിൽ രൈരുനമ്പ്യാരുടെ വീട്ടിൽ അപ്പോൾ ഉശിരനായ ഒരു ചെറു പ്പക്കാരൻ വളർന്നുവരുന്നുണ്ടായി രുന്നു. കെ.കെ. രൈരുനമ്പ്യാർ.

നാട്ടിലെ ആദ്യത്തെ കോൺഗ്രസ്സുകാരനായ കുന്നത്ത് പുതിയ വീട്ടിൽ രൈരുനമ്പ്യാരുടെ അനുജനായ കൃഷ്ണൻ നമ്പ്യാരുടെ മകൻ.

കൃഷിക്കാരെ സംഘടിപ്പിക്കാൻ കയരളത്തെത്തിയ കേരളീയന്റെ ഇഷ്ടസഖാവായി വാത്സല്യപാത്രമായി ആ കുട്ടി. ഒരു കുട്ടിയല്ല, കുറേ കുട്ടികൾ- കൗമാരം വിട്ടുമാറാത്ത പ്രവർത്തകർ. ആദ്യം പറഞ്ഞ രൈരു നമ്പ്യാരുടെ മക്കളായ പി.കെ. കൃഷ്ണൻ, പി.കെ. കുഞ്ഞിക്കണ്ണൻ, പി.കെ. ഗോവിന്ദൻ (റെയിൽവേ ഉദ്യോഗസ്ഥനായിരുന്ന ഗോവിന്ദൻ എ.കെ. ജി.യുടെ നിർദേശാനുസരണം ജോലി രാജിവെച്ച് സി.പി.ഐ. ദേശീയ കൗൺസിൽ ഓഫീസിൽ ചുമതലക്കാരിലൊരാളായി. ന്യൂ ഏജിന്റെ മാനേജരുമായിരുന്നു). അവർക്കൊപ്പം കൂട്ടുകൂടി മറ്റ് അനേകം പേർ. അതിഥികളെ പോറ്റാൻ അത്യാവശ്യത്തിന് നെല്ലും സൗകര്യവുമുള്ള തറവാട്.

കയരളം കൈവയലിൽ ആ കുട്ടികൾ, അല്ല, യുവാക്കൾ സന്ധ്യക ളിൽ കബഡി കളിച്ചും വോളിബോൾ കളിച്ചും. കയരളം യുവജനവായ നശാലയിൽ കെ.എ. കേരളീയൻ എന്ന ലോകോത്തര സംഘാടകൻ അതെല്ലാം വീക്ഷിച്ച്... അങ്ങനെ ഒരു സായാഹ്നത്തിൽ കളി പുരോഗ മിക്കെ സ്വതേ, പോക്കിരിയാണെന്നു തോന്നിക്കുന്ന ഒരു ചെക്കൻ കളി സ്ഥലത്തേക്ക് നടന്നടുക്കുകയാണ്. കൂടിനിന്നവരുടെ പരിഭ്രമവും മറ്റം ശ്രദ്ധിച്ച കേരളീയൻ ചോദിച്ച്- ആരാണവൻ, പേരെന്താണ്? കുഞ്ഞി രാമൻ, അറാക്കൽ കുഞ്ഞിരാമൻ... കളിക്ക്കുട്ടിയില്ലെങ്കിൽ കുഴപ്പമാക്കും.

അറാക്കൽ കുഞ്ഞിരാമൻ

ആരെയെങ്കിലും ഒരാളെ ഒഴിവാക്കി യിട്ടായാലും കളിയിൽ ചേർക്കാതെ പറ്റില്ല. വലിയ ശാഠ്യക്കാരനാണ്. കുരുത്തക്കേടുണ്ട്...

കളികണ്ട് സൂക്ഷ്മ നിരീക്ഷണം നടത്തിയതോടെ കേരളീയന്റെ മനസ്സിൽ റിക്രൂട്ട്മെന്റ് നടന്നു-കർഷക പ്രസ്ഥാനത്തിന്റെ മുന്നണി പോരാളി, ഇതാ സഖാവ് അറാക്കൽ കുഞ്ഞിരാമൻ... കുഞ്ഞി രാമന്റെ ഒന്നിച്ച് നടക്കുന്ന ഇ.കെ. കുഞ്ഞപ്പയെയും കേരളീയൻ അന്ന് റിക്രൂട്ട് ചെയ്തു. കുഞ്ഞപ്പ പാർട്ടിയുടെ കയരളം സെൽ സെക്രട്ടറിയായി.

കേരളീയൻ കയരളം കൈവയൽ മേഖലയിൽ യാദൃച്ഛികമായി എത്തി സംഘടനാ പ്രവർത്തനത്തിന് അവിടെ തങ്ങിയതല്ല. അവിടെത്തന്നെ എത്തുന്നതിന് ഒരു കാരണ മുണ്ട്. പിന്നീട്, ചിറക്കൽ താലൂക്കിൽ, പുരോഗമന രാഷ്ട്രീയ പ്രവർ ത്തനവും സ്വാതന്ത്ര്യസമര പ്രവർത്തനങ്ങളും നടത്തുന്നതിന് കെ.പി. ആർ-കേരളീയൻ എന്ന സവിശേഷ വിപ്ലവസാഹോദര്യം രൂപപ്പെട്ട കാലം. രോമാഞ്ചത്തോടെയല്ലാതെ ഓർക്കാനാവാത്ത എത്രയെത്ര മുഹൂർത്തങ്ങളാണ് ആ വിപ്ലവ പ്രതിഭകളുടെ ഏകോപിത പ്രവർത്ത നത്തിലൂടെ ഉണ്ടായത്.

കെ.പി.ആറിന്റെ തറവാട്ടുവീട് കയരളത്താണെന്ന് കേരളീയന്ന് അറിയാമായിരുന്നു. കുന്നത്തു പുതിയ വീട്ടിലെ ഒരു ശാഖയാണ് പിന്നീട് കല്ല്യാശ്ശേരിയിൽ ആവാസമുറപ്പിച്ചത്. അതിലെ അംഗമാണ് കെ.പി. ആർ. കയരളത്തെ ആദ്യത്തെ കോൺഗ്രസ്സുകാരനായ രൈരുനമ്പ്യാർ കെ.പി.ആറിന്റെ അമ്മാവൻ. അദ്ദേഹത്തിന്റെ സഹോദരപുത്രനാണ് കെ.കെ.രൈര നമ്പ്യാർ. രണ്ട് വീടുകളിലായി (കയരളം കുന്നത്ത് പുതിയവീട്, ബൊവ്വക്കാട് വീട്) തന്റെ മച്ചനന്മാർ എല്ലാ സഹായത്തി നുമുണ്ടാവും- താമസിക്കാനിടവും... അങ്ങനെ കെ.പി.ആറിന്റെ കൂടി ഒത്താശയിലാണ് കേരളീയൻ കയരളം ഒരു കേന്ദ്രമാക്കി മാറ്റുന്നത്... ഇന്ത്യയിലെ ചുവന്ന ഫർക്കയായി ഇരിക്കൂർ ഫർക്കയെ മാറ്റുന്നതിന്, അതിൽ കയരളം ഏരിയയെ പ്രധാനകേന്ദ്രമാക്കുന്നതിലേക്ക് മെല്ലെ മെല്ലെ പുരോഗമിക്കുകയായിരുന്നു.

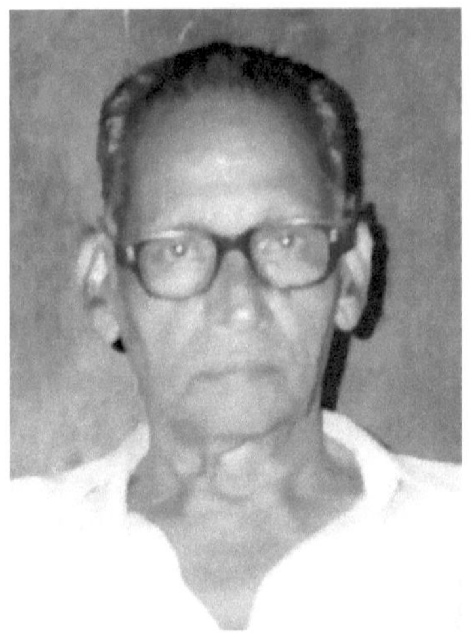

ഇ.കെ. കുഞ്ഞപ്പ

പി. കൃഷ്ണപിള്ള

എന്തുകൊണ്ട് പാടിക്കുന്ന് എന്ന ചോദ്യത്തിന്റെ ഉത്തരസൂചിക ഇതത്രേ...

ഭാരതീയൻ, കേരളീയൻ എന്നീ വിളിപ്പേരുള്ള രണ്ട് സഖാക്കൾ - സംസ്കൃതവും ഇതിഹാസ പുരാണാദികളും പഠിച്ച് പണ്ഡിതരായവരാ ണവർ. ഭാരതീയൻ സംസ്കൃതം പഠിച്ച് ആദ്ധ്യാത്മിക മാർഗത്തിലും മതവിശ്വാസത്തിലും അടിയുറച്ചനിന്നുകൊണ്ട് തന്നെ ദേശീയ പ്രസ്ഥാ നത്തിന്റെ നായകരിലൊരാളാവുകയായിരുന്നു. എന്നാൽ കേരളീയനാ കട്ടെ സംസ്കൃതവും ഇതിഹാസവും പുരാണാദികളും ഏദിസ്ഥമാക്കി ഭൗതികവാദിയായയാണ് മാറിയത്, കമ്മ്യൂണിസ്റ്റാശയങ്ങളിലേക്കാ ണാകർഷിക്കപ്പെട്ടത്. എന്നാൽ കർഷക പ്രസ്ഥാനം കെട്ടിപ്പടുക്ക ന്നതിന് സംസ്കൃതവും ഇതിഹാസ പുരാണാദികളും പരോക്ഷമായി അന്ന് പ്രയോജനപ്പെട്ടു. ഭക്തിയുടെ പാരമ്യം വിട്ട് പ്രവർത്തിക്കാൻ തയ്യാറല്ലാത്ത ഭാരതീയന്റെ നേതൃത്വം ആ കാലത്ത് കർഷകഭവനങ്ങ ളിൽ കടന്നുചെല്ലാൻ ആവശ്യമായിരുന്നുവെന്ന് മനസ്സിലാക്കിയ പി. കൃഷ്ണപിള്ള ഭാരതീയന്റെ ആദ്ധ്യാത്മികത ഒരു പരിമിതിയാണെങ്കിലും സാധ്യതയായി ഉപയോഗപ്പെടുത്താനാണ് നിർദ്ദേശിച്ചത്.

1931ൽ വട്ടമേശ സമ്മേളനം കഴിഞ്ഞ് ലണ്ടനിൽ നിന്നും തിരിച്ചെ ത്തിയ ഗാന്ധിജിയെ മുംബൈ തുറമുഖത്തുനിന്ന് അറസ്റ്റ് ചെയ്ത് ജയിലിലേ ടച്ചതിനെതിരെ രാജ്യവ്യാപക പ്രക്ഷോഭമുയർന്നു. അതിന്റെ ഭാഗമായി കണ്ണൂരിൽ ഹർത്താലും പൊതുയോഗവും നടത്തി. അതിന്റെ പേരിൽ

എ.കെ.ജി.   കെ.പി. ഗോപാലൻ

അറസ്റ്റുചെയ്യപ്പെട്ടപ്പോഴാണ് വി.എം. വിഷ്ണു നമ്പീശൻ ഭാരതീയനും കടയപ്രത്ത് കുഞ്ഞപ്പ കേരളീയനുമായത്. കേരളത്തിലെ ദേശീയ പ്രസ്ഥാനത്തിന്റെ ചരിത്രത്തിലെ അവിസ്മരണീയ സംഭവങ്ങളിലൊന്ന ത്രേ അത്. ഭാരതീയൻ-കേരളീയൻ ദ്വയം കയരളം മേഖല കേന്ദ്രീകരിച്ച് പ്രവർത്തിക്കാനും കർഷക പ്രസ്ഥാനം സംഘടിപ്പിക്കാനും ഇടയായ രാഷ്ട്രീയ സംഭവ വികാസങ്ങളിൽ കണ്ണൂർ ടൗൺ സമരത്തിന് പ്രാധാ ന്യമുണ്ട്. ഗാന്ധിജിയെ അറസ്റ്റ് ചെയ്തതിൽ പ്രതിഷേധിച്ച് ഹർത്താൽ ആഹ്വാനം ചെയ്തെങ്കിലും പലതും കടകൾ അടച്ചില്ല. എന്നാൽ മുനിസിപ്പൽ ഹൈസ്കൂൾ ബെല്ലടിച്ച് വിട്ടു. മുനിസിപ്പൽ ചെയർമാ നായ കോൺഗ്രസ് നേതാവിന്റെ നിർദ്ദേശപ്രകാരമായിരുന്നു അത്. ബെല്ലടിച്ച് വിട്ടതോടെ കുട്ടികൾ ക്ലാസ്സുകളിൽ നിന്നിറങ്ങി ഗാന്ധിജി കീ ജയ് വിളിച്ച് റോഡിലിറങ്ങി. റിസർവ്വ് പോലീസ് വിദ്യാർത്ഥികളെ ഓടിയിട്ട് തല്ലി. പ്രതിഷേധ പൊതുയോഗം നിരോധിച്ചുകൊണ്ട് പോലീസ് ഉത്തരവ് പുറപ്പെടുവിച്ചു. വിഷ്ണു നമ്പീശൻ, കടയപ്രത്ത് കുഞ്ഞപ്പ, കെ.പി.ആർ. ഗോപാലൻ, സാമുവൽ ആറോൺ, ടി.സി. നാരായണൻ നമ്പ്യാർ, കെ.പി. ഗോപാലൻ തുടങ്ങിയവർക്കെതിരെ യാണ് നിരോധനാജ്ഞാനോട്ടീസ്. നഗരത്തിൽ പോലീസ് ഭീകരാ ന്തരീക്ഷം സൃഷ്ടിക്കുന്നു. കോൺഗ്രസ് നേതാക്കൾ രഹസ്യയോഗം ചേർന്ന് നിരോധനം ലംഘിക്കാൻ തീരുമാനിച്ചു. കോട്ടമൈതാനത്തോട് ചേർന്ന വിളക്കുംതറ മൈതാനത്ത് പൊതുയോഗം. ഏതാനും പേർ

കെ.പി.ആർ. ഗോപാലൻ

അതീവരഹസ്യമായി അവിടെ യെത്തുകയും വിഷ്ണു നമ്പീശൻ വിളക്കുകാലിന്റെ തറയിൽ കയറി നിന്നുകൊണ്ട് കീശയിൽ കരുതിയ ഗാന്ധിത്തൊപ്പി തലയിലിട്ട് പ്രസംഗം തുടങ്ങുകയുമായിരുന്നു. അന്ന് മുതലാണത് വിളക്കംതറ മൈതാനമെന്ന് പ്രസിദ്ധമായത്.

യോഗത്തിൽ ശ്രോതാക്ക ളായെത്തിയവരെ പോലീസ് ലാത്തിച്ചാർജ്ജ് ചെയ്യുകയും നേതാക്കളായ വിഷ്ണു നമ്പീശൻ, കടയപ്രത്ത് കുഞ്ഞപ്പ, കെ.പി. ഗോപാലൻ എന്നിവരെ അറസ്റ്റ് ചെയ്ത് ലോക്കപ്പിലിടുകയും ചെയ്തു.

അടുത്ത ദിവസം നടന്ന വിചാരണയിൽ മജിസ്ട്രേട്ട് പേര് ചോദിച്ച പ്പോൾ ആദ്യം നിശ്ശബ്ദത പാലിക്കുകയും ചോദ്യം ആവർത്തിച്ചപ്പോൾ 'ഞാൻ ഭാരതീയൻ' എന്നു മാത്രം പറയുകയുമായിരുന്നു വിഷ്ണു നമ്പീശൻ. അടുത്തതായി കടയപ്രത്ത് കുഞ്ഞപ്പയോടായിരുന്നു പേരും നാളും ജാതിയുമെല്ലാം ചോദിച്ചത്. ഞാൻ കേരളീയൻ എന്നായിരുന്നു മറുപടി. വിഷ്ണു നമ്പീശന്റെ ഭാരതീയൻ മറുപടി മജിസ്ട്രേറ്റിനെ ചൊടിപ്പിച്ചു. നിങ്ങൾ മാത്രമാണോ ഭാരതീയൻ, ഞങ്ങളും ഭാരതീയരല്ലേ എന്ന് മജിസ്ട്രേറ്റിന്റെ കാരക്കശ്യത്തോടെയുള്ള മറുപടി. മാതൃഭൂമിയുടെ സ്വാതന്ത്ര്യത്തിനായി പോരാടുന്ന ഞങ്ങളാണ് ഭാരതീയർ, അതിനെ ഒറ്റുകൊടുക്കുന്ന നിങ്ങൾ ഭാരതീയരല്ല എന്ന് ഭാരതീയന്റെ മറുപടി. ധിക്കാരപൂർവ്വം മറുപടി പറഞ്ഞതിനും നേതാവെന്ന നിലയിലും വിഷ്ണു നമ്പീശന് രണ്ട് വർഷത്തെ കഠിനതടവ്. കുഞ്ഞപ്പ, കെ.പി. ഗോപാലൻ, എ.കെ.ജി., എൻ.പി. ദാമോദരൻ, പി.സി. കോരൻ തുടങ്ങിയവർക്ക് ഒരു വർഷം വരെയുള്ള തടവ് ശിക്ഷ. അന്നത്തെ കോടതി സംഭവ ത്തോടെ വിഷ്ണു നമ്പീശൻ വിഷ്ണുഭാരതീയനായി. കടയപ്രത്ത് കുഞ്ഞപ്പ കെ.എ. കേരളീയനായി. കണ്ണൂരിലെ ഹർത്താലും പൊതുയോഗവും 1932 ജനവരി മൂന്നിനായിരുന്നു. ഭാരതീയൻ, കേരളീയൻ എന്ന രണ്ട് വ്യക്തി നാമധേയങ്ങൾ സ്വാതന്ത്ര്യപ്രസ്ഥാനത്തിന്റെ അപൂർവ്വനിധി യായിത്തീർന്നത് ജനവരി ആറിനും.

ഭീകരപ്രസ്ഥാനം

കണ്ണൂർ സെൻട്രൽ ജയിലിൽ തടവിൽ കഴിയവേ ബംഗാൾ ഭീക രപ്രസ്ഥാനത്തിന്റെ നേതാക്കളമായി ഭാരതീയൻ, കേരളീയൻ, കെ.പി.ആർ., കെ.പി. ഗോപാലൻ എന്നിവർ അടുത്തുബന്ധപ്പെട്ടു. ബംഗാളിൽ സ്വാതന്ത്ര്യത്തിനായി ഭീകരപ്രവർത്തനങ്ങൾ സംഘടിപ്പ പ്രസ്ഥാനത്തിന്റെ നേതാക്കൾ അന്ന് കണ്ണൂർ സെൻട്രൽ ജയിലിലാണ് തടവിൽ കഴിഞ്ഞിരുന്നത്. അഹിംസയിലൂടെ സ്വാതന്ത്ര്യം നേടാനോ ജനങ്ങളുടെ പ്രശ്നങ്ങൾ പരിഹരിക്കാനോ കഴിയില്ല, സായുധ ചെറുത്തുനില്പും കടന്നാക്രമണവും മാത്രമാണ് പോംവഴി എന്ന് അവർ ഭാരതീയനെയും കേരളീയനെയുമെല്ലാം ധരിപ്പിച്ചു. ബംഗാൾ ഭീകരപ്ര സ്ഥാനത്തിന്റെ ആശയാദർശങ്ങളം പരിപാടിയും അടങ്ങിയ പുസ്തകം അവരിൽ നിന്നും സംഘടിപ്പിച്ചു. 1934 ആദ്യം ജയിൽ മുക്തരാനതോടെ ഭാരതീയനും സംഘവും ഒരു തീരുമാനമെടുത്തു. മലയാളനാട്ടിലും ഭീക രപ്രവർത്തനം നടത്തുക. പരസ്യമായി കർഷകപ്രസ്ഥാനം സംഘ ടിപ്പിക്കുക. കോൺഗ്രസ് പ്രവർത്തകരും നേതാക്കളമാണെങ്കിലും വ്യത്യസ്തമായ ഒരു പാത, സാഹസികമായ പാത സ്വീകരിച്ചുകൊണ്ടു മാത്രമേ സ്വാതന്ത്ര്യവും ജനാധിപത്യവും സാമ്പത്തിക സ്വാശ്രയത്വവും നേടാനാവൂ എന്ന ചിന്താഗതിയാണ് ബംഗാൾ ഭീകര സംഘടനയുടെ നേതാക്കളടെ സ്വാധീനത്തിലൂടെ ഉണ്ടായത്. 1934 ഫെബ്രുവരി മധ്യ ത്തിൽ നണിയൂരിൽ ഭാരതീയന്റെ വീടായ ഭാരതീയ മന്ദിരത്തിൽ ഒരു രഹസ്യയോഗം നടന്നു. ഭാരതീയന് പുറമെ കെ.പി. ഗോപാലൻ, കേരളീയൻ, മന്ദൻ മാസ്റ്റർ, പറശ്ശിനിക്കടവ് കുഞ്ഞപ്പ മാസ്റ്റർ, ശേഖര

പാമ്പൻ മാധവൻ

(കോഴിക്കോട്), മാധവവാരിയർ, പി.എം. ഗോപാലൻ, പാമ്പൻ മാധവൻ എന്നിവരാണ് പങ്കെടുത്തത്. ജയിലിൽ വെച്ച് എടുത്ത രണ്ട് തീരുമാനങ്ങളിലൊന്നിനെ ക്കുറിച്ച് ആലോചിക്കാനാണ് യോഗം. സായുധ ഭീകര പ്രവർ ത്തനം നടത്തിക്കൊണ്ട് ബ്രിട്ടീഷ് കൊളോണിയൽ ഭരണത്തെ ഞെട്ടിക്കുക എന്നതാണ് ലക്ഷ്യം. ബംഗാളിൽ അനുശീലൻ സമിതി എന്ന തീവ്രവാദി സംഘടന ചെയ്യതുപോലുള്ള പ്രവർത്തനം. ജയിലിൽ വെച്ച് പലതവണ കൂടി യാലോചന നടത്തി എടുത്തത്

രണ്ട് തീരുമാനങ്ങളാണ്. ഒന്ന് ജന്മിത്ത ചൂഷണത്തിനെതിരെ കർഷക പ്രസ്ഥാനം സംഘടിപ്പിക്കലാണ്. ഭാരതീയനും കേരളീയനും അതിനായി കർഷക ഭവനങ്ങളിൽച്ചെന്ന് സംസാരിച്ചെങ്കിലും അനുഭാവം പ്രകടി പ്പിക്കാൻ ആരും ധൈര്യപ്പെട്ടില്ല. അതിനെ തുടർന്നാണ് രണ്ടാമത്തെ ലക്ഷ്യമായ സാഹസികമായ സായുധ പ്രവർത്തനത്തിന്റെ സാധ്യത പരിശോധിക്കാൻ ശ്രുദ്ധാലോചന നടന്നത്. ഭാരതീയ മന്ദിരത്തിൽ ഒള്ളു ചേർന്ന കോൺഗ്രസ് നേതാക്കൾ (അന്ന് കോൺഗ്രസ് സോഷ്യലിസ്റ്റ് പാർട്ടി നിലവിൽ വന്നുകഴിഞ്ഞിട്ടില്ല) അന്ന് വൈകീട്ട് നണിയൂരിലെ ചാലങ്കോടൻ കുന്നിൽ യോഗം ചേർന്നു. ബംഗാൾ ഭീകരപ്രസ്ഥാനത്തി ന്റെ മാനിഫെസ്റ്റോ പോലുള്ള പ്രഖ്യാപനം തർജ്ജമ ചെയ്ത് കോപ്പി യെടുത്ത് വിതരണം ചെയ്യാനും ആയുധ പരിശീലനം നടത്താനും ബംഗാളിൽ പോയി ആയുധങ്ങൾ വാങ്ങാനും തീരുമാനിച്ചു. കണ്ണൂർ മുനിസിപ്പൽ സ്കൂളിലെ വിദ്യാർത്ഥികളാണ് ഭീകരപ്രസ്ഥാനത്തി ന്റെ മാനിഫെസ്റ്റോ പകർത്തിയെഴുതിയത്. ആയുധങ്ങൾ വാങ്ങാൻ പോകേണ്ടത് കെ.പി. ഗോപാലൻ. ചിറക്കൽ താലൂക്കിന്റെ വിവിധ ഭാഗങ്ങളിൽ ഭീകര പ്രസ്ഥാനത്തിന്റെ ഉപകേന്ദ്രങ്ങൾ ഇടങ്ങി. ഒന്ന് പറശ്ശിനിക്കടവിലും ഒന്ന് നണിയൂരിലുമായിരുന്നു. ഒരേ ദിവസം ഒരേ സമയത്ത് വിവിധ കേന്ദ്രങ്ങളിൽ ആക്രമണം അഥവാ കൊലപാതകം നടത്താനും ആക്രമണം പിഴച്ചപോയാൽ പിടികൊടുക്കാതെ വിഷം കഴിച്ച് മരിക്കാനും തീരുമാനിച്ചു. എന്നാൽ ഭീകരപ്രവർത്തനത്തിന്റെ ശ്രുദ്ധാലോചന പുറത്താവുകയും പോലീസ് റെയ്ഡ് നടത്തുകയും

ചെയ്തതോടെ ഭീകര പ്രസ്ഥാനം നടക്കില്ലെന്ന് മനസ്സിലാക്കി അതിൽ നിന്ന് എല്ലാ നേതാക്കളും പിന്തിരിയുകയായിരുന്നു.

തുടർന്നാണ് കർഷക പ്രസ്ഥാനം സംഘടിപ്പിക്കാനുള്ള പ്രവർത്തനം തുടങ്ങിയത്. കോൺഗ്രസ്സിന്റെ നിസ്സഹകരണ പ്രവർത്തനങ്ങളിൽ മാത്രം പങ്കെടുത്താൽ കർഷകർക്കും തൊഴിലാളികൾക്കും വേണ്ടി ഒന്നും ചെയ്യാനാവില്ലെന്ന് ആ നാൽവർ സംഘത്തിന് തോന്നി. കെ.പി.ആറും കെ.പി. ഗോപാലനും ഭാരതീയനും കേരളീയനും കൃഷിഭൂമി കൃഷിക്കാരന് എന്ന മുദ്രാവാക്യമുയർത്തി ജന്മിത്ത ചൂഷണത്തിനെതിരെ കഴിയാവുന്നത്ര പോരാട്ടം നടത്തണമെന്ന് ഭാരതീയമന്ദിരത്തിലെ യോഗത്തിൽ തീരുമാനിച്ചു. വാശി, നരി, വെച്ചകാണൽ തുടങ്ങി അക്രമ പ്പിരിവുകൾക്കെതിരെ കർഷകരെ സംഘടിപ്പിച്ച് സമരം നടത്തുന്നതിന് പരിമിതമായ പ്രവർത്തനം നടത്തുക- അത്രമാത്രമാണ് താൽക്കാലിക ലക്ഷ്യം. നാൽവർ സംഘം കർഷകരെ സംഘടിപ്പിക്കുന്നതിന്റെ കൺവീനറായി ഭാരതീയനെ തെരഞ്ഞെടുത്തു. അവർ കൃഷിക്കാരുടെ വീട്ടുകളിൽ വീണ്ടും കയറിയിറങ്ങി. ആദ്യഘട്ടത്തിൽ രാഷ്ട്രീയലക്ഷ്യം പറഞ്ഞപ്പോൾ ഒരൊറ്റയാൾ പോലും അനുഭാവം പ്രകടിപ്പിച്ചില്ലെന്ന അനുഭവപാഠമുള്ളതിനാൽ ജന്മിമാരുടെ അക്രമപ്പിരിവുകളെ കുറിച്ച് മാത്രമാണ് ഇത്തവണ കർഷകരോട് പറഞ്ഞത്.

കർഷകസംഘം

അങ്ങനെ ആ സുദിനം വന്നുചേർന്നു. കേരളത്തിൽ ജന്മിത്ത ച്ചഷണത്തിനെതിരായി കൃഷിക്കാർ വർഗപരമായി ഒരു യോഗം നടത്തിയ ആദ്യദിനം. 1935 ജൂലൈ മൂന്നിന് രാവിലെ പത്ത് മണിയോടെയായിരുന്ന യോഗം. കൊളച്ചേരി വില്ലേജിലെയും സമീപ പ്രദേശങ്ങളിലെയും വീട്ടുകളിൽ പോയി നേരിട്ട് ക്ഷണിച്ചെങ്കിലും 28 പേർ മാത്രമാണ് യോഗത്തിൽ പങ്കെടുത്തത്. പാട്ടത്തിൽ പത്മനാഭൻ എന്ന യുവ കർഷകൻ അദ്ധ്യക്ഷൻ. കേരളീയൻ ആമുഖമായി പറഞ്ഞു: "നമുക്കാള സംഘമുണ്ടാക്കണം. നമ്മെ പിടിച്ചുപറിക്കുന്ന ജന്മികൾക്കെ തിരെയാണ് സംഘം". കെ.പി.ആറും ഭാരതീയനും കെ.പി. ഗോപാലനും കാര്യങ്ങൾ വിശദീകരിച്ചു. ഭാരതീയൻ പ്രസിഡന്റും കേരളീയൻ സെക്രട്ട റിയുമായി കർഷകസംഘം നിലവിൽ വന്നു. പുറമേക്ക് ഇത്രമാത്രമാണ്. പക്ഷേ അകമേ അതു മാത്രമായിരുന്നില്ല. ദേശീയ പ്രസ്ഥാനത്തിന്റെ വടക്കേ മലബാറിലെ ഏറ്റവും പ്രമുഖനായ നേതാവാണെങ്കിലും ഭാരതീയന് അന്ധവിശ്വാസത്തിന്റെ അസ്കിതയുണ്ടായരുന്നു. കേര ളീയനുമായുള്ള ബന്ധമാണ് കർഷക-തൊഴിലാളി പ്രസ്ഥാനത്തിന്റെ ഭാഗമാകാൻ ഭാരതീയനെ പ്രേരിപ്പിച്ചത്. ഒരു സംഘടനയിൽ ഭാരതീ യനുമായി പൊരുത്തപ്പെട്ട് പോകുവാൻ ഭൗതികവാദിയായ ഒരാൾക്ക് പ്രയാസമാണ്. കൃഷ്ണപിള്ളയ്ക്ക് ആ കാര്യമെല്ലാം അറിയാമായിരുന്നു. കോൺഗ്രസ് സോഷ്യലിസ്റ്റ് പാർട്ടിയുടെ തുടക്കകാലമാണത്. അതിന്റെ ഒരു രഹസ്യയോഗത്തിൽ കർഷകപ്രസ്ഥാനം സംഘടിപ്പിക്കണ മെന്ന നിർദ്ദേശവുമായി ഒരു രേഖ കേരളീയൻ അവതരിപ്പിച്ചു. അത്

എൻ.സി. ശേഖർ

അംഗീകരിച്ച കൃഷ്ണപിള്ള കർഷ കപ്രസ്ഥാനം സംഘടിപ്പിക്കുന്ന തിനുള്ള ചുമതല കേരളീയനെ ഏൽപിച്ചു. അതിന്റെ രംഗവേദി ചിറക്കൽ താലൂക്കാവണ മെന്നും അവിടെ ക്ഷമാപൂർവ്വം പ്രവർത്തിക്കേണ്ടതും അതിന് കഴിയുന്നതും കേരളീയനാ ണെന്നും കൃഷ്ണപിള്ളയ്ക്ക് അറി യാമായിരുന്നു. കൃഷിക്കാരിൽ മിക്കവാറും എല്ലാവരും അന്ന് യാഥാസ്ഥിതികരാണ്. അവരെ വ്യവസ്ഥയ്ക്കെതിരെ സംഘടിപ്പി ക്കുക പ്രയാസമാണ്. പക്ഷേ അവരുമായി യാഥാസ്ഥിതികത്വ

ത്തിൽ സംവദിക്കാൻ കഴിയുന്നവെന്ന് തോന്നിക്കുന്ന ഒരാളുണ്ടായാൽ കുറേയൊക്കെ മുന്നോട്ടപോകാനാവും. അതിനാൽ ഭാരതീയന്റെ സേവനങ്ങൾ ഉപയോഗപ്പെടുത്തി അദ്ദേഹത്തിന്റെ നേതൃത്വത്തിൽ വേണം കർഷകപ്രസ്ഥാനത്തിന്റെ പ്രവർത്തനങ്ങൾ എന്ന് കൃഷ്ണപിള്ള കേരളീയനെ ചട്ടംകെട്ടിയിട്ടുണ്ടായിരുന്നു. അതായത് കൊളച്ചേരിയിലെ പ്രാദേശിക കർഷക സംഘം നിലവിൽവന്നത് കേവലം യാദൃച്ഛികമ ല്ലായിരുന്നു. യാദൃച്ഛികമാണെന്ന പ്രതീതി സൃഷ്ടിച്ചാണ് കേരളീയൻ തീരുമാനം നടപ്പാക്കിയതെന്നുമാത്രം. ജയിലിലെ ബംഗാളി ഭീകര തടവു കാരുമായുള്ള ബന്ധം മുതൽ എല്ലാ സംഭവത്തിലും യാദൃച്ഛികതയല്ല, സൂചിന്തിതമായ ഒരു നേതൃത്വത്തിന്റെ കണ്ണുണ്ടായിരുന്നുവെന്നർത്ഥം.

ബംഗാൾ ഭീകര പ്രസ്ഥാനത്തിന്റെ നേതാക്കളായ രവീന്ദ്രമോഹൻ സെൻ ഗുപ്ത, ടി.എൻ. ചക്രവർത്തി, രമേശ് ചന്ദ്ര ആചാര്യ എന്നിവരും മീറത്ത് ഗൂഢാലോചന കേസ് പ്രതികളായ കമലാനാഥ് തിവാരി, ജയ്ദേവ കപൂർ എന്നിവരുമാണ് 1930കളുടെ ആദ്യം കണ്ണൂർ ജയിലി ലുണ്ടായിരുന്നത്. ഇവരുമായി കൃഷ്ണപിള്ളയും കെ.പി. ഗോപാലനും എൻ.സി. ശേഖറുമെല്ലാം വാദപ്രതിവാദം പതിവ്വുണ്ടായിരുന്നു. മീററ്റ് ഗൂഢാലോചനാ കേസുമായി ബന്ധപ്പെട്ടവർ മാർക്സിസ്റ്റുകാരാണ്. അവരിൽ നിന്നാണ് കമ്മ്യൂണിസ്റ്റ് വിജ്ഞാപനം എൻ.സി. ശേഖർ സംഘടിപ്പിച്ച് തർജ്ജമ ചെയ്ത് അച്ചടിച്ച് പ്രസിദ്ധപ്പെടുത്തി കമ്മ്യൂണിസ്റ്റ് ലീഗ് സ്ഥാപിച്ചതും. ബംഗാളിലെ ഭീകര പ്രസ്ഥാനമായ അനുശീലൻ

സമിതിക്കാർ കെ.പി. ഗോപാലനോട്ടം ഭാരതീയനോട്ടം കേരളീയ നോട്ടം ചോദിച്ചത് നിങ്ങളെന്തിനാ ഉപ്പ് വാരി ജയിലിൽ വന്നത്, ബ്രിട്ടീഷ് സർക്കാറിന്റെ ഖജനാവ് വാരിയിട്ടല്ലേ വരേണ്ടത്." കെ.പി. ക്കും കേരളീയനും ഭാരതീയനുമെല്ലാം അത് ശരിയാണെന്ന് തോന്നി യതിന്റെ ഫലമാണ് തുടക്കത്തിലേ പാളിപ്പോയതും അതിനാൽ അതിവേഗം ഉപേക്ഷിച്ചതുമായ സാഹസിക പ്രവർത്തനം-നണിയൂർ ചാലങ്ങോടൻ കുന്നിൽ നടന്ന ശുദ്ധാലോചന. എന്നാൽ കൃഷ്ണപിള്ള എടുത്തുചാട്ടത്തിനും തീവ്രവാദത്തിനും എതിരായിരുന്നു. തന്ത്രപര മായി വേണം, ക്രമത്തിൽ വേണം മുന്നേറ്റം, അല്ലെങ്കിൽ തുടങ്ങും മുമ്പ തന്നെ തകർക്കപ്പെട്ടും എന്ന് കൃഷ്ണപിള്ള സഖാക്കളെ പഠിപ്പിക്കാൻ ശ്രമിച്ചു. കർഷകപ്രസ്ഥാനം രൂപവത്കരണത്തിന്റെ പശ്ചാത്തലം ഇതായിരുന്നു.

കൊളച്ചേരിയിലെ കർഷകസമരത്തിന്റെ രൂപവൽക്കരണം നാട്ടിൽ വലിയ ചലനമാണുണ്ടാക്കിയത്. കൊളച്ചേരി, പെരുമാച്ചേരി, പാട്ടയം, കമ്പിൽ, പാമ്പുരുത്തി എന്നീ ദേശങ്ങൾ ഉൾപ്പെട്ട കൊളച്ചേരി വില്ലേജിൽ ഭാരതീയനും കേരളീയനും വീട്ടുവീടാന്തരം കയറിയിറങ്ങി അക്രമപ്പിരിവുകൾ നൽകരുതെന്ന് ആവശ്യപ്പെട്ടുകൊണ്ടിരുന്നു.

കരുമാരത്ത് നമ്പൂതിരിയാണ് പ്രദേശത്തെ ജന്മി. വില്ലേജിലെ ഭൂരിഭാഗം കൃഷിഭൂമിയുടെയും പാടിക്കുന്ന് അടക്കമുള്ള ആറുകണക്കിനേ ക്കർ തരിശിന്റെയും ജന്മി. കുടിയാന്മാരെ നിരന്തരം ദ്രോഹിക്കുകയായിരു ന്ന നമ്പൂതിരി ജന്മി. അക്രമപ്പിരിവുകാർക്കെതിരെ കൃഷിക്കാരെ സംഘടി പ്പിക്കുന്ന ഭാരതീയനെയും കേരളീയനെയും വകവരുത്തുമെന്ന ഭീഷണി വരെ ഉയർന്നു. ജന്മിയുടെ ച്ചൂഷണത്തിനെതിരെ കരിങ്കൽക്കുഴിയിൽ (നണിയൂർ) കർഷക പൊതുയോഗം വിളിച്ചു. വലിയ എതിർപ്പുകളുണ്ടാ യിട്ടും അമ്പതോളം കൃഷിക്കാർ യോഗത്തിനെത്തി. കോൺഗ്രസ്സിന്റെ പൊതുയോഗമെന്നാണ് പ്രചരിപ്പിച്ചിരുന്നത്. കോൺഗ്രസ് നേതൃത്വ ത്തിൽ സംഘടിപ്പിക്കുന്ന കർഷകപൊതുയോഗം. കെ.പി. ഗോപാലനും കെ.പി. ആറും ഭാരതീയനും കേരളീയനും പ്രസംഗം. പക്ഷേ പ്രസംഗം തുടങ്ങാൻ നേരത്തേക്ക് കുറുവടികളും മാരകായുധങ്ങളുമായി മുപ്പതോളം പേർ അവിടേക്ക് ഇരച്ചുകയറി. "ഇവിടെ യോഗം നടത്തുന്ന പ്രശ്നമി ല്ല. ഇത് തമ്പുരാന്റെ സ്ഥലമാണ്. ഉടൻ ഓടിപ്പോയ്ക്കോ" എന്നായി ജന്മിയുടെ ഗുണ്ടാസംഘത്തിന്റെ ആക്രോശം. ആർക്കുവേണ്ടിയാണോ പൊതുയോഗം സംഘടിപ്പിച്ചത് അവർ തന്നെയാണ്, അതായത് ച്ചൂഷണത്തിനിരയാകുന്ന കൃഷിക്കാരും അവരുടെ തൊഴിലാളികള മാണ് ജന്മിയുടെ ഗുണ്ടകളായി മാറി യോഗം കലക്കാൻ എത്തിയത്.

യോഗം കലക്കാൻ എത്തിയവർ ശത്രുക്കളല്ല, മിത്രങ്ങളാകേണ്ടവരാണ്. അതിനാൽ ഏറ്റുമുട്ടൽ വേണ്ട. തൽക്കാലം യോഗം പിരിച്ചവിടാമെന്ന് നേതാക്കൾ പറഞ്ഞു. കരിയിൽ അമ്പുക്കുട്ടി എന്ന കൃഷിക്കാരനാണ് യോഗം കലക്കാൻ എത്തിയ സംഘത്തിന്റെ നായകൻ. പിന്നീട് ഒന്നുരണ്ട് തവണ കൂടി യോഗം നടത്താൻ ശ്രമിച്ചപ്പോൾ കല്ലേറും ആക്രമണവുമുണ്ടായി.

അതോടെ കോൺഗ്രസ് സോഷ്യലിസ്റ്റ് പാർട്ടിയുടെ ചിറക്കൽ താലൂക്ക് നേതാക്കളും വാശിയിലായി. അക്രമത്തിനെത്തുന്നവരെ നേരിട്ടുകൊണ്ട് കർഷകപൊതുയോഗം നടത്തിയേ തീരൂ. പി.എം. ഗോപാലന്റെ നേതൃത്വത്തിൽ കടവിനക്കരെ, പറശ്ശിനിക്കടവിൽ നിന്ന് കരുത്തരായ കുറേ ചെറുപ്പക്കാർ കാലേക്കൂട്ടി എത്തി. പി.എം. ഗോപാലന്റെ അദ്ധ്യക്ഷതയിൽ യോഗം തുടങ്ങിയപ്പോൾ ജന്മിയുടെ ആളുകൾ അക്രമാസക്തരായി ഓടിയെത്തി. പക്ഷേ പെട്ടെന്നവർക്ക് പിൻവാങ്ങേണ്ടിവന്നു. യോഗം സംരക്ഷിക്കാൻ നിരവധി വോളണ്ടിയർ മാർ എന്തിനും സന്നദ്ധരായി നിൽക്കുന്നു. ഗുണ്ടായിസത്തിനെത്തിയർ ബഹളം നിർത്തിയെന്ന മാത്രമല്ല, തങ്ങൾക്ക് വേണ്ടിക്കൂടിയാണ് അവിടെ നടക്കുന്ന പ്രസംഗങ്ങളെന്ന് മനസ്സിലാക്കി അത് ചെവിക്കൊ ള്ളാൻ തുടങ്ങുകയായി.

കേരളീയനും ഭാരതീയനും കെ.പി.ആറും കെ.പി. ഗോപാലനും അവിടെ പ്രസംഗിച്ചത് ജന്മിത്ത ചൂഷണത്തെയും അക്രമപ്പിരിവുകളെ യും കുറിച്ച് മാത്രമല്ല, കോൺഗ്രസ് സോഷ്യലിസ്റ്റുകാരായിത്തീർന്ന അവർ അവിടെ ആദ്യമായി സാമ്യവാദത്തിന്റെ, കമ്മ്യൂണിസത്തിന്റെ വിത്തുകൾ ശ്രദ്ധാപൂർവ്വം പാകി. അന്നുനടത്തിയ പ്രസംഗത്തിന്റെ സാരം ഇങ്ങനെയായിരുന്നുവെന്ന് പിൽക്കാലത്ത് വിഷ്ണുഭാരതീയൻ അനുസ്മരിച്ചു. "നമ്മൾ ജനങ്ങൾ ജാതിപരമോ മതപരമോ ഉള്ള സമ്പ്ര ദായം ഉപേക്ഷിച്ച് സാമ്പത്തിക വർഗമായ രണ്ട് ചേരിയായി തിരിഞ്ഞ് ഇരിക്കണം. ലോകത്തിൽ രണ്ട് ജാതിയും രണ്ട് മതവും രണ്ട് വർഗവും മാത്രമേ ഉള്ളൂ. അതായത് ഉള്ളവനും ഇല്ലാത്തവനും. ഈ വിധത്തിൽ മാത്രമേ സംസാരിച്ചു കൂട്ടൂ. ചിന്തിച്ചുകൂട്ടൂ, അതിനാൽ നമ്മൾ, അതായത് ഇല്ലാത്തവർ എന്ന വർഗം ഒരുമിച്ചുനിന്നാൽ ഉള്ളവർ താനേ അടങ്ങി ക്കൊള്ളും..."

പറശ്ശിനിക്കടവിൽ നിന്ന് പി.എം.ജി.യുടെ (പി.എം. ഗോപാലന്റെ - പറശ്ശിനിമടപ്പുരക്കൽ തറവാട്ടിലെ അംഗം) നേതൃത്വത്തിലുള്ള സംഘം എത്തിയതിനാലാണ് നണിയൂരിൽ ആദ്യത്തെ കർഷക പൊതുയോഗം (കോൺഗ്രസ് സോഷ്യലിസ്റ്റ് പൊതുയോഗവും)

കെ.പി.ആര്‍. രയരപ്പന്‍

വിജയകരമായി നടത്താന്‍ കഴി യുഞ്ഞതെന്ന് സൂചിപ്പിച്ചവല്ലോ. പറശ്ശിനിയില്‍ എങ്ങനെയാണ് ഉശിരുള്ള ഒരു പ്രസ്ഥാനം ഉണ്ടായതെന്ന് ചെറുതായൊന്ന് തിരിഞ്ഞുനോക്കേണ്ടിയിരിക്കുന്നു.

കേരളീയന്‍ എന്ന വിപ്ലവ മഹാപ്രതിഭ കേരളത്തിലെ ഏറ്റവും ചുവന്ന ഗ്രാമമായി പറശ്ശി നിക്കടെവും ആത്മശരം മാറ്റുന്നതിന്റെ പശ്ചാത്തലം. 1919ല്‍ കോണ്‍ ഗ്രസ്സുകാരനായ ഭാരതീയന്റെയും ആറേഴ് വര്‍ഷത്തിനശേഷം കോണ്‍ഗ്രസ്സുകാരനായ കേര ളീയന്റെയും ഇടത്താവളമാണ്

പറശ്ശിനി. തപാലില്‍ വരുന്ന ഹിന്ദുപത്രം എടുക്കാന്‍ ഭാരതീയന്‍ കടവ് കടന്ന് പറശ്ശിനിയിലെത്തും. മടപ്പുരയില്‍ ഇരുന്ന് നടത്തുന്ന ചര്‍ച്ചകള്‍ അവിടെ രാഷ്ട്രീയത്തിന്റെ വിത്തുകള്‍ വിതയ്ക്കാന്‍ തുടങ്ങി.

രണ്ടാം നിയമലംഘന പ്രസ്ഥാനത്തില്‍ പങ്കെടുത്ത് ജയിലിലാ യിരുന്ന സഖാക്കള്‍ ശിക്ഷാകാലാവധി കഴിഞ്ഞ് മോചിതരായി. 1933 അവസാനം ജയില്‍ മോചിതനായ കേരളീയന്‍ ഒരു ദിവസം കല്ല്യാശ്ശേരിയിലെത്തി. കെ.പി.ആറിനെ കാണാനാണ് എത്തിയത്. നേതാക്കളെയും പ്രവര്‍ത്തകരെയും ജയിലിലടക്കുകയും മര്‍ദ്ദനവാഴ്ച നടത്തുകയും ചെയ്തതിനാല്‍ കോണ്‍ഗ്രസ് തകര്‍ന്നുവെന്നാണ് അധി കാരികളും പോലീസും ധരിച്ചിട്ടുള്ളത്. അങ്ങനെയല്ലെന്ന് തെളിയിക്കാന്‍ നമുക്കൊരു ജാഥ നടത്തണം. ചിറക്കല്‍ താലൂക്കിലെ പ്രവര്‍ത്തകരെ പങ്കെടുപ്പിച്ച് കല്ല്യാശ്ശേരിയില്‍ നിന്ന് പഴയങ്ങാടിയിലേക്ക് ജാഥ. കേരളീയന്‍ പറഞ്ഞതിനെ കെ.പി.ആര്‍ അംഗീകരിച്ചു. ഒരാഴ്ച കഷ്ട പ്പെട്ട് പ്രവര്‍ത്തിച്ചിട്ടാണ് ജാഥയില്‍ പങ്കെടുക്കാന്‍ ഏതാനം പേരെ കിട്ടിയത്. ആ ജാഥയുടെ ചെറിയ വിജയത്തിനശേഷം കേരളീയന്‍ കല്ല്യാശ്ശേരിയില്‍ വാടകക്ക് ഒരു വീടെടുത്തു. കെ.പി.ആറിന്റെ പ്ര വര്‍ത്തനമേഖല കുറേക്കൂടി വിപുലമായിരുന്നു. കേരളീയന്‍ കല്ല്യാ ശ്ശേരി-കയരളം മേഖലയില്‍ തല്‍ക്കാലം ഒതുങ്ങി നില്‍ക്കുകയായിരുന്നു. കര്‍ഷക പ്രസ്ഥാനം രൂപവത്കരിക്കുന്നതിന് മാത്രമായുള്ള ഏതാനം മാസത്തെ തപസ്യ. കല്ല്യാശ്ശേരിയിലെ വാടകവീട്ടില്‍ കേരളീയന്‍

തറോൽ കണ്ണൻ ഗുരുക്കൾ

സന്തത സഹചാരികളായി കുറേ കുട്ടികൾ. കെ.പി.ആർ രയരപ്പൻ, ഇ. നാരായണൻ നായനാർ (ഇ.കെ. നായനാരുടെ ജ്യേഷ്ഠൻ - മൊറാഴ കേസിൽ നായനാർക്ക് പകരം നാരായണൻ നായനാരെ പ്രതിചേർക്കുകയായിരുന്നു) പോള കുമാരൻ മാഷ് (മൊറാഴകേസിൽ ജീവപര്യന്തം തടവിന് ശിക്ഷിക്ക പ്പെട്ടു) എന്നിവർ.

ഈ ബാലകസംഘത്തോ ടൊപ്പം കേരളീയന്റെ പ്രവർത്ത നഫലമായി കല്ല്യാശ്ശേരിയിൽ ഒരു വായനശാല സ്ഥാപിച്ചു. ശ്രീ ഹർഷൻ സ്മാരക വായനശാല.

ഉദ്ഘാടനം എ.കെ.ജി. വായനശാല സ്ഥാപിക്കുന്നത് വായിക്കാനും വായിപ്പിക്കാനും മാത്രമല്ല- ലക്ഷ്യം കൃഷിക്കാരെ സംഘടിപ്പിക്കൽ തന്നെയായിരുന്നു. വായനശാലയ്ക്ക് പേരിട്ടത് കെ.പി.ആറാണ്. കല്ല്യാ ശ്ശേരിയിലെ പുരോഗമന പ്രസ്ഥാനം ആ വായനശാല കേന്ദ്രീകരിച്ച് വളർന്നുവന്നതോടെ അടുത്തുള്ള മൊറാഴ മേഖലയിൽ ബക്കളത്ത് വായനശാല സ്ഥാപിക്കാൻ കേരളീയൻ ഒരുക്കം തുടങ്ങുകയുണ്ടായി. സംസ്കൃത പണ്ഡിതനും ആയുർവ്വേദ വൈദ്യനുമായ തറോൽ കണ്ണൻ ഗുരുക്കളുടെ അടുത്ത് കേരളീയനും സംഘവും എത്തി. സംസ്കൃതം അറിയാം, ഇതിഹാസ പുരാണാദികളെക്കുറിച്ചറിയാം, വ്യാകരണമ റിയാം എന്നൊക്കെ മനസ്സിലാക്കിയതോടെ കേരളീയനിൽ തറോൽ കണ്ണൻ ഗുരുക്കൾക്ക് നല്ല മതിപ്പായി. വന്നതിന്റെ ഉദ്ദേശ്യമെന്തെന്നായി അടുത്ത ചോദ്യം. ഈ നാട്ടിൽ നമുക്കൊരു വായനശാല സ്ഥാപി ക്കണം. അതിന് ഒരു മുറി നൽകണം. മറ്റൊന്നും പറയാതെ വാ എന്ന ആജ്ഞയോടെ ഗുരുക്കൾ ബക്കളത്തേക്ക് നടന്നു. തന്റെ കെട്ടിടത്തിൽ മണിയമ്പാറ കുഞ്ഞമ്പു കച്ചവടം നടത്തുന്നുണ്ട്. രണ്ട് മുറിയുണ്ട്. ഒരു മുറിയിൽ പലചരക്കുസാധനങ്ങളും മറ്റും. മറ്റേ മുറിയിൽ മറ്റ് കുറച്ച് സാധനങ്ങൾ. "കുഞ്ഞമ്പു നിന്റെ സാധനങ്ങളെല്ലാം ആ മുറിയിൽ നിന്ന് ഇതിലേക്ക് മാറ്റ. ആ മുറി നമുക്കൊരു വായനശാലയാക്കണം."- ഗുരുക്കൾ ആജ്ഞാപിച്ചു. അങ്ങനെ മൊറാഴ വില്ലേജിൽ ആദ്യമായി വായനശാലയുണ്ടായി. ആ വായനശാല കർഷക സംഘത്തിന്റെ

ഓഫീസായി. കോൺഗ്രസ്സിന്റെ ഓഫീസായി. ഇടക്കിടെ അവിടെ കേരളീയൻ എത്തും. വായനശാലയുടെ മുറ്റത്ത് നിന്ന് പ്രസംഗിക്കും. ജന്മിത്ത ചൂഷണത്തിനെതിരെ പാട്ടപാട്ടം. നാലും അഞ്ചും പേർ, പിന്നെ കൂടുതൽ കൂടുതൽ പേർ അത് കേൾക്കാൻ എത്തിത്തുടങ്ങി. വായനശാ ലയ്ക്ക് സ്ഥലംവിട്ടുകൊടുത്ത തരോൽ കണ്ണൻ ഗുരുക്കളെ പ്രസിഡന്റാ ക്കി ഒരു കർഷകസംഘം യൂണിറ്റ് അവിടെ കേരളീയൻ കെട്ടിപ്പടുത്തു. ബക്കളത്ത് തരോൽ കണ്ണൻ ഗുരുക്കൾ സ്മാരക വായനശാല ഇന്ന് നല്ല നിലയിൽ പ്രവർത്തിക്കുന്നു.

അടുത്തതായി കേരളീയൻ കടന്നുചെന്നത് പറശ്ശിനി മടപ്പുരയി ലാണ്. കുഞ്ഞിമംഗലത്തെ ഒരു അധ്യാപകനാണ് അന്നത്തെ മടയൻ രാമുണ്ണി. കുഞ്ഞിമംഗലക്കാരനായ കേരളീയനുമായി നല്ല പരിചയം. കെ.പി.ആർ. രയരപ്പൻ, കെ.വി. നാരാണയൻ നമ്പ്യാർ എന്നിവർ ക്കൊപ്പം കേരളീയൻ മടപ്പുരയിലെത്തി. വരവിന്റെ ഉദ്ദേശ്യമെന്തെ ന്ന് മടയൻ ചോദിച്ചപ്പോൾ കേരളീയന്റെ മറുപടി- "കൃഷിക്കാരുടെ സംഘമുണ്ടാക്കാൻ സഹായിക്കണം". എന്തിനാ കൃഷിക്കാരെ സംഘ ടിപ്പിക്കുന്നത്, ആരാ നിങ്ങളുടെ എതിരാളി എന്ന് മടയന്റെ ചോദ്യം. കരക്കാട്ടിടം നായനാർക്കെതിരെയാണ് ഇവിടെ സംഘമുണ്ടാക്കുന്നത്. കൃഷിക്കാരെ വല്ലാതെ പിടിച്ചപറിക്കുകയാണ്. ജീവിക്കാൻ വിട്ടന്നില്ല. അതിനെതിരെ കൃഷിക്കാർ സംഘടിക്കണം. കേരളീയൻ പറഞ്ഞ പ്പോൾ, എങ്കിൽ ഞാനുമുണ്ട് സംഘത്തിൽ എന്ന് മടയന്റെ പ്രഖ്യാപനം. അക്കാലത്ത് കരക്കാട്ടിടം നായനാരുമായി പറശ്ശിനി മടപ്പുര കേസ് നടത്തുന്നുണ്ടായിരുന്നു. പറശ്ശിനി മടപ്പുരയുടെ മേൽക്കോയ്മ കടമ്പേരി ദേവസ്വത്തിനാണ്. മടപ്പുരയിൽ അന്ന് തരക്കേടില്ലാത്ത വരുമാനമുണ്ട്. ആ വരുമാനം കടമ്പേരി ദേവസ്വത്തിനും അതുവഴി തനിക്കും അവകാ ശപ്പെട്ടതാണെന്ന് നായനാർ പ്രഖ്യാപിക്കുകയും നോട്ടീസയക്കുകയും ചെയ്തതാണ് കേസായത്. ആ കേസിനെ കുറിച്ച് അറിഞ്ഞുതന്നെയാണ് കേരളീയൻ സംഘത്തിന്റെ തൽക്കാല ലക്ഷ്യം കരക്കാട്ടിടത്തിന്റെ ചൂഷണത്തിനെതിരാണെന്ന് പറഞ്ഞത്.

കർഷകസംഘം, അതായത് കോൺഗ്രസ് സോഷ്യലിസ്റ്റ് പാർട്ടി ക്കാർക്ക് എപ്പോൾ വന്നാലും മടപ്പുരയിൽ ചോറ് കിട്ടും എന്ന് മടയൻ പ്രഖ്യാപിച്ചു. കേരളീയന് എപ്പോൾ വന്നാലും അവിടെ താമസിക്കാം. കേരളീയനായി അവിടെ ഒരു ഓഫീസ് മുറിയും അനുവദിച്ചു. അങ്ങനെ പറശ്ശിനിക്കടവിലും വിപ്ലവ പ്രസ്ഥാനത്തിന്റെ ഒരു കേന്ദ്രത്തിന് ഇട ക്കമായി.

അതായത് വളപട്ടണം പുഴയുടെ അക്കരെയും ഇക്കരെയും പാപ്പി നിശ്ശേരി, കല്ല്യാശ്ശേരി, ആണ്ടൂർ മേഖല അക്കര. ഇക്കരെ നാറാത്ത്, കൊളച്ചേരി, മയ്യിൽ, കുറ്റിയാട്ടൂർ - ആ മേഖലയിൽ കർഷക - തൊഴി ലാളിവർഗ പ്രസ്ഥാനത്തിന് വളക്കൂറുള്ള മണ്ണായി മാറുകയായിരുന്നു. പറശ്ശിനി മടപ്പുരയിലെ കരിഞ്ചിയേടത്തി അതിവേഗം കർഷക-കമ്മ്യൂ ണിസ്റ്റ് പ്രസ്ഥാനത്തിന്റെ പ്രവർത്തകയായി. മടപ്പുരയിലെ അംഗമായ പി.എം.ജി.യും പി.എം. കുഞ്ഞപ്പമാഷും പിന്നെ ചന്ത്രോത്ത് കോരൻ, പി.പി. അച്യുതൻ മാസ്റ്റർ എന്നിവരും പ്രസ്ഥാനത്തിന്റെ നേതാക്കളായി. അക്കരെയും ഇക്കരെയുമായി ആകെ ഉണ്ടായിരുന്ന പോസ്റ്റാഫീസ് പറശ്ശിനിയിലാണ്. പോസ്റ്റ്മാഷ് പി.എം. കുഞ്ഞപ്പ മാഷ്. ഭാരതീയന് ഹിന്ദു പത്രം വരുന്നത് അവിടെയാണ്. പ്രതിദിനമു ള്ള ആ വരവും പത്രചർച്ചയുമാണ് കുഞ്ഞപ്പ മാഷെ പ്രസ്ഥാനത്തിന്റെ ഭാഗമാക്കിയത്.

ഇനി നമുക്ക് കൊളച്ചേരിയിലേക്ക് അതായത് പറശ്ശിനിയുടെ അക്ക രെയായ നണിയൂരിലേക്ക് പോകേണ്ടിയിരിക്കുന്നു. നണിയൂരിൽ നിന്ന് പുഴക്കരെയില്ലൂടെ ഇടത്തോട്ട് നടന്നാൽ മുല്ലക്കൊടിയിലാണെത്തുക. അതു കഴിഞ്ഞ് കയരളത്തേക്ക്. 1935 ജൂലൈ ആദ്യം രൂപവത്കരിക്ക പ്പെട്ട കർഷകസംഘം അതിന്റെ സന്ദേശം എല്ലാവരിലുമെത്തിക്കാൻ ശ്രമിച്ചുകൊണ്ടിരിക്കെ ഒരു സംഭവമുണ്ടായി. കരിയിൽ അമ്പുക്കട്ടിയുടെ വീട്ടുവളപ്പിലെ കുരുമുളക് മുഴുവൻ ജന്മിയുടെ കിങ്കരന്മാർ പറിച്ചുകൊ ണ്ടുപോയി. അയാൾക്ക് ഒന്നും ചെയ്യാൻ കഴിഞ്ഞില്ല. ഉച്ചത്തിൽ ഒന്ന് നിലവിളിക്കാൻ പോലും. കർഷക പ്രസ്ഥാനത്തിന്റെ പൊതുയോഗം കലക്കാൻ ഗുണ്ടകളെക്കൂട്ടി നേതൃത്വം കൊടുത്തെത്തിയ ആളാണ് അമ്പുക്കട്ടി. പക്ഷേ ജന്മിത്വ ച്ചൂഷണത്തിന്റെയും അതിക്രമത്തിന്റെയും ക്രൗര്യം അമ്പുക്കട്ടിക്കും അനുഭവത്തിലെത്തുകയായിരുന്നു. അന്ന് രാത്രി തന്നെ ആ കർഷക ഭവനത്തിലേക്ക് ഭാരതീയനും കേരളീയനും എത്തി. കേസ് ഫയൽ ചെയ്യണമെന്ന് അഭിപ്രായമുണ്ടായെങ്കിലും അമ്പു ക്കട്ടിക്ക് അതിന് കഴിയുമായിരുന്നില്ല. സാക്ഷി പറയാൻ ആരെയും കിട്ടുകയുമില്ല. എന്നാൽ ജന്മിക്കെതിരെ കേസ് കൊടുത്തിട്ടുണ്ടെന്നും ഭാരതീയനും കേരളീയനുമാണ് സാക്ഷികളെന്നും നാട്ടിൽ പ്രചരി പ്പിക്കപ്പെട്ടു. അതറിഞ്ഞ ജന്മി അമ്പുക്കട്ടിയെ വിളിപ്പിച്ച് പ്രതിഫലം നൽകി 'പ്രശ്നം പരിഹരിച്ചു'. ഇത്തരത്തിൽ നിരവധി സംഭവങ്ങള ണ്ടായി. ചങ്ങമ്പുഴയുടെ 'വാഴക്കുല'യിൽ വിവരിച്ചതുപോലുള്ള കയ്യേ റ്റങ്ങൾ, വിളവെടുത്തുകൊണ്ടുപോകൽ... സംഘം ഇടപെട്ട് അതത് സ്ഥലത്ത് യോഗവും സമരവും സംഘടിപ്പിച്ചപ്പോൾ ആ നാട്ടിൽ

എ.വി. കുഞ്ഞമ്പു

മാത്രമല്ല, സമീപപ്രദേശങ്ങളിലും വലിയ ഉണർവ്വുണ്ടായി.

കൊളച്ചേരി പ്രാദേശിക സംഘത്തിന്റെ മാതൃകയിൽ ചിറക്കൽ താലൂക്കിന്റെ വിവിധ ഭാഗങ്ങളിൽ ചെറിയ ചെറിയ കർഷകസംഘ ങ്ങൾ ഉണ്ടായി. പറശ്ശിനിയിലും കല്ല്യാശ്ശേരിയിലും കയരളത്തും നണിയൂരിലും പയ്യാവൂരിലും എരുവേ ശ്ശിയിലുമെല്ലാം പലതവണ എത്തി പി. കൃഷ്ണപിള്ള ഉപദേശനിർദ്ദേശ ങ്ങൾ നൽകിപ്പോന്നു. പ്രാദേശിക കർഷകസംഘങ്ങൾ ചേർന്ന് താലൂക്ക് കർഷക സമ്മേളനം നട ത്താൻ കൃഷ്ണപിള്ള ആവശ്യപ്പെട്ടു.

പറശ്ശിനിക്കടവിലെ കണ്ണോത്ത് വീട്ടിൽ ചേർന്ന ബഹുജനയോഗം പി.എം. കുഞ്ഞിക്കണ്ണൻ പ്രസിഡന്റായി സ്വാഗതസംഘം രൂപവത്ക രിച്ചു. പറശ്ശിനി മടപ്പുരയുമായുള്ള ബന്ധത്തിലൂടെ കേരളീയൻ 'റിക്രൂട്ട് ചെയ്ത്' പരിശീലിപ്പിച്ച കാഡറായിരുന്ന കുഞ്ഞിക്കണ്ണൻ.

സ്വാതന്ത്ര്യസമരവുമായി ബന്ധപ്പെട്ട് ചില വലിയ പ്രകടനങ്ങളും റാലികളും നേരത്തെയും നടന്നിട്ടുണ്ടെങ്കിലും 1936 നവംബർ ഒന്നിന് പറശ്ശിനിയിൽ നടന്ന കർഷക റാലി വർഗ പ്രസ്ഥാനത്തിന്റെചരിത്ര ത്തിലെ പുത്തൻ അനുഭവമാണ്. കർഷക സമ്മേളനത്തെ അഭിവാദ്യം ചെയ്യാൻ കണ്ണൂരിൽ നിന്ന് ട്രേഡ് യൂണിയന്റെ നേതൃത്വത്തിൽ വ്യവസായ തൊഴിലാളികൾ പറശ്ശിനിയിലേക്ക് കാൽനടജാഥയായെത്തി. മയ്യിൽ, കണ്ടക്കൈ, കയരളം, കൊളച്ചേരി, നാറാത്ത്, കുറുമാത്തൂർ, മലപ്പട്ടം, ചേലേരി എന്നിവിടങ്ങളിൽ നിന്നെല്ലാം നൂറുകണക്കിനാളുകൾ പങ്കെ ടുത്ത ജാഥകളാണ് പറശ്ശിനിയിൽ സംഗമിച്ച് പ്രവഹിച്ചത്. ബാരിസ്റ്റർ എ.കെ. പിള്ളയുടെ അദ്ധ്യക്ഷതയിലാണ് കർഷകസംഘം താലൂക്ക് സമ്മേളനം നടന്നത്. കെ.പി.ആർ. പ്രസിഡന്റും കേരളീയൻ സെക്ര ട്ടറിയുമായി ചിറക്കൽ താലൂക്ക് കർഷകസംഘം നിലവിൽ വന്നു. വാസ്തവത്തിൽ അനൗപചാരികമായി കേരളത്തിലെ കമ്മ്യൂണിസ്റ്റ് പ്രസ്ഥാനത്തിന്റെ ഇടക്കം തന്നെയായിരുന്നു അത്. കർഷകസമ്മേളന നഗരിയിൽ വെച്ചതന്നെ, എച്ച്. മഞ്ജുനാഥ റാവുവിന്റെ അദ്ധ്യക്ഷതയിൽ അഭിനവഭാരത് യുവക് സംഘം സമ്മേളനവും (എ.വി. കുഞ്ഞമ്പുവിന്റെ

ടി.സി. നാരായണൻ നമ്പ്യാർ   പി.കെ. കുഞ്ഞനന്തൻ നായർ

നേതൃത്വത്തിൽ സംഘടിപ്പിച്ച യുവജന പ്രസ്ഥാനം) അവിടെ നടന്നു. സമ്മേളന പ്രതിനിധികൾക്ക് മടപ്പുര വകയായിരുന്ന ഭക്ഷണം. ഔപചാരികമായി സംഘടന നിലവിൽ വന്നതോടെ ജന്മിത്തത്തിനെ തിരായ സമരങ്ങൾ പൊട്ടിപ്പുറപ്പെടാൻ ഇടങ്ങുകയായി.

കൊളച്ചേരിയിലെ സമരത്തിന്റെ വിജയത്തെക്കുറിച്ചും പറശ്ശി നിയിലെ കർഷകറാലിയുടെ വിജയത്തെക്കുറിച്ചും കേട്ടറിഞ്ഞ് മലപ്പട്ടത്തും എള്ളരിഞ്ഞിയിലും സമ്മേളനങ്ങൾ നടത്താൻ അതാ തിടത്തെ കൃഷിക്കാർ സ്വമേധയാ രംഗത്തെത്തി. 1937 ജനവരിയിൽ മലപ്പട്ടത്ത് നടന്ന കർഷക സമ്മേളനത്തിൽ ഭാരതീയനും കെ.പി. ആറും കേരളീയനും പ്രസംഗിച്ചു. കല്ല്യാട്ടെശമാനന്റെയും കരക്കാട്ടിടം നായനാരുടെയും ജന്മിത്വ ച്ചൂഷണത്തിനെതിരെ ആ മേഖല ഉണർ ന്നെഴുന്നേൽക്കുകയായിരുന്നു. 1938 ആദ്യം എള്ളരിഞ്ഞിയിൽ ടി.സി. നാരായണൻ നമ്പ്യാരുടെ അദ്ധ്യക്ഷതയിൽ ചേർന്ന കർഷക റാലി വലിയ ചലനങ്ങൾ സൃഷ്ടിച്ചു. കാട്ടിലെ വിറക് കൃഷിക്കാർക്ക് യഥേഷ്ടം എടുത്തുപയോഗിക്കാൻ പ്രകൃത്യാ സ്വാതന്ത്ര്യമുണ്ടെന്ന് റാലിയിൽ ഭാരതീയൻ പ്രഖ്യാപിച്ചു. അതുമായി ബന്ധപ്പെട്ട് കേസുണ്ടായി. കർഷക സംഘത്തിന്റെ എള്ളരിഞ്ഞിയിലെ സെക്രട്ടറിയായ താച്ചേരി കുഞ്ഞപ്പ നമ്പ്യാർക്കെതിരെ പോലീസ് ബലാത്സംഗ കേസ് ചാർജ്ജ് ചെയ്തു. ജന്മിയുടെ വീട്ടുവേലക്കാരിയായ മധ്യവയസ്കയെ കർഷകസംഘം സെക്രട്ടറിയായ 22 കാരൻ ബലാത്സംഗം ചെയ്തെന്ന കള്ളക്കേസ്.

കർഷക പ്രസ്ഥാനത്തെ തകർക്കാൻ വൃത്തികെട്ട ആരോപണങ്ങ ളയർത്തി കള്ളക്കേസുണ്ടാക്കുന്നതിനെതിരെ വലിയ പ്രതിഷേധമു യർന്നുവന്നു. എന്നാൽ ആ സമ്മേളനത്തിന്റെ പേരിൽ ഭാരതീയൻ അടക്കമുള്ളവരെ ശിക്ഷിക്കുകയാണ് ചെയ്തത്.

ഇങ്ങനെ കർഷക പ്രസ്ഥാനത്തിലൂടെ നാട് ഉണർന്നുകൊ ണ്ടിരുന്നു. മലബാറിൽ കോൺഗ്രസ്സിന്റെ നേതൃത്വം സോഷ്യലിസ്റ്റ് ചിന്താഗതിക്കാർക്കായി. കോൺഗ്രസ് സോഷ്യലിസ്റ്റ് പാർട്ടിയുടെ വളർച്ചയിൽ കർഷകപ്രസ്ഥാനം വലിയ പങ്ക് വഹിക്കാൻ തുടങ്ങി. കേരള രാഷ്ട്രീയ സമ്മേളനം അതായത് ഇന്ത്യൻ നാഷണൽ കോൺ ഗ്രസ്സിന്റെ പത്താമത് സംസ്ഥാന സമ്മേളനം ബക്കളത്ത് നടത്താൻ മാസങ്ങൾക്ക് മുമ്പേ തന്നെ തീരുമാനിച്ച് പ്രവർത്തനം തുടങ്ങിയിരു ന്നു. പ്രധാനപ്പെട്ട സംഘാടകർ കർഷക പ്രസ്ഥാനം തന്നെ. കെ.പി. സി.സിയിൽ ഇടതുപക്ഷത്തിന്, അതായത് സി.എസ്.പി. വിഭാഗത്തി നാണ് ഭൂരിപക്ഷമെന്നതിനാൽ കേളപ്പന്റെയും സി.കെ.ജി.യുടെയും മറ്റും നേതൃത്വത്തിലുള്ള വലതുപക്ഷ വിഭാഗം പത്താം കേരള രാഷ്ട്രീയ സമ്മേളനം ബഹിഷ്കരിക്കുകയായിരുന്നു. പത്താം കേരള രാഷ്ട്രീയ സമ്മേളനം നടക്കുന്നതിന് മൂന്നുമാസം മുമ്പ് കല്ല്യാശ്ശേരി സ്കൂളിൽ വെച്ച് ബാലസംഘം രൂപവൽക്കരിച്ചു. ഇ.കെ. നായനാർ പ്രസിഡന്റും നാറാത്ത് സ്വദേശിയായ പി.കെ. കുഞ്ഞനന്തൻ നായർ സെക്രട്ട റിയുമായ ആദ്യത്തെ ബാലസംഘം. കേരളീയന്റെ നേതൃത്വത്തിൽ കർഷകപ്രസ്ഥാനം തന്നെയാണ് ബാലസംഘം രൂപവല്ക്കരണത്തിലും ഏറെ പങ്ക് വഹിച്ചത്. ബക്കളത്ത് നടന്ന കേരള രാഷ്ട്രീയ സമ്മേളനം വിജയിപ്പിക്കാൻ പന്തൽകെട്ടൽ, പന്തൽകെട്ടാനുള്ള ഓലയും മറ്റും ജാഥയായി കൊണ്ടുപോകൽ, വോളണ്ടിയർമാരെ നൽകൽ തുടങ്ങി എല്ലാക്കാര്യത്തിലും കയരളം മേഖല എന്നറിയപ്പെടുന്ന ഇന്നത്തെ സി.പി.ഐ.എമ്മിന്റെ മയ്യിൽ ഏരിയാ കമ്മിറ്റിക്ക് കീഴിൽ വരുന്ന സ്ഥലങ്ങളിലെ പ്രവർത്തകർ ആവേശപൂർവ്വം അണിനിരന്നിരുന്നു.

ട്രേഡ് യൂണിയൻ പ്രസ്ഥാനം

ആ ഘട്ടം മാറുമ്പോഴേക്കും കൊക്കുറ കണ്ണോത്ത് രൈരുനമ്പ്യാ രും അറാക്കൽ കുഞ്ഞിരാമനും കർഷകപ്രസ്ഥാനത്തിന്റെ യും കോൺഗ്രസ് സോഷ്യലിസ്റ്റ് പാർട്ടിയുടെയും ഉശിരൻ പോരാളികളും നേതാക്കളുമായി മാറിക്കഴിഞ്ഞിരുന്നു. കെ.പി.ആറിന്റെയും കേരളീ യന്റെയും നിർദ്ദേശാനുസരണം വോളണ്ടിയർമാരെ സംഘടിപ്പിച്ചും പരിശീലനം നൽകിയും ബഹുജന പ്രശ്നങ്ങളിൽ ഇടപെട്ടും അവർ മുന്നോട്ടുപോവുകയായിരുന്നു. 1939 ഏപ്രിലിലെ ബക്കളം രാഷ്ട്രീയ സമ്മേളനം കയരളം മേഖലയിലെ വിപ്ലവപ്രസ്ഥാനത്തിന്റെ പ്രവർ ത്തനത്തിന് ആക്കം കൂട്ടി. കൃഷ്ണപിള്ളയും കെ.പി.ആറും എ.കെ.ജി.യും ഇ.എം.എസ്സും അടക്കമുള്ള പ്രമുഖ നേതാക്കൾ പ്രദേശത്ത് പലതവണ എത്തി പുതുതായി പ്രസ്ഥാനത്തിലേക്ക് വരുന്നവർക്ക് ആവേശം പകർന്നു.

അങ്ങനെയിരിക്കെയൊാണ് ട്രേഡ് യൂണിയൻ പ്രവർത്തനം ശക്തിപ്പെ ടുത്തേണ്ടതിന്റെ പ്രാധാന്യം കൃഷ്ണപിള്ള എടുത്തുപറയുന്നത്. കോഴിക്കോ ട്ടും ആലപ്പുഴയിലും മറ്റും ഉള്ളതുപോലെ ശക്തമായ ട്രേഡ് യൂണിയൻ പ്രസ്ഥാനം അന്ന് ഈ മേഖലയിൽ ഇല്ല. കണ്ണൂർ കേന്ദ്രമാക്കി ടുബാക്കോ വർക്കേഴ്സ് യൂണിയൻ സജീവമാണ്. 1932ൽ തന്നെ നിലവിൽ വന്ന ആ സംഘടനയുടെ ഭാരവാഹിയായി കൃഷ്ണപിള്ള പ്രവർത്തിച്ചിട്ടുമുണ്ട്. പക്ഷേ നെയ്ത്തൊഴിലാളികളുടെയും ഏറ്റവും വലിയ സംഘടിത വ്യവസായ പ്രസ്ഥാനമായ ആറോൺമില്ലിലെ തൊഴിലാളികളുടെയും സംഘടന വന്നില്ല. ആയിടയ്ക്കാണ് നെയ്ത്തൊഴിലാളികളുടെ ഒരു

സംഘടന കണ്ണൂരിൽ പ്രവർത്തനം തുടങ്ങിയത്. ഇരിക്കൂർ ഫർക്കയുടെ ഭാഗമായ കയരളം ഏരിയയിൽ കൃഷിയാണ് പ്രധാന തൊഴിലെങ്കിലും നെയ്ത്ത് മേഖലയിലും നിരവധി തൊഴിലാളികളുണ്ടായിരുന്നു.

1934-35 കാലത്ത് കണ്ണൂർ കേന്ദ്രീകരിച്ച് നെയ്ത്ത് തൊഴിലാളി സംഘ ടനയുണ്ടാക്കിയത് തിയോസഫിക്കൽ സൊസൈറ്റിയുടെ നേതൃത്വ ത്തിലാണ്. മുതലാളിമാരുമായി ഉടക്കുണ്ടാക്കുകയോ, കയർക്കുകയോ സമരം ചെയ്യുകയോ പാടില്ലെന്നതായിരുന്നു സംഘടനയുടെ പ്രഖ്യാപിത നയം. കെ.കെ. സുബ്ബറാവു, അഴീക്കോട്ടെ പി.വി. ചാത്തുനായർ എന്നി വരായിരുന്നു അതിന്റെ നേതാക്കൾ. ആ സംഘടനയുടെ യോഗത്തിൽ പി. കൃഷ്ണപിള്ളയെ വിളിച്ച് പ്രസംഗിപ്പിക്കണമെന്ന് തൊഴിലാളികളിൽ നിന്ന് അഭിപ്രായമുയർന്നു. ആദ്യം ഭാരവാഹികൾ സമ്മതിച്ചില്ലെങ്കിലും നിരവധി അംഗങ്ങൾ സമ്മർദ്ദം ചെലുത്തിയതിനാൽ സമ്മതിക്കേണ്ടിവ ന്നു. കൃഷ്ണപിള്ള അന്ന് കണ്ണൂർ കേന്ദ്രീകരിച്ച് കോൺഗ്രസ് സോഷ്യലിസ്റ്റ് പാർട്ടി കെട്ടിപ്പടുക്കാൻ പ്രവർത്തിക്കുകയായിരുന്നു. എന്നു പറഞ്ഞാൽ കമ്മ്യൂണിസ്റ്റ് പാർട്ടി രൂപവൽക്കരിക്കുന്നതിനുള്ള പശ്ചാത്തലമൊരു ക്കൽ പ്രവർത്തനം. നെയ്ത്ത് തൊഴിലാളി യോഗത്തിൽ ക്ഷണം സ്വീക രിച്ച് എത്തിയ കൃഷ്ണപിള്ള കുറേ കാര്യങ്ങൾ അവരോട് പറഞ്ഞു. പറയ ലായിരുന്നില്ല പ്രധാനം. അതിൽ കാഡർമാരായി ഉപയോഗിക്കാൻ പറ്റുന്നവരെ നോക്കി വെക്കലാണ്. അല്പദിവസം കഴിഞ്ഞ് ഒരു ദിവസം കൃഷ്ണപിള്ള മൊയാരത്ത് ശങ്കരനെയും കൂട്ടി അഴീക്കോട് കൊട്ടാര ത്തുംപാറയിലെത്തി. ഒരു ചായക്കടയിലിരുന്ന് ചായയ്ക്ക് പറഞ്ഞശേഷം പി.വി. ചാത്തുനായരെ അന്വേഷിച്ചു. അവിടെ ഉണ്ടായിരുന്നവർ ഉടൻതന്നെ ചാത്തുനായരെ കൂട്ടിക്കൊണ്ടുവന്നു. കണ്ണൂർ യോഗത്തിൽ പ്രസംഗിക്കാൻ എത്തിയപ്പോൾ പരിചയപ്പെട്ടതിനാൽ കൃഷ്ണപിള്ള വന്നത് എന്തോ 'ഗൂഢോദ്ദേശ്യ'ത്തോടെയാവുമെന്ന് ചാത്തുനായർ ഊഹിച്ചു. വന്നതെന്തിനാണെന്ന് ചോദിച്ചപ്പോൾ കൃഷ്ണപിള്ള പറഞ്ഞു: "കോൺഗ്രസ് സോഷ്യലിസ്റ്റ് പാർട്ടിയുടെ ഒരു പൊതുയോഗം ഇവിടെ നടത്തണം. ഇന്ന് വൈകിട്ടതന്നെ വേണം. ഞാനോ മൊയാരമോ ഇവിടെ നിൽക്കും, പ്രസംഗിക്കും"- അത്ഭുതത്തോടെ ചാത്തുനായർ ചോദിച്ചത് അതിന് ഈ പ്രദേശത്ത് സോഷ്യലിസ്റ്റുകാരാരുമില്ലല്ലോ എന്നാണ്. കൃഷ്ണപിള്ളയുടെ മറുപടി വന്നു. ഈ നാട്ടിലെ സോഷ്യലിസ്റ്റ് നിങ്ങൾ തന്നെ. അതോടെ ഒരു കാഡർ വരികയായി. വൈകിട്ട് യോഗം നടന്നു, മൊയാരം പ്രസംഗിച്ചു. ഏതാനും ദിവസത്തിനുശേഷം കൃഷ്ണപി ള്ള ചാത്തുനായരുടെ വീട്ടിലെത്തി. ചിറക്കൽ താലൂക്ക് ഹാൻഡ്ലൂം വർക്കേഴ്സ് യൂണിയൻ, നെയ്ത്തുതൊഴിലാളികളുടെ സംഘടിത

വർഗപ്രസ്ഥാനം സംഘടിപ്പിക്കുന്നതിനുള്ള തുടക്കമായിരുന്നു അത്. നെയ്ത്ത് തൊഴിലാളി യൂണിയൻ രൂപവത്കരണം മയ്യിലും നാറാത്തും കണ്ണാടിപ്പറമ്പിലുമെല്ലാം നടന്നു.

അപ്പോഴും പാപ്പിനിശ്ശേരി ആറോൺ മില്ലിലെ തൊഴിലാളികൾക്ക് ഒരു യഥാർത്ഥ ട്രേഡ് യൂണിയനില്ല. ദേശീയ സ്വാതന്ത്ര്യസമര പ്രസ്ഥാനത്തിന്റെ അവിഭക്ത കണ്ണൂർ ജില്ലയിലെ എന്ന മാത്രമല്ല, മലബാറിലെ തന്നെ ഏറ്റവും പ്രമുഖനായ നേതാവായ സാമുവൽ ആറോണാണ് മില്ലിന്റെ മുതലാളി. വടക്കേ മലബാറിലെ ഏറ്റവും വലിയ വ്യവസായ സ്ഥാപനമാണത്. അവിടെ യൂണിയനുണ്ടാക്കാൻ ആരും ധൈര്യപ്പെട്ട് വന്നില്ല. അങ്ങനെയിരിക്കെയാണ് അവിടെ ഒരു സംഭവമുണ്ടാകുന്നത്. തൊഴിലാളികൾ പുറത്തുനിന്നുള്ള ആരുടെയും പ്രേരണയില്ലാതെ ജോലി ബഹിഷ്കരിച്ച് സൂചനാസമരം നടത്തുകയായിരുന്നു. അത് സമരമാണെന്ന് പറയാൻ പോലും അവർക്ക് ധൈര്യമുണ്ടായിരുന്നില്ല.

രാത്രി അവിടെനിന്ന് പണികഴിഞ്ഞ് പോകുന്ന പാവപ്പെട്ട തൊഴിലാളികളെ അവരുടെ വീടിനടുത്ത് വെച്ച് അപരിചിതർ 'തടഞ്ഞുനിർത്തി' സംസാരിക്കാൻ തുടങ്ങി. കെ.പി.ആറും കേരളീയനുമായിരുന്നു ആ അപരിചിതർ. അവരുടെ മറ്റ് സഖാക്കളും. ഭയം കാരണം യൂണിയനിൽ ചേരാൻ ആരും താല്പര്യപ്പെട്ടില്ല. ഒറ്റയ്ക്ക് കൃഷ്ണപിള്ള തന്നെ നേരിൽ വന്ന് ശ്രമിച്ചു. ഒടുവിൽ ഒരാളെ കിട്ടി. പിള്ളാലത്ത് ഏറ്റവും വലിയ കമ്മ്യൂണിസ്റ്റ് പോരാളികളിലൊരാളായ കാന്തലോട്ട് കുഞ്ഞമ്പു. തലശ്ശേരിയിലെ ട്രേഡ് യൂണിയൻ നേതാവായ ജനാർദ്ദനഷേണായി പാപ്പിനിശ്ശേരിയിലെത്തി ആറോൺ മിൽ തൊഴിലാളികൾക്കിടയിൽ പ്രവർത്തിച്ചു. രഹസ്യമായി സംഘടനയുണ്ടാക്കി. അങ്ങനെയിരിക്കെയാണ് നേരത്തെ സൂചിപ്പിച്ച സംഭവമുണ്ടായത്. മണികോരൻ എന്ന തൊഴിലാളിയെ വീവിങ്ങ് മാസ്റ്റർ ബൂട്ടിട്ട കാല്യകൊണ്ട് പവിട്ടി. അമർഷവും സങ്കടവും അടക്കിവെച്ച തൊഴിലാളികൾ വിങ്ങിപ്പൊട്ടി പ്പോയി. ആരും ആഹ്വാനം ചെയ്യാതെതന്നെ അവരിൽ വലിയൊരു ഭാഗം പണിനിർത്തി പുറത്തിറങ്ങി. അവർ ഒരു ലക്ഷ്യബോധവുമില്ലാതെ പ്രതിഷേധമല്ല, സങ്കടം കടിച്ചുപിടിച്ച് കൂടിനിന്നു. അപ്പോൾ അവിടെ ഒരു ചെറുപ്പക്കാരൻ പ്രത്യക്ഷപ്പെടുകയാണ്. അയാൾ ട്രൗസറിന്റെ കീശയിൽ നിന്ന് ഒരു ചെങ്കൊടിയെടുത്ത് അവർക്ക് കൊടുത്തു. ഇതാ ഇത് ഈ കമ്പനിക്ക് മുന്നിൽ ഉയർത്തി നിങ്ങൾ നിങ്ങളുടെ പ്രശ്നങ്ങൾ പറയൂ. പൊതുയോഗം നടത്തൂ- ആ ചെറുപ്പക്കാരൻ മറ്റാരുമായിരുന്നില്ല - സഖാവ് കൃഷ്ണപിള്ളയായിരുന്നു.

ആറോൺമിൽ തൊഴിലാളികളുടെ സമരസംഘടന അങ്ങിനെ രൂപപ്പെട്ടു. അഞ്ഞൂറിലധികം തൊഴിലാളികളുള്ള സ്ഥാപനമായതി നാൽ അതിന് സവിശേഷതകൾ ഏറെയുണ്ട്. ചിറക്കൽ താലൂക്കിന്റെ വിവിധ ഭാഗങ്ങളിൽ നിന്നുള്ള തൊഴിലാളികൾ അവിടെയുണ്ട്. പത്തും പതിനഞ്ചും കിലോമീറ്റർ നടന്ന് പണിക്കെത്തുന്നവരടക്കം അവരിൽ സംഘബോധമുണ്ടാക്കിയാൽ അതിന്റെ പ്രതിഫലനം താലൂക്കിലാകെ യായിരിക്കുമെന്ന് കൃഷ്ണപിള്ള കണ്ടു.

പിരിച്ചുവിടലിനും ചൂഷണത്തിനും അക്രമനടപടികൾക്കും അടിമസ മാനരായി തൊഴിലാളികളെ കാണുന്നതിനുമെതിരായി 1940 ഏപ്രിൽ 15ന് ആറോൺമിൽ തൊഴിലാളികൾ പണിമുടക്കം തുടങ്ങി. അന്ന് ബാലസംഘത്തിന്റെ പ്രസിഡന്റായി പ്രവർത്തിച്ചവരികയായിരുന്ന ഇ.കെ. നായനാരെ കൃഷ്ണപിള്ള ആറോൺമിൽ തൊഴിലാളി യൂണിയൻ സെക്രട്ടറിയായി നിയോഗിച്ചു. പണിമുടക്കം ആരംഭിച്ചതോടെ കൃഷ്ണ പിള്ളയും എ.കെ.ജി.യും. ദിവസേനയെന്നോണം അവിടെയെത്തി കാര്യങ്ങൾ അവലോകനം ചെയ്തു. തൊഴിലാളികൾക്ക് ആവേശം പകർന്നു. പുറത്ത് ഭാരതീയനും കേരളീയനും കെ.പി.ആറും ടി.സി. നാരായണൻ നമ്പ്യാരും ജനാർദ്ദനഷേണായിയും എ.വി. കുഞ്ഞ മ്പുവും വില്യം സ്നെലക്സും ചേർന്ന് സമരസഹായം. സമരത്തെ അമർച്ചചെയ്യാൻ സാമുവൽ ആറോൺ പതിനെട്ടടവുകളും പയറ്റി. മലബാർ കലാപസമയത്ത് ക്രൂരതയ്ക്ക് പേർ കേട്ട സബ് ഇൻസ്പെക്ടർ കുട്ടിക്കൃഷ്ണമേനോനെ വളപട്ടണം പോലീസ് സ്റ്റേഷനിൽ നിയമിച്ചത് ആറോന്റെ പണത്തിന്റെ സ്വാധീനം മൂലം. സമരത്തിന്റെ ഭാഗമായുള്ള പ്രകടനങ്ങളും യോഗങ്ങളും കുട്ടിക്കൃഷ്ണമേനോൻ തല്ലിപ്പിരിച്ചു. സ്ത്രീ തൊഴിലാളികളെ കയ്യേറ്റം ചെയ്യുകയും അധിക്ഷേപിക്കുകയും ചെയ്തു.

സമരത്തിന്റെ ഭാഗമായി പ്രകടനങ്ങളും യോഗങ്ങളും നടത്തുന്നത് നിരോധിക്കപ്പെട്ടു. നിരോധനം ലംഘിച്ച് പ്രകടനവും യോഗവും നടത്തിയതിന്റെ പേരിൽ ഇ.കെ. നായനാർ, ഭാരതീയൻ, കാന്ത ലോട്ട് കുഞ്ഞമ്പു, പി.എം. ഗോപാലൻ തുടങ്ങിയവരെ അറസ്റ്റ് ചെയ്ത് ജയിലിലടച്ചു. സമരത്തിൽ സജീവമായി പങ്കെടുക്കുകയും നേതൃത്വം നൽകുകയും ചെയ്ത ആറ്റമ്പത് തൊഴിലാളികളെ ആറോൺ പിരിച്ചുവിട്ടു. അതോടെ സമരം ശക്തിപ്പെടുത്തുന്നതിനായി കൃഷ്ണപിള്ളയും എ.കെ. ജി.യും പാപ്പിനിശ്ശേരിയിൽതന്നെ ക്യാമ്പ് ചെയ്ത് പ്രവർത്തിച്ചു. നൂറ കണക്കിന് തൊഴിലാളികളുടെ കുടുംബങ്ങൾ പട്ടിണിയിലായി. കൃഷ്ണ പിള്ളയും കെ.പി.ആറും കേരളീയനും കൂടിയാലോചിച്ചു. കെ.പി.ആർ. പ്രസിഡന്റും കേരളീയൻ സെക്രട്ടറിയുമായ കിസാൻസഭ തൊഴിലാളി

സമരത്തിന്റെ ഭാഗമാകണമെന്ന് തീരുമാനിച്ചു. സമരം ചെയ്യുന്ന തൊഴിലാളികളെ മാത്രമല്ല, അവരുടെ കുടുംബങ്ങളെയും പോറ്റേണ്ട ഉത്തരവാദിത്തം വിപ്ലവ ബഹുജന പ്രസ്ഥാനത്തിനുണ്ടെന്ന് കൃഷ്ണപി ള്ള ഓർമിപ്പിച്ചു. കയരളത്തുനിന്നും കണ്ടക്കെയിൽ നിന്നും മയ്യിൽ നിന്നും ചേലേരിയിൽ നിന്നും കണ്ണാടിപ്പറമ്പിൽ നിന്നും മലപ്പട്ടത്ത് നിന്നുമെല്ലാം അരിയും കുമ്പളങ്ങയുമെല്ലാം വട്ടിയിലെടുത്ത് കൃഷിക്കാർ പാപ്പിനിശ്ശേരിയിലേക്ക് മാർച്ച് ചെയ്യാൻ തുടങ്ങി. ഓരോ പ്രദേശത്തു നിന്നും ഓരോദിവസം. കർഷക-തൊഴിലാളി ഐക്യത്തിന്റെ പ്രകടന മായിരുന്നു അത്. ദീർഘനാളത്തെ സമരത്തിനു ശേഷം പറയത്തക്ക നേട്ടമൊന്നുമില്ലാതെ സമരം പിൻവലിക്കേണ്ടിവന്നു. എന്നാൽ 1938ലെ ആലപ്പുഴ തൊഴിലാളി സമരം തിരുവിതാംകൂറിൽ വിപ്ലവരാഷ്ട്രീയത്തെ എങ്ങനെ വ്യാപിപ്പിച്ചുവോ അതേപോലെ മലബാറിൽ വിപ്ലവ പ്ര സ്ഥാനത്തിന്റെ വ്യാപനത്തിന് ആറോൺ മിൽ സമരം അടിസ്ഥാനം തന്നെയായി. കമ്മ്യൂണിസ്റ്റ് പാർട്ടി പരസ്യപ്രവർത്തനം തുടങ്ങുന്നതിന് മുൻപ്, പിണറായി പാറപ്രം സമ്മേളനത്തിന് മുമ്പ് 1940 സെപ്റ്റംബർ 15 സംഭവത്തിന് മുമ്പ്, ആ ചരിത്രസംഭവങ്ങളുടെയെല്ലാം പശ്ചാത്തല മായി മാറുകയായിരുന്ന ആറോൺമിൽ സമരം.

മേച്ചിൽപ്പുറത്തിനായി സമരം

വീണ്ടും കൊളച്ചേരി-കയരളം മേഖലയിലേക്ക് വന്നാൽ കർഷ കപോരാട്ടം നാടെങ്ങും വ്യാപിക്കുന്നതാണ് കാണാനാവുക. കിസാൻസംഘം ജന്മിത്തത്തെ വെല്ലുവിളിക്കാൻ തുടങ്ങിക്കഴിഞ്ഞി രിക്കുന്നു. കാട്ടിലെ വിറക് പാചകത്തിനായി യഥേഷ്ടം എടുക്കാം, അത് പൊതുസ്വത്താണെന്ന വാദം ഉയർത്തിയത് നേരത്തെ സൂചി പ്പിച്ചല്ലോ. കാസർക്കോട് ജില്ലയിലെ കാടകം സത്യഗ്രഹം, ചീമേനി തോൽ-വിറക് സമരം, "തോലും വിറകും ഞങ്ങളെടുക്കും കാലൻ വന്ന് തട്ടത്തെന്നാലും" എന്ന കവിതയൊക്കെയുണ്ടായ പശ്ചാത്തലം. കൂട്ട ത്തിൽപറയട്ടേ, കാൾമാർക്സ് കമ്മ്യൂണിസത്തിലേക്ക് വരുന്നതുതന്നെ 'തോൽ-വിറക്' സമരത്തിലൂടെയാണ്. 1842ൽ റെയ്നിഷെ സെയ്ത്തുഗ് പത്രത്തിന്റെ രാഷ്ട്രീയ ലേഖകനായി മാർക്സ് പ്രവർത്തിക്കുന്നു. വനത്തിലെ വിറക് നാട്ടുകാർ ശേഖരിക്കുന്നത് തടഞ്ഞുകൊണ്ട് ഒരു ബിൽ പ്രഷ്യൻ പാർലമെന്റിൽ (ഡിയറ്റ്) ചർച്ച ചെയ്യുന്നുണ്ടായിരുന്ന അക്കാലത്ത്. അതിനെതിരെ റിപ്പോർട്ടുകൾ പ്രസിദ്ധപ്പെടുത്തിയതിന് പുറമേ മാർക്സ് ഒരു പരമ്പര എഴുതി. എല്ലാവരുടേതുമായ പ്രകൃതി വിഭവങ്ങൾ ചിലർ കയ്യടക്കി അവകാശികളായ ജനങ്ങൾക്ക് നിഷേ ധിക്കുന്നതിനെതിരെ. ഇത് കമ്മ്യൂണിസ്റ്റ് ആശയ പ്രചരണമാണെന്ന് എതിർ ഭാഗത്തെ പത്രമായിരുന്ന ആൽഗെമെയിൻ സെയ്ത്തുഗ് ആരോ പണമുന്നയിച്ചു. അതോടെ പത്രത്തിനെതിരെ പ്രഷ്യൻ സർക്കാർ (അന്നത്തെ ജർമ്മനി) നടപടി തുടങ്ങി. പത്രം പൂട്ടേണ്ടിവരുമെന്നായ പ്പോൾ ഉടമ മാപ്പ് പറഞ്ഞു. അതിൽ ക്ഷുഭിതനായ മാർക്സ് രാജിവെച്ച്

പാരീസിലേക്ക് നാട്ടവിട്ടുകയാണ്. സോഷ്യലിസത്തെയും കമ്മ്യൂണിസ്റ്റ് ആശയങ്ങളെയും കുറിച്ച് പഠിച്ച് ശാസ്ത്രീയ സോഷ്യലിസത്തിന്റെ പ്രത്യയശാസ്ത്രമുണ്ടാക്കാൻ...

കൊളച്ചേരിയിൽ ഉണ്ടിച്ചാൽ എന്ന പേരുള്ള വിശാലമായ പുൽമേട് പ്രദേശത്തെ കന്നുകാലികളുടെ മേച്ചിൽ പുറമായി അംഗീകരിക്കണമെന്നാവശ്യപ്പെട്ടാണ് സമരം നടന്നത്. അമ്പതേക്കറോളമുള്ള അതിവിശാലമായ പുൽമേട് ജന്മി വില്പനയ്ക്ക് വെച്ചതോടെയാണ് പ്രശ്നമായത്. അക്കാലത്ത് കൃഷിക്കാർ കന്നുകാലികളെ അലക്ഷ്യമായി ഇറന്നുവിടുന്നത് വലിയ വഴക്കുകൾക്കിടയാക്കാറുണ്ട്. പൊതുമേച്ചിൽ സ്ഥലമുണ്ടായാൽ ആ പ്രശ്നമുണ്ടാകില്ല. കർഷകസംഘം നേതാക്കളായ കേരളീയനും കോൺഗ്രസ് സോഷ്യലിസ്റ്റ് പാർട്ടി നേതാവ് ടി.സി. നാരായണൻ നമ്പ്യാരും കൃഷിക്കാരനായ കമ്പിലെ ബൈത്തു സാഹിബും ചേർന്ന് ഒരു നിവേദനം തയ്യാറാക്കി കരമാരത്ത് ജന്മിയെ ചെന്നുകണ്ടു. നിവേദനം ജന്മി കയ്യോടെ നിരാകരിച്ചു. കൃഷിക്കാർ അടങ്ങിയിരുന്നില്ല. അടുത്ത ദിവസം തന്നെ അവർ ഉണ്ടിച്ചാൽ പുൽ മേട്ടിൽ സംഘടിച്ചു. അവിടെ ഒരു കൊടിമരമുണ്ടാക്കി അതിൽ ടി.സി. നാരായണൻനമ്പ്യാർ കർഷക പ്രസ്ഥാനത്തിന്റെ ചെങ്കൊടി ഉയർത്തി. ഭാരതീയനും കേരളീയനും ടി.സി.യും കെ.പി.ആറും പി.എം.ജി.യുമെല്ലാം പ്രസംഗിച്ചു. ഉണ്ടിച്ചാൽ മേട് കൊളച്ചേരി ഗ്രാമത്തിലെ പശുക്കളുടെ പൊതു മേച്ചിൽപുറമാണെന്ന് കർഷകസംഘം താലൂക്ക് പ്രസിഡന്റ് കെ.പി.ആറും സെക്രട്ടറി കെ.എ. കേരളീയനും ആ പൊതുയോഗത്തിൽ പ്രഖ്യാപിച്ചു. തന്റെ ഭൂമി കർഷകസംഘം ഉണ്ടകൾ ഹയ്യേറിയെന്നാരോപിച്ച് ജന്മി കേസ് കൊടുത്തു.

ഇത് ഒറ്റപ്പെട്ട സമരമായിരുന്നില്ല. പുര കെട്ടി മേയുന്നതിനുള്ള പുല്ല് അക്കാലത്ത് ജന്മിമാരുടെ നോക്കെത്താദൂരത്തോളമുള്ള പറമ്പുകളിൽ നിന്ന് പറിക്കുകയായിരുന്ന പതിവ്. ഓലകെട്ടി ആ ഓലക്കിടയിൽ പുര പ്പുല്ല് മേയുകയാണ് പതിവ്. നെയ്പ്പുല്ല് പറിച്ച്, കറ്റയാക്കി കൊണ്ടുവരും. പുര മേയുന്ന ദിവസം ചെറിയൊരു സദ്യയുണ്ടാകും. സദ്യ എന്നാൽ ചോറും രണ്ട് കൂട്ടാനും ഒരു കായ വറവും. അതുപോലെ മറ്റെന്തെങ്കിലും. ഓണം, വിഷു, എന്നിവയ്ക്ക് പുറമേ കളംതല്ലൽ, പുരമേയൽ എന്നിവ യാണ് വീട്ടുകളിൽ അന്ന് വയറുനിറയെ ഭക്ഷണം കിട്ടിയേക്കാവുന്ന ദിവസങ്ങൾ. പാടിക്കുന്നും കൊണക്ക്യാംപറമ്പും മയ്യിൽ കിഴക്കേ പറമ്പും കാര്യാംപറമ്പുമടക്കം നിരവധി വിശാല സ്ഥലങ്ങൾ അന്ന് നെയ്പ്പുല്ല് കിട്ടുന്ന സ്ഥലമായിരുന്നു. തൊള്ളായിരത്തി നാല്പതുകളുടെ ആദ്യം കണ്ടക്കൈ പറമ്പിൽ നിന്ന് നെയ്പ്പുല്ല് പറിക്കുന്നത് ജന്മിയായ

അധികാരി വിലക്കി. എന്നാൽ കർഷകപ്രസ്ഥാനത്തിന്റെ ആഹ്വാ നപ്രകാരം കൃഷിക്കാർ ഉണർന്നെഴുന്നേറ്റു. വീട്ടുകെട്ടി മേയാഞ്ഞാൽ ചോർന്നൊലിക്കും. കിടന്നുറങ്ങുന്നതിനുള്ള സ്വാതന്ത്ര്യത്തിന് വേണ്ടി യുള്ള പോരാട്ടം. കണ്ടക്കൈ വേളം മേഖലയിലെ സ്ത്രീകളും പുരുഷ ന്മാരും കുട്ടികളമെല്ലാം നെയ്പ്പല്ല് പറിച്ച് അവരവരുടെ പുരകളിൽ കൊണ്ടുപോയി പുരമേഞ്ഞു. കരക്കാട്ടിടം നായനാന്മാരുടെ സ്ഥലമാണ്. നോക്കിനടത്തുന്ന ഇടപ്രഭവാണ് അംശം അധികാരിയായ കാര്യസ്ഥൻ. അവർ ഇടപെട്ടു. അങ്ങനെ കോട്ടയാട്ടും വേളത്തും രണ്ട് എം.എസ്.പി. ക്യാമ്പുകൾ ഇറക്കുകയായി...

നേരത്തെ പറഞ്ഞുനിർത്തിയ കൊളച്ചേരി ഇടങ്ങിച്ചാൽ മേച്ചിൽപ്പുറം വില്പന നടത്തി അതിന്റെ രൂപമാറ്റം വരുത്താൻ ജന്മി ശ്രമം ഉടരുക യായിരുന്നു. ജന്മിയുടെ നിർബന്ധത്തിന് വഴങ്ങി വിലക്കുവാങ്ങിയ മുതലാളിയും പരിവാരവും പുൽമേടിനെ ഇല്ലാതാക്കാൻ അവിടെ ഉഴുതുമറിക്കാൻ തീരുമാനിച്ചു. വിവരം കൃത്യമായി നിരീക്ഷിച്ച പോന്ന കർഷകസംഘം നിലം ഉഴുന്ന ദിവസം പ്രസ്തുത സ്ഥലത്ത് വമ്പിച്ച പൊതുയോഗം വെച്ചു. പാർട്ടി നേതാക്കളായ കെ.പി.ആറും ടി.സി. നാരായണൻ നമ്പ്യാരും കാലേക്കൂട്ടി എത്തി. ഭാരതീയനും കേളീയനും പി.എം. ഗോപാലനും കമ്പിലെ ബൈത്തുസാഹിബ് എന്ന കൃഷിക്കാ രനും നേതൃത്വം നൽകി അത്യുജ്ജ്വലസമരം. കിടന്നുകൊണ്ടുള്ള പിക്ക റ്റിംഗ്. അങ്ങനെ കാളപൂട്ടാനാവാതെ നകവും ഞേങ്ങോലും അഴിച്ചെ ടുത്ത് കാളകളെയും തെളിച്ച് ജന്മിപക്ഷത്തിന് പിൻവാങ്ങേണ്ടിവന്നു. ഈ സംഭവങ്ങളെല്ലാം സമൂഹത്തിൽ വലിയ ഉണർവ്വുണ്ടാക്കിത്തുടങ്ങി.

കമ്മ്യൂണിസ്റ്റ് രഹസ്യക്യാമ്പ്

ഈ സമയത്ത് കേരള രാഷ്ട്രീയത്തിൽ വലിയ ചലനങ്ങളുണ്ടാ യിക്കൊണ്ടിരിക്കുകയായിരുന്നു. കോൺഗ്രസ് സോഷ്യ ലിസ്റ്റ് പാർട്ടി കമ്മ്യൂണിസ്റ്റ് പാർട്ടിയായി പരിവർത്തിക്കുന്നതിന്റെ തുടക്കങ്ങൾ. അതിന്റെ പ്രധാനകേന്ദ്രം ചിറക്കൽ താലൂക്കും അതിൽ ത്തന്നെ ഇരിക്കൂർ ഫർക്കയും ആയത് യാദൃച്ഛികമല്ല. ബ്ലാത്തൂർ, കല്ല്യാട്, എരുവേശ്ശി, എള്ളെരിഞ്ഞി, മലപ്പട്ടം തുടങ്ങിയ ഗ്രാമങ്ങളിലെല്ലാം ആയിരക്കണക്കിന് കർഷകർ പങ്കെടുത്ത റാലികൾ, കല്ല്യാട്ട്, കരക്കാ ട്ടിടം ജന്മിമാരുടെ പീഷണത്തിനും ബലാൽക്കാര നടപടികൾക്കുമെതി രായ സമരങ്ങൾ - ഭാരതീയനും കേരളീയനും കെ.പി.ആറും ഇടക്കിടെ കൃഷ്ണപിള്ള തന്നെയും നിരന്തരം ഇടപെട്ടുതുടങ്ങി. കമ്മ്യൂണിസ്റ്റ് പാർ ട്ടിയുടെ കേരളഘടകം എന്ന നിലയിൽ 1937ൽ കോഴിക്കോട് വെച്ച് നാലംഗ സെൽ നിലവിൽ വന്നെങ്കിലും പരസ്യമായി ആ നാൽവർ സംഘം - കൃഷ്ണപിള്ളയും എൻ.സി ശേഖരും കെ. ദാമോദരനും ഇ.എം. എസ്സും - കോൺഗ്രസ് നേതാക്കളായിരുന്നു. കോൺഗ്രസ് സോഷ്യലി സ്റ്റ് നേതൃത്വത്തിൽ മഹാഭൂരിപക്ഷവും കമ്മ്യൂണിസ്റ്റ് ആശയങ്ങളാൽ പ്രചോദിതരാണ്.

കമ്മ്യൂണിസ്റ്റ് പാർട്ടി രൂപവത്കരിക്കണമെങ്കിൽ എന്താണ് മാർക്സിസം - ലെനിനിസം എന്ന് പ്രധാന പ്രവർത്തകരെ പഠിപ്പി ക്കണം. അതിന് ക്ലാസ്സും ചർച്ചയും ആവശ്യവുമാണ്. രണ്ടാം ലോകയുദ്ധം 1939 സെപ്തംബറിൽ പൊട്ടിപ്പുറപ്പെട്ടു. യുദ്ധത്തിൽ ഒരു ഭാഗത്ത് ബ്രി ട്ടനാണ് നേതൃത്വം. കമ്മ്യൂണിസ്റ്റ് ആശയമുള്ളവരെല്ലാം യുദ്ധത്തിന്റെ

ഒന്നാംഘട്ടത്തിൽ യുദ്ധത്തിനെതിരായിരുന്നു. കോൺഗ്രസ് സോഷ്യ ലിസ്റ്റുകളും യുദ്ധത്തിനെതിരാണ്. ഈ സാഹചര്യത്തിൽ അന്നത്തെ പ്രവർത്തനം രഹസ്യസ്വഭാവത്തിൽ മാത്രമേ സാധ്യമാവുകയുള്ളൂ. എന്ന മാത്രമല്ല, കോൺഗ്രസ് നേതാക്കൾ കമ്മ്യൂണിസത്തെപ്പറ്റി ക്ലാ സ്സെടുക്കുകയും ചർച്ച നടത്തുകയും ചെയ്യുന്നുണ്ടെന്ന് പുറത്തറിഞ്ഞാൽ പ്രശ്നമാണ്.

ദീർഘനാൾ നീണ്ടുനിൽക്കുന്ന ക്ലാസ് രഹസ്യമായി നടത്താൻ പറ്റുന്ന സ്ഥലമേതാണ്? കൃഷ്ണപിള്ളയുടെ മനസ്സിൽ തെളിഞ്ഞത് നണിയൂരാണ്, കൊളച്ചേരിയാണ്. ഭാരതീയമന്ദിരം. പാടവും തെങ്ങിൻതോപ്പും തൊട്ട പുറത്ത് പഴയും പഴക്കപ്പെറവും ഇപ്പെറവും കർഷക പ്രസ്ഥാനത്തിന്റെ സ്വാധീനകേന്ദ്രവും. ഭാരതീയന്റെ വീട്, ഭാരതീയ മന്ദിരം. അമ്പലവാ സിയും സാത്വികനും ഗാന്ധിയനുമായ ഭാരതീയന്റെ വീട്ടുപരിസരത്ത് കമ്മ്യൂണിസ്റ്റ് പാർട്ടി കേരള ഘടകം രൂപവല്ക്കരണത്തിന്റെ ഭാഗമായുള്ള പഠനക്യാമ്പ് നടത്താൻ കൃഷ്ണപിള്ള തീരുമാനിച്ചു. കൃഷ്ണപിള്ള നേരിട്ട് ഭാരതീയ മന്ദിരത്തിലെത്തിയാണ് സംസാരിച്ചത്. പത്തോ പന്ത്രണ്ടോ പേർ രണ്ടാഴ്ച ഇവിടെ താമസിക്കും. അവരുടെ ഭക്ഷണച്ചെലവ് കുറച്ച് ഞങ്ങൾ തരും.. മറുത്ത് പറയരുത്. 1939 ഒക്ടോബർ 23നാണ് ക്യാമ്പ് തുടങ്ങിയതെന്ന് വിചാരിക്കാം. കൃഷ്ണപിള്ള, ഇ.എം.എസ്, കെ.പി.ആർ, കെ.പി.ആർ രയരപ്പൻ, കെ.പി. ഗോപാലൻ, പി.എം.ജി, കെ.സി. ജോർജ്ജ്, കുണ്ടാഞ്ചേരി കുഞ്ഞിരാമൻ മാസ്റ്റർ, സർദാർ ചന്ത്രോത്ത്, പി. നാരായണൻ നായർ, ടി.സി. നാരായണൻ നമ്പ്യാർ തുടങ്ങിയ വരാണ് ക്ലാസ്സിൽ പങ്കെടുത്തത്. ഭാരതീയമന്ദിരത്തിന്റെ വളപ്പിലെ ഒഴിഞ്ഞ തൊഴുത്തിൽ കമ്മ്യൂണിസ്റ്റ് പാർട്ടിയുടെ ബീജാവാപം. പക്ഷേ എട്ടാമത്തെ ദിവസം - ഒക്ടോബർ 31ന് (?) ക്യാമ്പ് നിർത്തേണ്ടിവ ന്നു. എല്ലാവരും ഒളിവിൽ പ്രവർത്തിക്കുന്നവരാണ്. അവരെ തിരഞ്ഞ് പോലീസ് മലബാറിലും കൊച്ചിയിലും തിരുവിതാംകൂറിലും അരിച്ചപെ റുക്കുന്ന കാലമാണ്. പറശ്ശിനി മടപ്പുര കുടുംബത്തിലെ പി.എം.ജി.യും കുഞ്ഞപ്പമാഷും അടക്കമുള്ളവർ ഇടയ്ക്കിടെ കടവു കടന്ന് നണിയൂരിൽ പോകുന്നതും ഒരുതരം തഞ്ചിക്കളി നടത്തുന്നതും മടപ്പുരയിലെ തന്നെ മറ്റ ചിലരിൽ സംശയമുളവാക്കി. അങ്ങനെ വിവരം പോലീസിലെത്തി. പോലീസിൽ വിവരം കിട്ടിയ കാര്യം നേതൃത്വം അറിഞ്ഞു. ഉടനെ തന്നെ ഒരു ചരക്കുവള്ളത്തിൽ കയറി കൃഷ്ണപിള്ളയും ഇ.എം.എസ്സുമടക്കം എല്ലാ നേതാക്കളും രക്ഷപ്പെട്ടു. രാത്രി ഭാരതീയമന്ദിരം പോലീസ് വളഞ്ഞു. ഭാരതീയനെ അറസ്റ്റ് ചെയ്ത് വളപട്ടണം പോലീസ് ലോക്കപ്പിലിട്ട് പീഡിപ്പിച്ചു - രണ്ടാഴ്ചയോളം.

ഇഎംഎസ്

1940 ജനുവരി 26. അന്നരാ വിലെ ഇരിക്കൂർ ഫർക്കയിലെ എല്ലാ കേന്ദ്രങ്ങളിലും ഒരു മുദ്രാ വാക്യം പ്രത്യക്ഷപ്പെട്ടു. കയരള ത്തെയും കുറ്റിയാട്ടൂരിലെയും നണി യൂരിലെയും കൊളച്ചേരിയിലെയും കണ്ണാടിപ്പറമ്പിലെയും കർഷക പ്രവർത്തകരിൽ തന്നെ ഭൂരിപ ക്ഷത്തിനും അമ്പരപ്പുണ്ടാ യത്. ആരെഴുതിയെന്നറിയാത്ത ചുവരെഴുത്തുകൾ, പോസ്റ്ററുകൾ... റോഡിലും കല്ലുങ്കിലുമെല്ലാം എഴുത്ത്. കമ്മ്യൂണിസ്റ്റ് പാർട്ടി സിന്ദാബാദ്, വിപ്ലവം ജയിക്ക ട്ടെ, സാമ്രാജ്യത്വം തുലയട്ടെ...

കൂട്ടത്തിൽ യുദ്ധവിരുദ്ധമുദ്രാവാക്യങ്ങളും. ഈ പ്രദേശങ്ങളിൽ ശക്തി പ്പെട്ടുവരികയായിരുന്ന കിസാൻ പ്രസ്ഥാനത്തിലെ പ്രവർത്തകർ മനസ്സിലാക്കി- ഇതാ ഞങ്ങൾക്കൊരു പാർട്ടിയുണ്ടായിരിക്കുന്നു. കോൺഗ്രസ്സോ കോൺഗ്രസ് സോഷ്യലിസ്റ്റോ അല്ലാത്തയും കർഷക പ്രസ്ഥാനം മുന്നോട്ടവെക്കുന്ന ചൂഷണരഹിതസമൂഹം എന്ന മുദ്രാവാ ക്യം യാഥാർത്ഥ്യമാക്കുന്നതിന് സമഗ്രമായ പരിപാടികളോടെയുള്ള ഒരു പാർട്ടി. പരസ്യമായ ആവേശപ്രകടനമല്ല, നാടെങ്ങും രഹസ്യമായ ആവേശപ്രകടനമുണ്ടായി... കമ്മ്യൂണിസം എന്ന ആശയത്തിന്റെ ഉജ്ജ്വ ലമായ ജനകീയ പ്രചാരണത്തുടക്കം. അവർക്കിടയിൽത്തന്നെയുള്ള പ്രവർത്തകരാണ് തലേന്ന് രാത്രി അതെല്ലാം ആസൂത്രണം ചെയ്തതെ ന്നിലും ആരെന്ന് വ്യക്തമാക്കപ്പെട്ടില്ല.

പിണറായി പാറപ്രത്ത് 1939 ഡിസംബർ അവസാനം ചേർന്ന കോൺഗ്രസ് സോഷ്യലിസ്റ്റ് പാർട്ടി സംസ്ഥാന നേതൃയോഗമാണ് കമ്മ്യൂണിസ്റ്റ് പാർട്ടിയായി മാറാൻ തീരുമാനിച്ചത്. ഒരു ദിവസം പെട്ടെന്ന് തോന്നിയ കാര്യമല്ല. 1930-ൽ ഉപ്പുസത്യാഗ്രഹത്തിൽ പങ്കെടുത്ത് കണ്ണൂർ സെൻട്രൽ ജയിലിൽ കഴിയുന്ന ഘട്ടം മുതൽ നേതാക്കൾ ആലോചിക്കുകയും പശ്ചാത്തല പ്രവർത്തനം തുടങ്ങ കയും ചെയ്തതാണ്. 1934ൽ കോൺഗ്രസ് സോഷ്യലിസ്റ്റ് പാർട്ടിയുടെ ഭാഗമായി നിന്ന് കോൺഗ്രസ്സിൽ പ്രവർത്തിച്ചുകൊണ്ടിരിക്കെ തന്നെ കമ്മ്യൂണിസ്റ്റാവുന്നതിനുള്ള ഒരുക്കം തുടങ്ങിയതാണ് പി. കൃഷ്ണപിള്ളയും

കെ. ദാമോദരനും ഇ.എം.എസ്സും പി. നാരായണൻ നായരും. നിരവധി മേഖലകളിൽ ക്ലാസ്സുകൾ സംഘടിപ്പിച്ച് പ്രത്യയശാസ്ത്രപരമായ വ്യക്തത വരുത്തിയശേഷമാണ് പിണറായി പാറപ്രത്ത് പാർട്ടി രൂപ വത്കരണം നടന്നത്. ഇരിക്കൂർ ഫർക്കയിലും അതിൽത്തന്നെ കയരളം മേഖലയിലും (നാറാത്ത്, കൊളച്ചേരി, മയ്യിൽ, കുറ്റിയാട്ടൂർ, മലപ്പട്ടം) കർഷകപ്രസ്ഥാനം കെട്ടിപ്പടുക്കുന്നതിന് നേതൃത്വം നൽകിക്കൊ ണ്ടിരുന്ന കെ.പി. ഗോപാലനും കേരളീയനും കെ.പി.ആറും പാറപ്രം സമ്മേളനത്തിലെ പ്രതിനിധികളായിരുന്നു. കെ.പി. ഗോപാലനാണ് സമ്മേളനത്തിൽ അദ്ധ്യക്ഷത വഹിച്ചത്. കമ്മ്യൂണിസ്റ്റ് പാർട്ടി രൂപ വല്ലരിക്കപ്പെട്ട കാര്യം ജനങ്ങളെ അറിയിക്കേണ്ടത് ജനുവരി 26-ന് ചുമരെഴുത്തിലൂടെയാണെന്ന് സമ്മേളനം തീരുമാനിച്ചിരുന്നു. സമ്മേ ളനത്തിനുശേഷമുള്ള ആദ്യയോഗം ചേർന്നത് 1940 ജനുവരി രണ്ടാം വാരത്തിൽ പറശ്ശിനിക്കടവിൽ വെച്ചായിരുന്നു. പി. കൃഷ്ണപിള്ളയെ സംസ്ഥാന സെക്രട്ടറിയായി തെരഞ്ഞെടുക്കുന്നതും ഭാവി പരിപാടികൾ തീരുമാനിച്ചതും ആ യോഗത്തിൽ.

കമ്മ്യൂണിസ്റ്റ് പാർട്ടി രൂപവത്കരണത്തിന് ശേഷമുള്ള ഏറ്റവും പ്ര ധാനപ്പെട്ട സംഭവമാണ് ആറോൺമിൽ സമരം. ആ സമരം യാദൃച്ഛിക മായ ഒന്നല്ല. കമ്മ്യൂണിസ്റ്റ് പാർട്ടി രൂപവത്കരിക്കപ്പെട്ടശേഷം ചേർന്ന സംസ്ഥാന കമ്മിറ്റി യോഗത്തിൽ എടുത്ത തീരുമാനം യുദ്ധം അടിച്ചേല്പി ച്ച ജീവിതപ്രയാസങ്ങൾ പരിഹരിക്കുന്നതിനുള്ള കർഷക-തൊഴിലാളി പ്രക്ഷോഭങ്ങൾ കെട്ടഴിച്ചുവിടാനാണ്. കർഷകസംഘങ്ങൾ എല്ലാ പ്രദേശത്തും നിലവിൽ വന്നുകഴിഞ്ഞിരുന്നു. തൊഴിൽ സ്ഥാപനങ്ങൾ കേന്ദ്രീകരിച്ച് ട്രേഡ് യൂണിയൻ പ്രസ്ഥാനവും രൂപപ്പെട്ടുവരികയായി രുന്നു. യോജിച്ച പ്രക്ഷോഭം നടത്തുന്നതിന് കെ.പി.ആർ. ഗോപാലൻ സെക്രട്ടറിയായി കർഷക-തൊഴിലാളി സംയുക്ത പ്രക്ഷോഭസമിതിക്ക് പാർട്ടി സംസ്ഥാന കമ്മിറ്റി രൂപം നൽകി. 1940 മാർച്ചിൽ പ്രക്ഷോഭ ത്തിന് തുടക്കമായി.

ഭക്ഷ്യസാധനങ്ങൾ സാധാരണക്കാർക്ക് ലഭ്യമാക്കാൻ ന്യായവില ഷാപ്പുകൾ തുടങ്ങുക, വ്യവസായ സ്ഥാപനങ്ങളിൽ വിലനിലവാരസൂചി കയനുസരിച്ച് ക്ഷാമബത്ത നൽകുക, യുദ്ധഫണ്ടിലേക്ക് നിർബന്ധപി രിവ് നടത്തുന്ന ഉദ്യോഗസ്ഥരെ ശിക്ഷിക്കുക, കാർഷികോല്പന്നങ്ങൾക്ക് മര്യാദവില ഉറപ്പാക്കുക എന്നീ നാല് ആവശ്യങ്ങളുയർത്തിയായിരുന്ന പ്രക്ഷോഭം. അതത് പ്രദേശങ്ങളിൽ, അഥവാ അതത് തൊഴിൽ സ്ഥാപനങ്ങളിലെ പ്രത്യേക പ്രശ്നങ്ങൾ കൂടി ഉൾപ്പെടുത്തിയാണ് അവകാശപത്രിക നൽകിയത്. 1940 ഏപ്രിലിൽ ആറോൺ മില്ലിൽ

നടന്ന സമരം ഈ സംഘടിത പ്രക്ഷോഭത്തിന്റെ ഭാഗം കൂടിയായിരുന്നു. മുപ്പതുകളുടെ മധ്യത്തിലും അവസാനത്തിലും കണ്ണൂർ കോമൺവെൽത്ത് ഫാക്ടറി, കണ്ണൂരിലെയും തലശ്ശേരിയിലെയും ബീഡി-ചുരുട്ട് കമ്പനികൾ എന്നിവിടങ്ങളിൽ നടന്ന തൊഴിൽ സമരങ്ങളിൽ നിന്നും വ്യത്യസ്തതയു ണ്ടായിരുന്നു ആറോൺ മിൽ സമരത്തിന് എന്നർത്ഥം. അതായത് ഒരു തൊഴിലാളി വർഗ വിപ്ലവപാർട്ടി രൂപവല്ലരിക്കപ്പെട്ടശേഷം അതിന്റെ രാഷ്ട്രീയതീരുമാനത്തിന്റെ ഭാഗമായി ആരംഭിച്ച പ്രക്ഷോഭമെന്ന സവിശേഷത ആറോൺമിൽ പണിമുടക്കത്തിനുണ്ടായിരുന്നു. ആന ക്കൂല്യങ്ങളുടെ കാര്യത്തിൽ വലിയനേട്ടങ്ങളൊന്നുമുണ്ടാക്കിയില്ലെങ്കിലും വർഗസമരത്തിന്റെ മൂർത്തരൂപം പ്രത്യക്ഷപ്പെടുത്തി, ഉത്തരകേരള ത്തിന്റെ ഭാവി രാഷ്ട്രീയം എന്താവണം, എന്താവും എന്നതിലേക്ക് പ്രകാശം പരത്തി. സമരത്തെപ്പോലെയോ അതിലേറെയോ പ്രധാ നമായിരുന്നു, സമരസഹായസമിതിയുടെ നേതൃത്വത്തിൽ ഗ്രാമീണ കർഷകർ പാപ്പിനിശ്ശേരിയിലേക്ക് ഓരോ ദിവസവും ഉല്പന്നങ്ങളുമായി നടത്തിയ കാൽനടജാഥകൾ.

1940 സെപ്റ്റംബർ പതിനഞ്ച്

ഇ ങ്ങനെ കമ്മ്യൂണിസ്റ്റ് പാർട്ടിയുടെ സംസ്ഥാന കമ്മിറ്റിയുടെ ആദ്യയോഗത്തിന്റെ തീരുമാനപ്രകാരമുള്ള സമരങ്ങൾ നിരോ ധനത്തിന്റെയും പോലീസ് നടപടികളുടെയും വലതുപക്ഷ കോൺ ഗ്രസ്സിന്റെ എതിർപ്പിന്റെയും പശ്ചാത്തലത്തിൽത്തന്നെ ഗംഭീരമായി മുന്നേറി. അതിന്റെ രണ്ടാംഘട്ടമാണ് 1940 സെപ്റ്റംബർ 15-ന്റെ മർദ്ദന പ്രതിഷേധ ദിനാചരണം. ഇന്ത്യയ്ക്ക് സ്വാതന്ത്ര്യം നൽകാൻ ഉദ്ദേശിക്കുന്നില്ലെന്ന് ബ്രിട്ടീഷ് ഗവൺമെന്റ് യുദ്ധകാലത്ത് നടത്തിയ പ്രഖ്യാപനം, യുദ്ധത്തിന്റെ പേര് പറഞ്ഞ് ബഹുജന പ്രസ്ഥാനങ്ങളെ മർദ്ദിച്ചൊതുക്കുന്ന നയം - ഇതിനെല്ലാമെതിരെ സെപ്റ്റംബർ 15-ന് പ്രതി ഷേധദിനമായി ആചരിക്കണമെന്ന് കെ.പി.സി.സി.ക്ക് വേണ്ടി ജനറൽ സെക്രട്ടറി കെ. ദാമോദരൻ ആഹ്വാനം ചെയ്തിരുന്നു. ഈ പ്രതിഷേധ ദിനാചരണം നിത്യോപയോഗ സാധനങ്ങളുടെ വിലക്കയറ്റത്തിനും കാർഷികോല്പന്നങ്ങളുടെ വിലത്തകർച്ചയ്ക്കുമെതിരായ പ്രക്ഷോഭം കൂടിയായി മാറ്റണമെന്ന് ചിറക്കൽ താലൂക്ക് കിസാൻ സഭ തീരുമാനിച്ചു. കോട്ടയം താലൂക്ക് കർഷക പ്രസ്ഥാനവും അതേ തീരുമാനമെടുത്തു. വാസ്തവത്തിൽ കമ്മ്യൂണിസ്റ്റ് പാർട്ടിയുടെ തീരുമാനമാണ്. പക്ഷേ പാർട്ടി പരസ്യപ്രവർത്തനം തുടങ്ങിയിട്ടില്ല താനും. മർദ്ദന പ്രതിഷേധദിനം ആചരിക്കാനുള്ള കെ.പി.സി.സി.യുടെ ആഹ്വാനത്തെ വലതുപക്ഷ കോൺഗ്രസ്സുകാർ പരസ്യമായി തള്ളിപ്പറയുകയും എതിർപ്രസ്താവന നൽകുകയും ചെയ്തിരുന്നു. പി. കൃഷ്ണപിള്ള കടമ്പേരിയിലെ ഒരു വീട്ടിൽ ഒളിവിൽ കഴിഞ്ഞുകൊണ്ടാണ് സെപ്റ്റംബർ 15-ന്റെ പരിപാടികൾക്ക് നേതൃത്വം നൽകിയത്. ചിറക്കൽ താലൂക്ക് കമ്മിറ്റിയുടെ സെപ്റ്റംബർ

15 ദിനാചരണം കീച്ചേരിയിൽ വലിയൊരു റാലിയായി നടത്താ നാണ് തീരുമാനം. ഓരോ പ്രദേശത്തുനിന്നും കൃഷിക്കാർ കീച്ചേരിയി ലേക്ക് മാർച്ച് ചെയ്യണം. ആറോൺ കമ്പനിയിലെ തൊഴിലാളികളും കണ്ണൂരിലെ കോമൺവെൽത്ത് കമ്പനിയിലെ തൊഴിലാളികളുമെല്ലാം കഴിയുന്നത്ര പങ്കെടുക്കണം. കോട്ടയം താലൂക്കിൽ തലശ്ശേരി ജവഹർ ഘട്ടിലും മട്ടന്നൂരിലുമായി രണ്ട് സമരകേന്ദ്രങ്ങളാണ് നിശ്ചയിച്ചത്.

ആറോൺമിൽ സമരവുമായി ബന്ധപ്പെട്ട് അറസ്റ്റിലായിരുന്ന ഭാരതീയൻ തൃശ്ശിനാപ്പള്ളി ജയിലിൽ നിന്ന് മോചിതനായി നാട്ടിലെ ത്തുന്നത് സെപ്റ്റംബർ 12നാണ്. പിറ്റേന്ന് പറശ്ശിനിക്കടവിലെ സംഘം കേന്ദ്രത്തിലെത്തി കെ.പി. ആറിനെയും പി.എം.ജി.യയും കണ്ടപ്പോ ഴാണ് 15-ന്റെ മർദ്ദനപ്രതിഷേധ ദിനാചരണത്തെക്കുറിച്ചറിയുന്നത്. 14-ന് ഭാരതീയനെ കൂട്ടാൻ കുറിപ്പമായി ഒരാൾ ഭാരതീയമന്ദിരത്തിലെ ത്തി. പറശ്ശിനിക്കടവിലെത്തിയപ്പോൾ മറ്റൊരാൾ കൃഷ്ണപിള്ളയുടെ കുറിപ്പമായി കാത്തുനിൽക്കുന്നു. കടമ്പേരിയിൽ കൃഷ്ണപിള്ള കഴിയുന്ന ഷെൽട്ടറിലെത്താൻ. കീച്ചേരിയിൽ 15-ന് വൈകിട്ട് നടക്കുന്ന റാലിയിൽ അദ്ധ്യക്ഷത വഹിക്കേണ്ടത് ഭാരതീയനാണെന്ന വിവരം അറിയിച്ചിരു ന്നു. കൃഷ്ണപിള്ള പറഞ്ഞത് കൃഷിക്കാരുടെ പ്രശ്നങ്ങളും ആവശ്യങ്ങ ളുമാണ് യോഗത്തിൽ പ്രധാനമായി പ്രതിപാദിക്കേണ്ടത് എന്നാണ്. യുദ്ധത്തിൽ ഇന്ത്യയെ വലിച്ചിഴക്കുന്നതിലുള്ള പ്രതിഷേധത്തിനല്ലേ പരിപാടി സംഘടിപ്പിക്കുന്നതെന്ന ഭാരതീയന്റെ സംശയത്തിന് അതും പറയാം, പക്ഷേ കർഷക റാലിയായതിൽ അവരുടെ ജീവിതപ്രശ്ന ങ്ങൾക്ക് ഊന്നൽ കൽകണം എന്നായി സഖാവ്.

സെപ്റ്റംബർ 15-ന്റെ മൊറാഴ സംഭവത്തിൽ ഇരിക്കൂർ ഫർക്കയിൽ നിന്ന് വിശേഷിച്ച് കയരളം മേഖലയിൽ നിന്നാണ് വലിയ പങ്കാളിത്തമു ണ്ടായത്. പാടിക്കുന്ന് സംഭവത്തിലേക്കെല്ലാം നയിച്ച പ്രക്ഷോഭത്തിന്റെ തുടക്കം അതത്രേ. അതിനാൽ മൊറാഴ സംഭവത്തിന്റെ കഥപറയാതെ പാടിക്കുന്നിലേക്കെത്താനാവില്ല.

സെപ്റ്റംബർ 15 സമരം കോൺഗ്രസ്സിന്റെ ആഹ്വാന പ്രകാരമാ യതിനാൽ ത്രിവർണ്ണ പതാകയാണ് റാലിയിൽ ഉപയോഗിച്ചത്. എന്നാൽ ത്രിവർണ പതാക മാത്രമല്ല, ചെങ്കൊടിയുമുണ്ടായിരുന്നു. ചെങ്കൊടി പ്രധാനമാകാൻ കാരണം കർഷക പ്രസ്ഥാനമാണ് പ്രധാന സംഘാടകരും പങ്കാളികളുമെന്നതാണ്. അദ്ധ്യക്ഷന് കർഷക പ്രശ്നം വിവരിക്കാൻ കൃഷ്ണപിള്ള സ്നേഹപൂർവ്വമുള്ള ഉപദേശം നൽകിയത് പരോ ക്ഷമായി കമ്മ്യൂണിസത്തിൽ ഊന്നുക എന്ന ലക്ഷ്യത്തോടെയാണ്.

താലൂക്കിന്റെ വിവിധ ഭാഗങ്ങളിൽ നിന്ന് കർഷകരും തൊഴിലാളി കളും വോളണ്ടിയർമാരും ജാഥയായി എത്തിക്കൊണ്ടിരുന്നു. ആളുകൾ കൂട്ടംകൂടി നിൽക്കുന്നതും പൊതുയോഗം ചേരുന്നതും വിലക്കിക്കൊണ്ട്, 144 പ്രഖ്യാപിച്ചതായുള്ള ഉത്തരവുമായി വളപട്ടണം സബ് ഇൻസ്പെ ക്ടർ കുട്ടികൃഷ്ണമേനോൻ അവിടെയെത്തി. കീച്ചേരി വളപട്ടണം പോലീസ് സ്റ്റേഷൻ പരിധിയിലാണ്. വളപട്ടണം പോലീസ് സ്റ്റേഷൻ പരിധിയിലാണ് നിരോധനാജ്ഞ. ആറുകണക്കിനാളുകൾ എത്തിക്കഴിഞ്ഞിരിക്കുന്നു. എന്തുചെയ്യണമെന്ന് നിശ്ചയമില്ല. ഒട്ടവിൽ കല്ല്യാശ്ശേരി വായനശാലയിൽ നേതാക്കൾ യോഗം ചേർന്നു. കീച്ചേരി യിൽ നിശ്ചിത സ്ഥലത്തുതന്നെ നിരോധനം ലംഘിച്ച് റാലി നടത്തണ മെന്നും അതല്ല, വളപട്ടണം പോലീസ് സ്റ്റേഷൻ പരിധിയിൽ നിന്ന് മാറ്റണമെന്നുമെല്ലാം അഭിപ്രായമുയർന്നു. എന്നാൽ അധികമാർക്കുമ റിയാതെ നേതാക്കൾ മൂന്നുപേർ ഏതാനും കിലോമീറ്റർ ചുറ്റളവിലുള്ള സ്ഥലത്ത് ഒളിവിൽ കഴിയുന്നുണ്ടായിരുന്നല്ലോ. കെ.പി.ആർ. അവരുടെ അടുത്തേക്ക് ആളെ വിട്ടിട്ടുണ്ടായിരുന്നു. കൃഷ്ണപിള്ള കീച്ചേരിയിൽ ഇ.എംഎസ്സും കേരളീയനും ആമ്പ്ലൂർ, പറശ്ശിനി മേഖലയിൽ. ഏറ്റുമുട്ടൽ ഒഴിവാക്കുന്നതാണ് നല്ലത്. നിരോധനാജ്ഞ ഇല്ലാത്ത സ്ഥലത്തേക്ക് യോഗം മാറ്റണമെന്ന് മൂന്ന് നേതാക്കളും വ്യക്തമാക്കി. കെ.പി.ആർ. അക്കാര്യം യുക്തിയോടെ അവതരിപ്പിച്ച് പ്രതിഷേധ റാലി അഞ്ചാം പീടികയിലേക്ക് മാറ്റുന്നതായി പ്രഖ്യാപിച്ചു. കീച്ചേരിയിൽ അതിനകം എത്തിയ ജാഥകൾ അഞ്ചാംപീടികയിലേക്ക് അതായത് മൊറാഴയിലേ ക്ക് നീങ്ങി. നിരോധനാജ്ഞയിൽ പ്രതിഷേധിച്ചും കുട്ടികൃഷ്ണമേനോന്റെ മർദ്ദനനയത്തിനെതിരെയുമുള്ള മുദ്രാവാക്യങ്ങളയർത്തി ചെറുചെറ പ്രകടനങ്ങൾ. ഇനിയും വരാനിരിക്കുന്ന ജാഥകളെ മൊറാഴയിലേക്ക് തിരിച്ചുവിടാൻ വോളണ്ടിയർമാരെ നിർത്തി നേതാക്കളും അങ്ങോട്ടുനീ ങ്ങി.

ഇനി അവിടെ എന്തു നടന്നുവെന്ന് ഭാരതീയൻ 'അടിമകൾ എങ്ങിനെ ഉടമകളായി' എന്ന ഐതിഹാസിക ഗ്രന്ഥത്തിൽ അതേക്കുറിച്ചെഴ തിയ ഭാഗം അതേപടി എടുത്തുചേർക്കുകയാണ്. കമ്മ്യൂണിസ്റ്റുകാർ ഏത് ചരിത്രസംഭവത്തെയും തൊഴിലാളിവർഗത്തിന്റെയും ചൂഷിതരുടെയും താല്പര്യാനുസരണമാണ് വ്യാഖ്യാനിക്കുക എന്നാണല്ലോ. ഭാരതീയൻ കമ്മ്യൂണിസ്റ്റ് സഹയാത്രികനും കമ്മ്യൂണിസ്റ്റ് ശത്രുവും കടുത്ത മതവിശ്വാ സിയുമൊക്കെയായിരുന്നു. അദ്ദേഹം കമ്മ്യൂണിസ്റ്റ് പ്രസ്ഥാനത്തിൽ നിന്ന് മാറി എതിർഭാഗത്ത് നിലയുറപ്പിച്ച ശേഷമാണ് ഓർമക്കുറിപ്പുകൾ എഴുതിയത്. അദ്ദേഹത്തിന്റെ വിവരണം ചുവടെ. ചിറക്കൽ താലൂക്ക്

കർഷകസംഘത്തിന്റെ ആദ്യ അദ്ധ്യക്ഷൻ കെ.പി.ആർ. ആയിരുന്ന വെങ്കിലും മൊറാഴ സംഭവകാലത്ത് ഭാരതീയൻ തന്നെയായിരുന്ന അദ്ധ്യക്ഷൻ.

'മൊറാഴ സംഭവത്തിലെ വിഷാദപൂർണ്ണവും വികാരവിജ്ഞംഭിതവുമായ രംഗങ്ങൾ വിവരിക്കട്ടെ.

കുറേ പ്രവർത്തകന്മാരെ, പാപ്പിനിശ്ശേരി അംശത്തിലേക്ക് വരുന്ന ജാഥകളെ മൊറാഴ അഞ്ചാംപീടികയെന്ന സ്ഥലത്തേക്ക് തിരിച്ചുകൊണ്ടുവ രാൻ വേണ്ടി ഓരോരു പ്രദേശത്തേക്കയച്ചു. ഞങ്ങൾ മറ്റൊരു വഴി മൊറാഴക്കു പോയി. പി.എം. ഗോപാലൻ മുതലായ പലരും കൂടെയുണ്ട്. ഒരു നാലരമ ണിക്ക് അഞ്ചാംപീടികയിൽ എത്തിച്ചേർന്നു. യോഗസ്ഥലവും പരിസരവും അപ്പോൾത്തന്നെ ജനനിബിഡമായിരുന്നു. പാപ്പിനിശ്ശേരിയിൽനിന്ന് ഈ മൊറാഴ അംശം വളരെ ദൂരെയല്ല. ആ സ്ഥലത്ത് ആറേഴ മുറി പീടികകളുണ്ട്. ഹിന്ദുക്കളും മുസ്ലീങ്ങളും കച്ചവടക്കാരായുണ്ട്. അതിൽ ഇബ്രാഹിം ഞങ്ങളുടെ ഗ്രൂപ്പിലാണ്. ഇബ്രാഹിമിന്റെ കച്ചവടം നിരത്തിന് കിഴക്കുഭാഗത്താണ്. അയാളും പത്രവായനക്കാരനാണ്. മറ്റ ചിലരെയും പരിചയമുണ്ട്. ഞങ്ങ ളെല്ലാവരും അവിടെ എത്തിച്ചേർന്നു. കെ.പി.ആർ, ടി. രാഘവൻ, ഇ.കെ. നായനാർ, ശങ്കരൻ മാസ്റ്റർ, നാരായണൻ നമ്പൂതിരി, മറ്റും മറ്റും. ഇ. നാരായണൻ നായനാർ, കൃഷ്ണപിള്ള ഇവരെ ഞാനവിടെ കണ്ടില്ല. അച്യുതൻ നമ്പ്യാരും ആ സ്ഥലത്തെത്തിച്ചേർന്നിട്ടില്ല. കൃഷ്ണകിണി (തലശ്ശേരി) അവിടെ ഉണ്ടായിരുന്നുവെന്നാണ് തോന്നുന്നത്. ഞാൻ യോഗസ്ഥലത്തിന് തൊട്ട് നിൽക്കുകയാണ്. കുറേപ്പേർ അദ്ധ്യക്ഷപീഠത്തിനുചുറ്റപാടും നിൽക്കുന്നുണ്ട്. മറ്റവളരെപ്പേർ പീടികക്കോലായകളിലും, റോഡ്ഡവക്കിലും, ഇടവഴികളിലും, മതിൽക്കിളയുടെ മുകൾഭാഗങ്ങളിലും സ്ഥലംപിടിച്ചിട്ടുണ്ട്. യോഗാദ്ധ്യക്ഷൻ ഞാൻ ആയിരുന്നു. യോഗസ്ഥലത്ത് കൊടി ഉയർത്തിയിട്ടുണ്ട്. ഞാനതിന് തൊട്ടാണ് നിൽക്കുന്നത്. പെട്ടെന്നതാ! തളിപ്പറമ്പ് സബ് ഇൻസ്പെക്ടർ വീരാൻ മൊയ്തീൻ, വളപട്ടണം സബ്ഇൻസ്പെക്ടർ കുട്ടിക്കൃഷ്ണമേനോൻ, 14 പോലീസുകാർ, വളപട്ടണം ഹെഡ്കോൺസ്റ്റബിൾ ഗോപാലൻ നായരും അവിടെ വന്നുചേർന്നു. വളപട്ടണം പോലീസിന്റെ അധികാരപരിധിയിൽപെ ട്ടതല്ല ഈ സ്ഥലം. മൊറാഴ അംശം തളിപ്പറമ്പ് മജിസ്ട്രേട്ടിന്റെ അധികാര പരിധിയിൽപെട്ടതാണ്. ഇവിടെ നടക്കുന്ന പൊതുയോഗം തടയാത്തതുകൊ ണ്ട് കുട്ടിക്കൃഷ്ണമേനോന്റെ അഭിമാനത്തിനോ അന്തസ്സിനോ, ഔദ്യോഗിക കൃത്യനിർവ്വഹണത്തിനോ യാതൊരു കോട്ടവും തട്ടവാൻ പോകുന്നില്ല. അയാളുടെ അധികാരപരിധിക്ക് പുറത്താണ് ഈ സ്ഥലം. പാപ്പിനിശ്ശേ രിയിലെ യോഗം ഉപേക്ഷിച്ച് യോഗസ്ഥലം മൊറാഴ അംശത്തിലേക്ക് മാറ്റുകയും ചെയ്തശേഷം കുട്ടിക്കൃഷ്ണമേനോൻ തിരിച്ച് വളപട്ടണം പോലീസ്

സ്റ്റേഷനിലേക്ക് പോകേണ്ടതായിരുന്നു. എന്നാൽ യോഗം മൊറാഴയ്ക്ക്മാറ്റി യെന്നറിഞ്ഞപ്പോൾ കുട്ടിക്കൃഷ്ണമേനോനും പോലീസ് പാർട്ടിയും തങ്ങളുടെ അധികാരപരിധിക്ക് പുറത്തുപോയിട്ടും യോഗം തടയുവാൻ ഒരുങ്ങി. തളിപ്പ റമ്പ് മജിസ്ട്രേട്ടിന്റെ 144-ാം വകുപ്പ് നിരോധനാജ്ഞ സാധാരണ നിയമപ്ര കാരം അയച്ചാൽ അന്നത്തെ യോഗഭാരവാഹികളായ ഞങ്ങൾക്കൊന്നും കിട്ടുന്നതല്ല. അതുകൊണ്ടാണ് ഇദ്ദേഹം ഒരു കാറ്റമെടുത്ത് തളിപ്പറമ്പ് മജി സ്ട്രേട്ടിനെ കൂട്ടി യോഗസ്ഥലമായ മൊറാഴ വന്ന് 144 ഞങ്ങളിൽ ചിലർക്ക് നേരിട്ട് നടത്തുകയും ചെയ്തത്. തളിപ്പറമ്പ് മജിസ്ട്രേട്ടിനെ പിടിച്ചവലിച്ച് യോഗസ്ഥലത്തേക്ക് കൊണ്ടുവന്നതുപോലെ തോന്നി ആ 144-ാം കല്പനയുടെ ശീഘ്രഗതി കണ്ടാൽ. തളിപ്പറമ്പ് മജിസ്ട്രേട്ട് അവിടെയുണ്ടെങ്കിലും വളപ ട്ടണം എസ്.ഐ. കുട്ടിക്കൃഷ്ണമേനോനാണ് എല്ലാ കല്പനയും കൊട്ടക്കുന്നത്. പോലീസ് പാർട്ടിയും മജിസ്ട്രേട്ടും യോഗസ്ഥലത്തിന് സമീപം വന്നുനിന്നു.

ഈ കല്പന ലംഘിക്കവാൻ ഞങ്ങൾ തീരുമാനിച്ചു. യോഗം ആരംഭിക്ക വാൻ ഞങ്ങൾ നിശ്ചയിച്ചു. അപ്പോൾ അവിടത്തെ അന്തരീക്ഷമെന്തായിരുന്നു. താലൂക്കിന്റെ നാനാഭാഗങ്ങളിൽ നിന്നും ഒട്ടുമുക്കാലും ജനങ്ങൾ ഇവിടെ എത്തിച്ചേർന്നു. ജാഥാംഗങ്ങളല്ലാതെ അനേകം ആൾക്കാരും എത്തിച്ചേർ ന്നിട്ടുണ്ട്. ചില ജാഥകൾ വന്നുകൊണ്ടും ഉണ്ടായിരുന്നു. രണ്ട് എസ്.ഐ. മാത്രം ഒരു ഹെഡും 14 പോലീസും ഒരു മജിസ്ട്രേട്ടും ചില സി.ഐ.ഡികളും. അവർക്ക് സ്വകാര്യവിവരം അറിയിക്കുന്ന നമ്മുടെ എതിരാളികളിൽ ചിലരും 7000ത്തിൽപരം സാധാരണജനങ്ങളും ഈ യോഗസ്ഥലത്ത് തയ്യാറുണ്ട്. ഞാൻ അദ്ധ്യക്ഷ പ്രസംഗം ആരംഭിച്ചു. സദസ്സിനെ സംബോധന ചെയ്ത് കൃഷിക്കാരെ അഭിമുഖമായി രണ്ട് വാക്ക് പറഞ്ഞപ്പോൾ വളപട്ടണം എസ്.ഐ. കുട്ടിക്കൃഷ്ണമേനോൻ എന്റെ സമീപം വന്നു. അദ്ധ്യക്ഷനെന്ന നിലയ്ക്ക് ഈ യോഗം ഉടൻ പിരിച്ചവിടണം എന്ന് എന്നോട് പറഞ്ഞ: "അത് യോഗം കഴിഞ്ഞാൽ ഞാൻ ചെയ്യുന്നതായിരിക്കും". അപ്പോൾ ലാത്തിയോ ങ്ങി അയാൾ പറഞ്ഞു: "ഞാൻ നിങ്ങളുടെ തല തല്ലിത്തകർക്കും." എന്നോട് പറഞ്ഞുവെങ്കിലും ജനങ്ങളെ പിരിച്ചവിടാൻ വേണ്ടി അയാളും പാർട്ടിയും ജനങ്ങളുടെ നേരെ തിരിഞ്ഞു. ജനങ്ങളോട് പിരിഞ്ഞുപോകാൻ അയാൾ ആജ്ഞാപിച്ചു. ജനങ്ങളുടെ ഇടയിൽ ചെറുതായൊരു ചലനവും ഞാൻ കണ്ടു. ഞാൻ വീണ്ടും പറഞ്ഞു. ഈ യോഗത്തെ പിരിച്ചവിടാനുള്ള അധികാരം എനിക്കാണ്. യോഗം കഴിഞ്ഞാൽ ഞാൻ അത് ചെയ്യുന്നതുമാണ്. ഇദ്ദേഹ ത്തിന്റെ കല്പന നാം അനുസരിക്കേണ്ടതില്ല. ഈ നിരോധനത്തെ ലംഘിക്ക വാൻ നാം തീരുമാനിച്ചിരിക്കുന്നു. ഇതിനുമുമ്പ് പല തവണയും നാം അങ്ങനെ ലംഘിച്ചിട്ടുണ്ട്. അതുകൊണ്ട് യോഗാധ്യക്ഷൻ എന്ന നിലയിൽ, നിങ്ങളാരും പിരിഞ്ഞുപോകരുതെന്നും നിങ്ങൾ സമാധാനത്തോട്ടുകൂടി യോഗാവസാനം

വരെ ഇവിടെത്തന്നെ ഇരിക്കണമെന്നുമായിരുന്നു എന്റെ ആഹ്വാനം. ജനങ്ങളത് ശ്രദ്ധിച്ചു. യാത്രയ്ക്കുദ്ദേശിച്ചിരുന്നവരിൽ പലരും യോഗസ്ഥലത്ത് അടിയുറച്ചിരുന്നു. പോലീസിന്റെ ഭീഷണിയൊന്നും അവർ വകവെച്ചില്ല. ഇദ്ദേഹം വീണ്ടുമെന്നെ സമീപിച്ചു. ഉടൻ സ്ഥലംവിടാനും സമ്മേളനം പിരിച്ചു വിടാനും എന്നോടാവശ്യപ്പെട്ടു. ഞാൻ വീണ്ടും സംസാരിച്ചു. പിന്നീടെല്ലാവരും ശാന്തമായി അവിടെത്തന്നെയിരുന്നു.

താലൂക്കിന്റെ നാനാഭാഗങ്ങളിൽ നിന്നും വന്ന വളരെയധികം കർഷകർ യോഗസ്ഥലത്തുണ്ട്. അതുപോലെ ആറോൺ കമ്പനിയിലെ തൊഴിലാളി കളിൽ വലിയൊരു വിഭാഗം ഇതിൽ പങ്കാളികളാണ്. കുട്ടികൃഷ്ണമേനോന്റെ കല്പന അനാദരിക്കപ്പെട്ടതായി മേനോന് തോന്നി. ഇദ്ദേഹത്തിന്റെ കല്പന അലംഘനീയമാണെന്നാണ് അയാളുടെ വിശ്വാസം. അദ്ദേഹം വീണ്ടും വീണ്ടും ആവശ്യപ്പെട്ടിട്ടും ഒരു ചെറുകുട്ടിപോലും യോഗസ്ഥലം വിട്ടുവാൻ തയ്യാറായില്ല. അയാൾ ക്രുദ്ധനായി. വീണ്ടും പോലീസും മേനോനും ലാത്തി യുമുയർത്തി ഉച്ചത്തിലൊരു ശബ്ദം പുറപ്പെടുവിച്ചുകൊണ്ട് ഈ സദസ്സിന്റെ മധ്യത്തിൽക്കൂടി അങ്ങോട്ടും ഇങ്ങോട്ടും ഓടി. ആരും സ്ഥലം വിട്ടന്നില്ല. വീണ്ടും എന്നെ സമീപിച്ചു. ലാത്തിയുമോങ്ങിക്കൊണ്ട് എന്നോട് പറഞ്ഞു. താങ്കൾ ഈ യോഗത്തെ പിരിച്ചവിടാത്തപക്ഷം ഈ ലാത്തി നിങ്ങളെ സ്പർശിക്കും. നിങ്ങളെ തല്ലിത്തകർക്കും. നിങ്ങളെ ചിന്നഭിന്നമാക്കിക്കളയും എന്ന് ഗർജ്ജി ച്ചു. ഇയാളെ എനിക്ക് നല്ലവണ്ണമറിയാം. ഇയാൾ ഈ പറഞ്ഞത് അക്ഷരം പ്രതി നിറവേറ്റുമെന്നും എനിക്കറിയാം. ഈ ജനയോഗം പിരിച്ചവിട്ടുവാൻ പാടില്ലെന്ന് ഞാൻ തീരുമാനിച്ചു. ഞാൻ എന്റെ മുമ്പിൽ നാട്ടിയിട്ടുള്ള കർഷ കക്കൊടിയുടെ മരം പിടിച്ചുകൊണ്ട് യോഗസ്ഥലത്ത് ഷമിഴന്ന് കിടന്നു ഒരു സത്യഗ്രഹം അനുഷ്ഠിക്കുകയാണ് ചെയ്തത്.

കുട്ടികൃഷ്ണമേനോൻ നല്ലവണ്ണം മദ്യപാനം ചെയ്തിട്ടുണ്ട്. മദ്യത്തിന്റെയും ക്രോധത്തിന്റെയും ലഹരിമൂത്ത് അയാൾ ഒരു പോർവിളി തന്നെ തുടങ്ങി. അയാൾ ലാത്തിയുമായി അങ്ങോട്ടും ഇങ്ങോട്ടും ഓടി കണ്ണിൽ കണ്ടവരെ യെല്ലാം തല്ലിത്തുടങ്ങി. അപ്പോൾ തളിപ്പറമ്പ് മജിസ്ട്രേട്ടിന്റെ കല്പനപ്രകാരം എന്നെ അറസ്റ്റുചെയ്തു. തളിപ്പറമ്പ് എസ്.ഐ. വീരാൻ മൊയ്തീനും രണ്ട് പോലീസും എന്നെ പിടിച്ച് അവിടെ ഇരുത്തി. എന്നെ അറസ്റ്റ് ചെയ്തതായി പറയുകയും മജിസ്ട്രേട്ടക്കം നാലുപേർ എനിക്ക് കാവൽ നിൽക്കുകയും ചെയ്തു. പോലീസ് ബന്തവസ്സിലാണ് എന്റെ നില്പ്. മറ്റ സ്ഥലങ്ങളിൽ നിന്ന് പുറപ്പെട്ട ജാഥയെല്ലാം യോഗസ്ഥലത്ത് വന്നിരുന്നു. കയരളത്തുനിന്ന് സഖാവ് അറാക്കൽ കുഞ്ഞിരാമൻ നമ്പ്യാരുടെ നേതൃത്വത്തിൽ വമ്പിച്ച ഒരു ജാഥ യോഗസ്ഥലത്തേക്ക് വരികയാണ്. അതിനെ പിരിച്ചവിടാനായി കുട്ടികൃഷ്ണമേനോനും പാർട്ടിയും അങ്ങോട്ടുനീങ്ങി. അറാക്കൽ അനേകം

കർഷകജാഥകൾ നയിച്ച് പരിശീലനം സിദ്ധിച്ച ആളും ഭാരതത്തിലെ അഭി
മന്യുവിനെപ്പോലെ ഒരുവശവും നോക്കാതെ നേരെ മുന്നോട്ടനീങ്ങുന്ന ഒരു
സ്വഭാവവുമുള്ള വ്യക്തിയാണ്. കുട്ടികൃഷ്ണമേനോൻ തന്നെ ആദ്യമായി അറാക്ക
ലിന്റെ തലയ്ക്ക് ലാത്തികൊണ്ട് അടിച്ചു. അടികൊണ്ട് ഇദ്ദേഹത്തിന്റെ തലകീറി
നിലത്തുവീണു. പോലീസുകാർ ഇയാളുടെ ദേഹത്ത് കയറിയിരുന്നു. ഇവരുടെ
കൈകൾ തളരുന്നതുവരെ തല്ലി. ഇയാൾ മരിച്ചുവെന്ന നിലയിലാണ് അവർ
ഉപേക്ഷിച്ചു പോയത്. നാല്വഭാഗത്തുനിന്നും ആളുകൾ പോലീസ് പാർട്ടിയെ
സമീപിച്ചു. പോലീസുകാരുടെ കൈയ്യിലുള്ള ലാത്തി ജനങ്ങളുടെ കൈയ്യിലേ
ക്ക് മാറി. കല്ലേറ് തുടങ്ങി. വീരാൻ മൊയ്തീൻ എന്നെ വിട്ട് അങ്ങോട്ടുപോയി.
അയാൾ വെടിവെച്ചു. കർഷകരുടെ കൂട്ടത്തിൽ രണ്ടുപേർ വെടികൊണ്ട്
നിലംപതിച്ചു. അവർ മരിച്ചുപോയി എന്നതായിരുന്നു ജനങ്ങളുടെ ധാരണ.
പിന്നീട് അതൊരു യുദ്ധക്കളമായി മാറി. അവിടെ ഒരു കിണറുണ്ടായിരുന്നു.
അവിടെയുള്ള കല്ല് പറിച്ച് ഉണ്ടാക്കിയും ഓട് തല്ലിപ്പൊളിച്ച് അതിന്റെ കഷ്ണ
ങ്ങളെക്കൊണ്ടും എറിയാൻ തുടങ്ങി. ഈ ഏറ്റുകളുടെയെല്ലാം പ്രധാനലക്ഷ്യം
കുട്ടികൃഷ്ണമേനോനായിരുന്നു. അദ്ദേഹത്തിന്റെ കൈയ്യിൽ മാത്രമാണ് ലാത്തി
യുണ്ടായിരുന്നത്. യുദ്ധം അതിന്റെ ഉച്ചകോടിയിലെത്തിക്കഴിഞ്ഞപ്പോൾ
മേനവൻ ഒഴിച്ച് മജിസ്ട്രേട്ടും പോലീസുകാരും സ്ഥലംവിട്ടോടിപ്പോയി.
കുട്ടിക്കൃഷ്ണമേനോൻ ഒറ്റയ്ക്ക് സമരം ചെയ്തുകൊണ്ടെയിരിക്കുന്നുണ്ട്. അയാൾ
അപ്പോഴും ലാത്തിച്ചാർജ്ജ് ചെയ്തും കല്ലേറുകൾ നടത്തിക്കൊണ്ടിരിക്കുന്നുണ്ട്.
കല്ലേറുകൊണ്ട് അയാളുടെ ശരീരത്തിൽ പൊട്ടി മുറിവുകളിൽ നിന്ന് രക്തം
വരുന്നുണ്ട്. വസ്ത്രവും രക്തമയമായിരിക്കുന്നു. എങ്കിലും ഇദ്ദേഹത്തിന്റെ പ്ര
ത്യാക്രമണം തുടർന്നുകൊണ്ടെയിരുന്നു. എന്റെ അറസ്റ്റും പാറാവും എല്ലാം
തല്ലാലത്തേക്ക് നീങ്ങി. ഈ സംഘട്ടനം അപായകരമായിരിക്കുമെന്ന്
എനിക്ക് തോന്നി. ഞാൻ സ്വതന്ത്രനായി. സംഘട്ടനം നടക്കുന്നുമുണ്ട്.
ഏതായാലും ഇയാൾ മരിക്കുകയാണെങ്കിൽ അത് ഈ രാജ്യത്ത് വലിയൊ
രാപത്തുണ്ടാക്കുമെന്ന് എനിക്ക് തോന്നി. അതുകൊണ്ട് മേനോനെ ആക്രമ
ണത്തിൽ നിന്ന് രക്ഷപ്പെടുത്താമെന്നദ്ദേശിച്ചു. ഇയാൾ ഒരു ചായപ്പീടികയ്ക്ക്
സമീപത്തായി നിൽക്കുകയാണ്. ഞാൻ ഇയാളെ പിടിച്ച ചായപ്പീടികയുടെ
തിണ്ണയിൽ കൊണ്ടുപോയി, അതിന്റെ ഒരു കോണിൽ ഇയാളെ നിർത്തി.
ഇയാളുടെ മുമ്പിൽ ഞാൻ നിന്നു. ഇയാളുടെ മൂന്നഭാഗത്ത് ചുമരും ഒരു
ഭാഗത്ത് ഞാനും. ഇങ്ങനെ ഇയാൾക്ക് ഒരു രക്ഷാകവചം സൃഷ്ടിച്ചു. ഈ
കല്ലേറുകൾ നിർത്തുവാനായി ഞാൻ ജനങ്ങളോട് അപേക്ഷിച്ചു. ജനങ്ങൾ
ക്ഷുഭിതരായിരിക്കുന്നു. ആറോൺ കമ്പനി പണിമുടക്കവസാനത്തിൽ ഇദ്ദേ
ഹത്തിന്റെ മർദ്ദനം കൊണ്ട് അവശരായ പലരും ഈ യോഗത്തിൽ വന്നി
ട്ടുണ്ട്. സമയം അഞ്ചരമണിക്ക് അടുത്തിരിക്കുന്നു. എന്റെ ആഹ്വാനം ഒന്നും
ആരും ചെവിക്കൊണ്ടില്ല. രക്തപങ്കിലമായ മേനോന്റെ കൈകൾ എന്റെ

പൃഷ്ഠഭാഗത്തെ സ്പർശിച്ചിരിക്കുന്നു. ഇയാൾ തലയൊന്നു കുനിച്ചിരിക്കുന്നു. അപ്പോഴും ഇദ്ദേഹം പറയുന്നത് "ഈ നായിന്റെ മക്കൾ, നായിന്റെ മക്കൾ" എന്നായിരുന്നു. ജനങ്ങൾ എന്റെ അഭിപ്രായം സ്വീകരിച്ചില്ലെന്ന് മാത്രമല്ല, ഞാൻ മേനോന് രക്ഷാഭിത്തിയായിത്തീർന്നതുകൊണ്ട് ആ രക്ഷാഭിത്തി തകർക്കുവാനും തുടങ്ങി. ചെറുതായ കല്ലുകൾകൊണ്ടായിരുന്ന അവർ ആദ്യമായി എന്റെ നേരെയെറിഞ്ഞത്. ഞാൻ മാറിനിൽക്കാത്തുകൊണ്ട് കല്ലുകളുടെ വലിപ്പം കൂടിക്കൂടിവന്നു. എന്റെ കൈയ്യിൽ വല്ലതായ ഒരുഖദർ വേഷ്ടിയും ഓർമകൾ രേഖപ്പെടുത്തുന്ന ഒരു ബുക്കുമുണ്ടായിരുന്നു. അതുരണ്ടും കൊണ്ട് ഞാൻ മാറിന് മറവായി പിടിച്ച് ഈ കല്ലേറ് തടഞ്ഞു. ക്രമേണ ഏറിന്റെ ശക്തികൂടി. അപ്പോൾ ഒരാൾ എന്റെ സമീപത്തുവന്നു. ഞാൻ നില്ലു ന്ന ചുമരിന്ഒന്ന്ചവുട്ടി എന്റെ കൈ പിടിച്ചവലിച്ചു. ഞാൻ കമിഴ്ന്നവീണു. അത് എന്നെ ഉപദ്രവിക്കാനായിരുന്നില്ല. കുട്ടിക്കൃഷ്ണമേനോനെ പിടിക്കാനായിരുന്നു. മേനോനെ അവിടെനിന്ന് യോഗസ്ഥലത്തേക്ക് നീക്കി.

കുറച്ചസമയം കഴിഞ്ഞപ്പോൾ പൂരം കഴിഞ്ഞ പറമ്പുപോലെയോഗസ്ഥലം നിർജ്ജനമായിക്കണ്ടു. നേരം ആറുമണി കഴിഞ്ഞു. പ്രഭാതസമയത്തെ അന്തരീക്ഷത്തിൽ നക്ഷത്രങ്ങളെല്ലാം ക്രമേണ മങ്ങിമറയുന്നതുപോലെ നക്ഷത്രങ്ങളെല്ലാം മങ്ങിമറയുകയും പിന്നെ കേവലം നക്ഷത്രശൂന്യമായി ത്തീർന്നതുപോലെയും. ജനങ്ങളും ക്രമേണ ക്രമേണയാണ് യോഗസ്ഥലം വിട്ടത്. പീടികകളെല്ലാം അടച്ചുപൂട്ടി. മാതമംഗലം പരമേശൻ നമ്പീശനെ ഒരുഭാഗത്ത് കാണുന്നുണ്ട്. എന്റെ ഓർമക്കുറിപ്പ് ബുക്ക് ഞാൻ അയാളുടെ കൈയ്യിൽ കൊടുത്തു. ഉടൻ സ്ഥലംവിട്ടുവാൻ അയാളോട് പറയുകയും ചെയ്തു. ഒരാൾ അവിടെ കിടക്കുന്നതായി കണ്ടു. ഞാൻ അയാളെ സമീപിച്ചു. അയാൾ സജ്ജീവനോ നിർജ്ജീവനോയെന്ന്മനസ്സിലായില്ല. വെടിയുടെ പാടൊന്നും ഇദ്ദേഹത്തിന്റെ ദേഹത്തിൽ കണ്ടില്ല. സൂക്ഷിച്ചുനോക്കിയപ്പോൾ ഇയാൾ മരിച്ചതായി എനിക്ക്തോന്നി. വേഷം കണ്ട്പോലീസാണെന്ന്തീരുമാനിച്ചു ഹെഡ്കോൺസ്റ്റബിൾ ഗോപാലൻ നായരാണെന്ന്എനിക്ക്മനസ്സിലായി. ആ സ്ഥലം തല്ലാലം ഭീതിജനകമാണ്. എന്റെ രാഷ്ട്രീയ ജീവിതരംഗങ്ങളിൽ ഇങ്ങനെയുള്ള സംഭവം ഒന്നാമത്തേതാണ്. എങ്ങോട്ടുപോകണം എന്നൊരു ശരിയായ ബോധോദയം എനിക്കുണ്ടായില്ല. വെള്ളാഴ്ക്കിന അനുസരിച്ച് മരത്തടികൾ ഒഴുകുന്നതുപോലെ ഞാനും പടിഞ്ഞാറോട്ടൊഴുകി. എന്റെ ഹൃദയത്തിൽ നാനാതരത്തിലുള്ള ചിന്താശക്തികൾ പ്രവഹിച്ചുതുടങ്ങി. അമ്മയ്ക്ഏകാവലംബമാണ്ഞാൻ എന്നുള്ള കഥ എപ്പോഴും സ്മരിക്കാറുണ്ട്. എങ്കിലും ഭാരതാംബയുടെ ആഹ്വാനവും സ്വീകാര്യമാണെന്ന് കരുതി പ്രവർ ത്തിച്ചുവരികയാണ്. ഭാരതത്തിന്റെ സ്വാതന്ത്ര്യസമരം സ്വീകരിച്ച മാർഗ്ഗം അഹിംസാധിഷ്ഠിതമാണ്. ഇന്നേവരെ ഞാൻ പ്രവർത്തിച്ചിരുന്നതും ആ

മാർഗത്തിൽക്കൂടിയാണ്. ഇന്ന് അതിൽനിന്നും ഭിന്നമായ ഒരു മാർഗ്ഗം സ്വീ കരിക്കപ്പെടേണ്ടിവരുമെന്ന് ഞാൻ കരുതിയിരുന്നില്ല. പുത്തൻ കോൺ ഗ്രസ്സുകാർ പറയുന്നതുപോലെ ആയുധധാരികളായ എതിർകക്ഷികൾ നമ്മെ വെടിവെച്ചും അടിച്ചും വധിക്കാൻ ശ്രമിക്കുമ്പോൾ എതിരാളിയുടെ യുദ്ധമുറ നാം സ്വീകരിച്ചുപോയാൽ ആ വിഭാഗക്കാർ ഭ്രഷ്ടന്മാരോ, ആഭാസന്മാരോ, സമുദായദ്രോഹികളോ ആണെന്ന് ഞാൻ കരുതിയിരുന്നില്ല. മഹാത്മജിയുടെ നേതൃത്വം ആ മാർഗം സ്വീകരിക്കുവാൻ ഉപദേശിച്ചിട്ടുണ്ട്. അത് ഇന്ത്യയുടെ താല്ലാലിക നിലയ്ക്ക് പ്രായോഗികമായിട്ടുള്ളതും ആണ്. 1935ൽ സത്യാഗ്രഹം പരാജയപ്പെട്ടപ്പോൾ ഒരു സായുധവിപ്ലവം തന്നെ നടത്തിയും ബ്രിട്ടീഷ് ഭരണം അവസാനിപ്പിക്കുവാൻ സ്വാതന്ത്ര്യപ്രേമികളായ പല ഭാരതീയരും ശ്രമിച്ചിട്ടുണ്ട്. മലബാറിൽ ആ പ്രവർത്തനത്തിന്റെ ശാഖ സ്ഥാപിച്ച് പ്രവൃത്തി ആരംഭിച്ചപ്പോൾ അതിൽ ഞാനും ഒരംഗമായിരുന്നു. ഭാരതീയ സംസ്കാര ങ്ങളുടെ ഉറവിടമായ രാമായണം, ഭാരതം മുതലായ ഇതിഹാസങ്ങളും പരി ശോധിച്ചാലും എതിരാളിയോട് യുദ്ധം ചെയ്യുന്നതിൽ തെറ്റില്ലെന്ന് മാത്രമല്ല, അങ്ങനെ പ്രവർത്തിക്കാതിരിക്കുന്നത് ഭീരുത്വമാണെന്നും പറയുന്നുണ്ട്. അതുകൊണ്ടാണല്ലോ അഭിമന്യു, അർജ്ജുനൻ, ഭീഷ്മർ മുതലായവരെ വീര കേസരികളായി വർണ്ണിച്ചുകാണുന്നത്. അക്കാലത്തെ സമുദായം അവരെ മുക്തകണ്ഠം സ്തുതിച്ചതല്ലാതെ നിന്ദിച്ചതായി ഒരു സ്ഥലത്തും കാണുന്നില്ല. സമീപകാലത്ത് ശിവാജി, റാണാ പ്രതാപസിംഹൻ ഇവരും പഴശ്ശി കേര ളവർമ്മ മുതലായവരും മാതൃകയാണ്. സ്നേഹിക്കുക, സ്നേഹിക്കപ്പെടുക, ദ്രോഹിക്കുക, ദ്രോഹിക്കപ്പെടുക. സബ്ഇൻസ്പെക്ടർ കുട്ടികൃഷ്ണമേനോന്റെ ജീവിതവും അന്ത്യവും രണ്ടാമത് പറഞ്ഞതിന് ഒരു ഉദാഹരണമാണ്.

കുട്ടികൃഷ്ണമേനോൻ തന്റെ അധികാരാതിർത്തിക്കപ്പുറത്ത് മറ്റ ചിലരുടെ പ്രേരണമൂലം ആവശ്യത്തിലധികം കടന്നുപ്രവർത്തിച്ചിരുന്നു. പരിപാടി മൊറാഴ അംശത്തിലേക്ക് മാറ്റിയപ്പോൾ ഇദ്ദേഹത്തിന് മടങ്ങിപ്പോകേണ്ട തായ ബാദ്ധ്യത മാത്രമേ ഉണ്ടായിരുന്നുള്ളൂ. വ്യക്തിപരമായിത്തന്നെ അധഃ പതിച്ചവനായിരുന്നു. സ്ത്രീകളെ സമീപിക്കുന്നതിൽ ബലപ്രയോഗമല്ലാതെ നീതിബോധമോ സദാചാര സംരക്ഷണമോ ലോകാപവാദമോ അയാൾ ചിന്തിക്കാറില്ല. ഇന്ദ്രജിത്ത് മരിച്ചപ്പോൾ രാവണന്റെ വിലാപത്തെപ്പറ്റി കാണുന്ന പദ്യശകലം ഞാൻ രേഖപ്പെടുത്താം.

അദ്ധ്യാത്മരാമായണം യുദ്ധകാണ്ഡം:

"അദ്യദേവഗണാ സർവ്വേ

സഖം സുഹൃത്തി നിർഭയഃ"

അതുപോലെ കുട്ടികൃഷ്ണമേനോൻ ഏതു പ്രദേശത്ത് താമസിച്ചുവോ ആ സ്ഥലത്ത് പാവപ്പെട്ട കുടുംബത്തിലെ സൗന്ദര്യവതികളായ സ്ത്രീകൾക്ക്

മേലിൽ നിർഭയം ഉറങ്ങാം എന്ന് രേഖപ്പെടുത്തുന്നതിൽ വലിയ തെറ്റില്ല. യോഗസ്ഥലം വിട്ട് പടിഞ്ഞാറവശത്താണ് ഞാൻ യാത്രചെയ്തത്. ഞാൻ സമീപമുള്ള ഒരു പീടികയിൽ കയറി ഇരുന്നു. രണ്ടു മൂന്നു ധന്വന്തരഗുളിക നെയ്യിൽ ചാലിച്ച് നെഞ്ചിൽ പുരട്ടി. ഇതിൽ തളിപ്പറമ്പുകാരൻ മമ്മതാണ് എന്നെ സഹായിച്ചത്. മമ്മതുതന്നെയാണ് എന്നെ പിടിച്ചുവലിച്ചതും. ശരിക്കൊരു ലക്ഷ്യം വെച്ചല്ലെങ്കിലും ഞാൻ ചെന്നുചേർന്നത് ചെറുകുന്നി ലാണ്."

മൊറാഴയിൽ പോലീസിന്റെ ഭ്രാന്തമായ ആക്രമണത്തിനെതിരെ വെറുംകൈകൊണ്ട് ചെറുത്തുനിന്ന അറാക്കലിന്റെ തല തല്ലിപ്പിളർ ക്കുകയായിരുന്നു. നേർക്കുനേർ നിന്ന് പരാജയപ്പെടുത്താനാവാത്ത ആ ആജാനുബാഹുവിനെ പിന്നിൽ നിന്ന് നിരപ്പലക കൊണ്ടടിച്ച് വീഴ്ത്തുകയായിരുന്നു. കാലിൽ പിസ്റ്റൾ കൊണ്ടുള്ള വെടിയുമേറ്റു. ബോധം കെട്ടുവീണ അറാക്കലിനെ രൈരുനമ്പ്യാരും ടി. ചാത്തുക്കുട്ടി മാസ്റ്ററും ചേർന്ന് മൊറാഴയിലെ തന്നെ ടി. ദാമുവിന്റെ വീട്ടിൽ കൊണ്ടുചെന്ന് കിടത്തി.

അറാക്കൽ കൊല്ലപ്പെട്ടുവെന്ന വാർത്ത അപ്പോഴേക്കും നാടെങ്ങും പരന്നു. അഞ്ചാം പീടികയിൽ റാലിക്കെത്തിയവരിൽ പലർക്കും അങ്ങനെ തോന്നിയിരുന്നു. അവരിൽ ചിലർ അത് പരസ്യമായി പറയുകയും ചെയ്തു. ആശങ്കതോന്നിയ അറാക്കൽ നാരായണൻ നമ്പ്യാർ (വലിയ അറാക്കൽ) ഏതാനും പേരെയും കൂട്ടി അഞ്ചാംപീടികയിലേക്ക് ഓടിയെത്തി. അറാക്കലിനെ പോലീസ് ഒരു പീടികയിൽ പൂട്ടിയിട്ടിട്ട

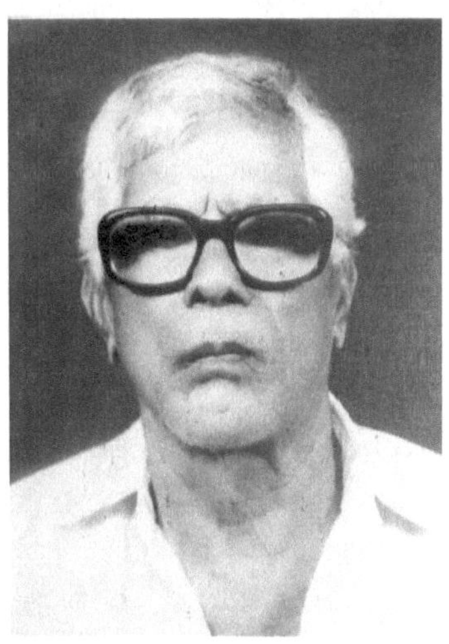

അറാക്കൽ നാരായണൻ നമ്പ്യാർ

ണ്ടെന്ന കിംവദന്തി കേട്ടതിനാൽ ആ വഴിക്ക് അന്വേഷിച്ചു. കടയുടെ നിര ചവിട്ടിത്തുറന്നു. പക്ഷേ അവിടെയുണ്ടായിരുന്നില്ല. രാത്രി കുറേ കഴിഞ്ഞപ്പോഴാണ് ഒരു വീട്ടിലാണുള്ളതെന്ന് മനസ്സി ലാക്കിയത്. അവിടെനിന്നും വലിയ അറാക്കലും പി.കെ. കൃഷ്ണൻ നമ്പ്യാരും (കയരളത്തെ ആദ്യത്തെ കോൺഗ്രസ്സുകാ നായ രൈരു നമ്പ്യാരുടെ മകൻ) വലിയ ചാക്കിൽ കെട്ടി എടുത്ത് സാഹസികമായി കയരളത്തെത്തിച്ചു. കയരളത്തെ

പി.കെ. കൃഷ്ണൻ നമ്പ്യാർ

കേളപ്പണിക്കർ എന്ന നാട്ടുവൈദ്യ നാണ് അറാക്കലിനെ ചികിത്സി ച്ചത്. പക്ഷേ എം.എസ്.പി.ക്കാർ വന്ന് നാടെങ്ങും അരിച്ചപെറുക്കാൻ തുടങ്ങിയതോടെ ചികിത്സയെ ല്ലാം ഒഴിവാക്കി അറാക്കൽ രക്ഷപ്പെട്ടു. (കേളപ്പണിക്കർക്ക് പോലീസ് പീഡനത്തെ തുടർന്ന് മുഴക്കുന്നിലേക്ക് താമസം മാറ്റേ ണ്ടിവന്നു) കുറ്റിയാട്ടൂരിലും മറ്റമായി കുറേദിവസം ഒളിവിൽ. പക്ഷേ അതിവേഗം തന്നെ അറസ്റ്റിലായി.

കർഷക സംഘത്തിന്റെ ചിറക്കൽ താലൂക്ക് വോളണ്ടിയർ ക്യാപ്റ്റനാണ് അറാക്കൽ. (അന്ന് പരസ്യപ്രവർത്തനം ആരംഭിച്ചിട്ടില്ലാത്ത എന്നാൽ, അതിനകം നിലവിൽ വന്ന കമ്മ്യൂണിസ്റ്റ് പാർട്ടിയുടെ). അറാക്കലിന്റെ കീഴിൽ ഇരിക്കൂർ ഫർക്കാ വോളണ്ടിയർ ഓഫീസറാണ് കെ.കെ. രൈരു നമ്പ്യാർ. അവരിരുവരും ചേർന്നാണ് മൊറാഴയിലേക്ക് കയരളം അംശത്തിൽ നിന്ന് ബഹുജന ജാഥ നയിച്ചത്. അവരാണ് പോലീസി നുമുമ്പിൽ കീഴടങ്ങാതെ ശക്തമായി പൊരുതിനിന്നത്. അക്കാലത്ത് വോളണ്ടിയർ നേതാക്കളെ ആപ്പീസർ എന്നാണ് വിളിച്ചപോന്നത്. ഉദാഹരണം ചന്തു ആപ്പീസർ.

കർഷക പ്രസ്ഥാനത്തിന്റെ, വർഗപ്രസ്ഥാനത്തിന്റെ കായികപ്രവർ ത്തനങ്ങളുടെയെല്ലാം ആണിക്കല്ല് അറാക്കലാണെന്നാണ് രഹസ്യ പോലീസിന്റെ റിപ്പോർട്ട്. അറസ്റ്റിലായ അറാക്കലിനെ തളിപ്പറമ്പ് പോലീസ് സ്റ്റേഷനിലേക്കാണ് കൊണ്ടുപോയത്. മൊറാഴ സംഭ വത്തിൽ പരിക്കേറ്റ എസ്.ഐ. ബീരാൻ മൊയ്തീന്റെ നേതൃത്വത്തിൽ ഇരുപതോളം പോലീസുകാരാണ് അറാക്കലിനെ മൂന്ന് ദിവസം മുഴുവൻ ലോക്കലിൽ പെരുമാറിയത്.

മൊറാഴ കേസിൽ തലശ്ശേരി സെഷൻസ് കോടതി കെ.പി.ആറിന് ഏഴും ഇ. നാരായണൻ നായനാർ അടക്കം ഏതാനം പേർക്ക് അഞ്ചു കാല്ലും വീതവും ഭാരതീയന് മൂന്ന് വർഷത്തേയും തടവാണ് വിധിച്ചത്. കേസിൽ ഒന്നാം പ്രതിയായ കെ.പി.ആറിനെ ഒമ്പത് മാസത്തോളം ദക്ഷിണേന്ത്യയിലാകെ അരിച്ചപെറുക്കിയിട്ടും പോലീസിന്

പിടികിട്ടിയില്ല. തലയ്ക്ക് വിലപറഞ്ഞിട്ടുപോലും പിടികിട്ടിയില്ല. ഒടുവിൽ വിചാരണ നടന്നുകൊണ്ടിരിക്കെയാണ് പിടികിട്ടിയത്. ഇരിക്കൂർ ഫർക്ക യിലെ കമ്മ്യൂണിസ്റ്റ്-കർഷക മുന്നേറ്റത്തിൽ കെ.പി.ആറിനെ കണ്ണിലെ കൃഷ്ണമണിപോലെ സംരക്ഷിച്ച അനുഭവവും മുതൽക്കൂട്ടാണ്. കെ.പി. ആറിനെ അറസ്റ്റ് ചെയ്ത ശേഷം കല്ല്യാശ്ശേരിയിൽ കൊണ്ടുപോയി. തളിപ്പറമ്പ് പോലീസ് സ്റ്റേഷൻ വരെ ചവിട്ടി വലിക്കുകയായിരുന്ന പോലീസ്. ഒരാളെ എങ്ങനെയൊക്കെ മർദ്ദിക്കാമോ, പീഡിപ്പിക്കാമോ അമ്മട്ടിലെല്ലാം പീഡനം. ജയിലിൽ ചങ്ങലക്കിട്ട കിടത്തുകയോ ഇരു ത്തുകയോ അല്ലാത്ത പരുവത്തിലാക്കിയിരിക്കുകയായിരുന്നു പിന്നീട്. ചങ്ങലക്കിട്ടതന്നെയാണ് കെ.പി.ആറിനെയും അറാക്കലിനെയും കോടതിയിലെത്തിച്ചതും. വിചാരണ നടക്കുന്ന ദിവസത്തിൽ നൂറുക ണക്കിനാളുകൾ തലശ്ശേരി കോടതി പരിസരത്ത് തടിച്ചുകൂടി.

മൊറാഴ കേസിൽ ശിക്ഷിക്കപ്പെട്ട ഇ. നാരായണൻ നായനാർ ഇ.കെ. നായനാരുടെ ജ്യേഷ്ഠനും സ്വാതന്ത്ര്യസമരസേനാനിയുമായിരു ന്നു. എന്നാൽ മൊറാഴ സംഭവം നടക്കമ്പോൾ നാട്ടിലേ ഉണ്ടായിരു ന്നില്ല. എന്നാൽ 1937ൽ നടന്ന ഡിസ്ക്രടിക്ട് ബോർഡ് തെരഞ്ഞെടു പ്പിൽ കോൺഗ്രസ്സിലെ വലതുപക്ഷ സ്ഥാനാർത്ഥിക്കെതിരെ ഇടതു പക്ഷ വിഭാഗത്തിന്റെ സ്ഥാനാർത്ഥിയായി മത്സരിച്ചിരുന്നു. സാമുവൽ ആറോണിന്റെ കടുത്ത ശത്രുതയ്ക്ക് അത് കാരണമായി. മൊറാഴ സമര ത്തിൽ യഥാർത്ഥത്തിൽ പങ്കാളിയായ ഇ.കെ. നായനാർക്ക് പകരം ഇ.എൻ. നായനാർ എന്നറിയപ്പെട്ടുന്ന നാരായണൻ നായനാരെ പ്രതിയാക്കി ശിക്ഷിക്കുകയാണിരുന്നു. നാരായണൻ നായനാർ പിൽ ക്കാലത്തും കോൺഗ്രസ്സുകാരൻ തന്നെയായിരുന്നു.

മൊറാഴ കേസിൽ ജില്ലാകോടതി വിധിയിൽ ഭരണകൂടവും വലതു പക്ഷ കോൺഗ്രസ്സ് നേതൃത്വവും നിരാശയിലായിരുന്നു. മൊറാഴ സംഭവത്തിനും അതേദിവസം തന്നെ തലശ്ശേരി ജവഹർഘട്ടിൽ ബഹുജനറാലിക്ക് നേരെ നടന്ന പോലീസ് വെടിവെപ്പിൽ സഖാക്കൾ അബു, ചാത്തുക്കുട്ടി എന്നിവർ രക്തസാക്ഷികളായ സംഭവത്തിനും മട്ടന്നൂരിൽ ഒരു പോലീസുകാരൻ കൊല്ലപ്പെട്ട സംഭവത്തിനുമെല്ലാം കാരണമായ മർദ്ദന പ്രതിഷേധദിനാചരണത്തെ പിന്നീട് എ.ഐ.സി. സി. നേതൃത്വം തള്ളിപ്പറഞ്ഞു. ഇടതുപക്ഷ നേതൃത്വത്തിലുള്ള കെ.പി. സി.സി.യെ എ.ഐ.സി.സി. പിരിച്ചുവിട്ടു. മർദ്ദനപ്രതിഷേധദിനാചര ണത്തിന് ആഹ്വാനം ചെയ്ത കെ.പി.സി.സി. ജനറൽ സെക്രട്ടറി കെ. ദാമോദരനെ പോലീസ് അറസ്റ്റ് ചെയ്ത് ജയിലിലടച്ചു. അഞ്ച് വർഷത്തെ ശിക്ഷവിധിച്ചു...

കെ.ദാമോദരൻ

മൊറാഴ കേസിൽ താരത മ്യേന ചെറിയ ശിക്ഷയും പല പ്രമുഖരെ വിട്ടയച്ചതും കാരണം നിരാശയിലായ സർക്കാർ മദിരാശി ഹൈക്കോടതിയിൽ അപ്പീൽ തൽകി. മലബാറിൽ കമ്മ്യൂണിസ്റ്റ്-കർഷക പ്രസ്ഥാ നത്തെ അമർച്ച ചെയ്യാനുള്ള അവസരമായി ഇതിനെ ഉപയോഗപ്പെടുത്തണമെന്ന് ഉന്നതതല ഗൂഢാലോചന നടന്നു. ജൂഡീഷ്യറിയെക്കൂടി പങ്കാളിയാക്കിയുള്ള ഗൂഢാ ലോചനയെന്ന് വിമർശി ക്കപ്പെട്ട സംഭവം. മദിരാശി

ഹൈക്കോടതി കെ.പി.ആറിനെ തൂക്കിക്കൊല്ലാൻ വിധിച്ചു. അറാക്കൽ, ടി. രാഘവൻ നമ്പ്യാർ, വി.പി. നാരായണൻ, എം. ഇബ്രാഹിം, പി.വി. അച്യുതൻ നമ്പ്യാർ എന്നിവരെ ജീവപര്യന്തം തടവിന് ശിക്ഷിച്ചു. കെ.പി. ആറിനെ വിട്ടയക്കണം, ജീവൻ രക്ഷിക്കണമെന്നാവശ്യപ്പെട്ട് നടന്ന നിരന്തര പ്രക്ഷോഭത്തിൽ ഇരിക്കൂർ ഫർക്കയിലെ പ്രസ്ഥാനം വലിയ പങ്ക് വഹിച്ചു. ജീവപര്യന്തം തടവിന് ശിക്ഷിക്കപ്പെട്ട അറാക്കലിനെ കണ്ണൂർ ജയിലിൽ ഒരു വർഷം പാർപ്പിച്ചശേഷം രാജമുൻഡ്രി ജയിലി ലേക്ക് മാറ്റി. അറാക്കലിനെ മാത്രമല്ല, ജീവപര്യന്തം ശിക്ഷിക്കപ്പെട്ട മറ്റ് നാല്വപേരെയും ഭീകരരായി പരിഗണിച്ച് കൈകൾക്കും കാല്വകൾ ക്കും കോൽ ചങ്ങലയിട്ട് പ്രത്യേക പൊസിഷനിൽ ഇരിക്കാനോ കിടക്കാനോ പറ്റാത്ത പരുവത്തിൽ വായുവിൽ തൂങ്ങിക്കിടക്കുന്ന രീതിയിൽ ഏകാന്ത തടവിലാക്കുകയായിരുന്നു. ശിക്ഷ ജീവപര്യന്തമാ ണെങ്കിലും ആറ് വർഷം കഴിഞ്ഞപ്പോൾ 1946 ഒക്ടോബറിൽ അറാ ക്കലിനെയും സഖാക്കളെയും മോചിപ്പിച്ചു. മദിരാശിയിൽ ടി. പ്രകാശം മന്ത്രിസഭ അധികാരത്തിൽ വന്നതിനെ തുടർന്നായിരുന്നു അത്. 26-27 വയസ്സിനകം ആറ് വർഷത്തെ കഠിനതടവ് അനുഭവിക്കുകയായിരുന്നു.

വീണ്ടും ജനമധ്യത്തിലേക്കിറങ്ങിയ അറാക്കൽ.... ഇരിക്കൂർ ഫർക്ക യിൽ ആവേശം അലതല്ലുകയായിരുന്നു... വീരനായകന്റെ വരവ്...

1940 സെപ്തംബർ 15ന്റെ സംഭവത്തോടെ കള്ളക്കേസുകളുടെയും പോലീസ് ഭീകരവാഴ്ചയുടെയും സാഹചര്യത്തിൽ കമ്മ്യൂണിസ്റ്റ് പാർട്ടിയും

ഇ.പി. കൃഷ്ണൻനമ്പ്യാർ

കെ.കെ. കുഞ്ഞനന്തൻ നമ്പ്യാർ

കർഷകപ്രസ്ഥാനവും ഇരിക്കൂർ ഫർക്കയിൽ തളർന്നുപോയിരുന്നില്ല. എന്നുമാത്രമല്ല, കെ.പി.ആറിനെ കൊലമരത്തിൽ നിന്ന് രക്ഷിക്കണമെന്ന മുദ്രാവാക്യത്തോടെ പ്രക്ഷോഭം ശക്തമായി അലയടിക്കുകയായിരുന്നു. മൊറാഴ സംഭവത്തിൽ അറാക്കലിന്റെ സഹ ക്യാപ്റ്റനെപ്പോലെ പ്രവർത്തിച്ചുവെങ്കിലും രൈരുനമ്പ്യാർ കേസിൽ പ്രതിയായിരുന്നില്ല. കേസിൽ പ്രതികളായ നേതാക്കളെ ഒളിവിൽ പാർപ്പിക്കുന്നതിന് നേതൃത്വം നൽകിക്കൊണ്ട് രൈരുനമ്പ്യാർ നാട്ടിൽപ്രവർത്തിച്ചു. രണ്ടാം ലോക മഹായുദ്ധം 1942ഓടെ പുതിയ ഘട്ടത്തിലെത്തി. അതേവരെ യുദ്ധത്തിൽ നിന്ന് മാറിനിൽക്കുകയായിരുന്ന സോവിയറ്റ് യൂണിയൻ യുദ്ധത്തിൽ പങ്കാളികളായി. ബ്രിട്ടന്റെയും അമേരിക്കയുടെയും ഒപ്പം സഖ്യശക്തികളുടെ മുന്നണിയായി, ഹിറ്റ്ലർ-മുസോളിനി അച്ചുതണ്ട് ശക്തിക്കെതിരെ. ഫാസിസത്തിനെതിരായ യുദ്ധം കൊട്ടമ്പിരിക്കൊള്ളുന്ന ആ ഘട്ടത്തിൽ നേരത്തെ യുദ്ധവിരുദ്ധ പക്ഷത്തായിരുന്ന ഇന്ത്യൻ കമ്മ്യൂണിസ്റ്റ് പാർട്ടിയും നിലപാട് മാറ്റി. ലോകത്തെയാക മാനം നശിപ്പിക്കുന്ന ഫാസിസത്തെ പരാജയപ്പെടുത്താൻ എല്ലാവരും സർവ്വശക്തിയുമെടുത്ത് പോരാടണം. ഫാസിസം പരാജയപ്പെട്ടാലേ ദേശീയ വിമോചന പോരാട്ടങ്ങൾ വിജയത്തിലെത്തൂ എന്ന നിലപാ ടിലാണ് അന്ന് കമ്മ്യൂണിസ്റ്റ് പാർട്ടി എത്തിയത്. ഫാസിസ്റ്റ് വിരുദ്ധ പോരാട്ടത്തിന്റെ നേതൃസ്ഥാനത്തുള്ള ബ്രിട്ടീഷ് സൈന്യത്തിന് കരുത്തുപകരാൻ കമ്മ്യൂണിസ്റ്റുകാർ കഴിയാവുന്നത്ര പേർ പട്ടാള ത്തിൽ ചേരണമെന്ന് പാർട്ടി നിർദ്ദേശം നൽകി. ഇരിക്കൂർ ഫർക്കാ

ഇ. കുഞ്ഞിരാമൻ നായർ   ടി. ഒതേനൻ മാസ്റ്റർ

വോളണ്ടിയർ ഓഫീസറായ രൈര നമ്പ്യാർ പാർട്ടി തീരുമാന പ്രകാരം പട്ടാളത്തിൽ ചേർന്നു. കിട്ടിയ സുവർണ്ണാവസരത്തിൽ പട്ടാളത്തിൽ ചേർന്ന് സൈനിക പരിശീലനം നേടിയാൽ "ഭാവിയിലെ ആവശ്യ ത്തിന്" ഉപയോഗിക്കാനാവും എന്ന കണക്കുകൂട്ടലോടെ കൃഷ്ണപിള്ള തന്നെയാണ് താൽക്കാലിക സൈനിക സേവനത്തിൽ ചേരാൻ നിർദ്ദേശം നൽകിയത്.

അറാക്കലും രൈരനമ്പ്യാരുമടക്കമുള്ള നേതാക്കൾ പ്രവർത്തനരം ഗത്തില്ലായെങ്കിലും അപ്പോഴേക്കും നേതൃനിരയിലേക്ക് വരാൻ തുടങ്ങി ഇ.പി. കൃഷ്ണൻ നമ്പ്യാർ, ഇ. കുഞ്ഞിരാമൻ നായർ, കെ.കെ. കുഞ്ഞ നന്തൻ നമ്പ്യാർ, ടി. ഒതേനൻ മാസ്റ്റർ, എ. കുഞ്ഞിക്കണ്ണൻ തുടങ്ങി നിരവധി പേർ.

തൊള്ളായിരത്തി മുപ്പതുകളുടെ മധ്യേ ആദ്യം രൈര നമ്പ്യാരെയും തുടർന്ന് അറാക്കലിനെയും റിക്രൂട്ട് ചെയ്തത്പോലെ കേരളീയൻ എ. കുഞ്ഞിക്കണ്ണനെ ഒറ്റനോട്ടത്തിൽ തന്നെ റിക്രൂട്ട് ചെയ്യുകയായിരുന്നു. 1939ലെ ബക്കളം കേരള രാഷ്ട്രീയ സമ്മേളനം. മലപ്പട്ടത്തെ പൗര പ്രമുഖനും കോൺഗ്രസ് നേതാവുമായ അളോറ ഗോവിന്ദൻ നമ്പ്യാർ സമ്മേളനത്തിൽ പ്രതിനിധി. മയ്യിൽ ഹയർ എലിമെന്ററി സ്കൂളിൽ നിന്ന് എട്ടാം ക്ലാസ് പാസ്സായി ചേടിച്ചേരിയിൽ സ്കൂൾ അദ്ധ്യാപക നായി പ്രവർത്തിക്കുന്ന മരുമകൻ കുഞ്ഞിക്കണ്ണനെയും കൂട്ടിയാണ് ഗോവിന്ദൻ നമ്പ്യാർ സമ്മേളനത്തിനെത്തിയത്. കുഞ്ഞിക്കണ്ണൻ

എ. കുഞ്ഞിക്കണ്ണൻ

കോൺഗ്രസ്സിന്റെയും കർഷക സംഘത്തിന്റെയും പ്രവർത്ത നത്തിൽ കുറച്ചൊക്കെ പങ്കെ ടുക്കാറുണ്ട്. ഗോവിന്ദൻ നമ്പ്യാ രോടൊപ്പം ചുറുചുറുക്കുള്ള ഒരു ചെറുപ്പക്കാരനെ കണ്ടപ്പോൾ കേരളീയൻ അടുത്തെത്തി. ഈ കുട്ടിയേതാ എന്ന് കേരളീയന്റെ ചോദ്യം. എന്റെ അനന്തരവൻ എന്ന മറുപടി. ഉടൻ കേരളീയന്റെ ആവശ്യം - ഇവനെ പ്രസ്ഥാന ത്തിന് വിട്ടുതരണം. രൂപീകരി ക്കാൻ പോകുന്ന കമ്മ്യൂണിസ്റ്റ് പാർട്ടിയുടെ പ്രധാന കാഡർമാ രിലൊരാളായി അളോറ കുഞ്ഞി

ക്കണ്ണൻ മാഷ് എന്ന എ. കുഞ്ഞിക്കണ്ണൻ. ഇരിക്കൂർ ഫർക്കയിലെ കർഷക-കമ്മ്യൂണിസ്റ്റ് പ്രവർത്തനം ഏകോപിപ്പിക്കാൻ എണ്ണയിട്ട യന്ത്രം പോലെ പ്രവർത്തിക്കുകയായി അന്നു മുതൽ എ. കുഞ്ഞിക്കണ്ണൻ എന്ന യുവ വിപ്ലവകാരി. (എ.കുഞ്ഞിക്കണ്ണൻ സെക്രട്ടറിയായിരിക്കെ യാണ് ഇരിക്കൂർ ഫർക്കാ കമ്മിറ്റിക്ക് രാജ്യത്തെ ഏറ്റവും മികച്ച പാർട്ടി ഘടകത്തിനുള്ള ബഹുമതി ലഭിച്ചത്. മലപ്പട്ടത്ത് നടന്ന പൊതുയോഗ ത്തിൽ (നാല്പതുകളുടെ മധ്യേ) ജനറൽസെക്രട്ടറി പി.സി.ജോഷി കേന്ദ്ര കമ്മിറ്റിയുടെ വക ചെങ്കൊടി നൽകി. ജോഷിയുടെ പത്നി കല്പനാ ദത്തും ആ ചടങ്ങിൽ പങ്കെടുക്കുകയുണ്ടായി.)

വർഗ-ബഹുജന സംഘടനകൾ ശക്തിപ്പെടുന്നു

1940 സെപ്റ്റംബർ 15ന്റെ സംഭവമാണ് മലബാറിൽ പ്രത്യേ കിച്ച് ചിറക്കൽ താലൂക്കിൽ നിരവധി വർഗബഹുജന പ്രസ്ഥാനങ്ങളുടെ പിറവിക്ക് പ്രചോദനമായത്. മയ്യിൽ ഹയർ എലിമെന്ററി സ്കൂളിലെ വിദ്യാർത്ഥി ഫെഡറേഷൻ പ്രവർത്തനം അങ്ങിനെയാണ് തുടങ്ങുന്നത്. രഹസ്യമായി പ്രവർത്തിക്കുന്ന കമ്മ്യൂണിസ്റ്റ് പാർട്ടിയുടെ തീരുമാന പ്രകാരമായിരുന്ന അത്. ഫെഡറേഷൻ രൂപവൽക്കരിക്കുന്നതിനും ആദ്യകാല പ്രവർത്തനത്തിനും നേതൃത്വം നൽകിയത് എരുവേശ്ശിയിലെ എം.സി. പത്മനാഭൻ നമ്പ്യാരാണ്. സ്കൂളിൽ വിദ്യാർത്ഥികളെ സംഘടിപ്പിക്കാൻ പാർട്ടി എം.സി.യെ നിയോഗിച്ചയക്കുകയായിരുന്നുവെന്ന് കേരളീയൻ വ്യക്തമാക്കുകയുണ്ടായി. കമ്മ്യൂണിസ്റ്റ് പാർട്ടിയുടെയും കർഷകപ്രസ്ഥാനത്തിന്റെയും ആശയപ്രചാരണം കുട്ടികൾക്കിടയിൽ നടത്തുക, സമരശക്തിയായി വളർത്തുക എന്നീ ലക്ഷ്യങ്ങളോടൊപ്പം ഒരു അടിയന്തിര ലക്ഷ്യം ഉണ്ടായിരുന്നു- ഒളിവിൽ പ്രവർത്തിക്കുന്നതിന് സഹായം ചെയ്യൽ.

സംഘടന രൂപീകരിച്ച് ഒരു വർഷം കഴിയുന്നതിന് മുമ്പ് തന്നെ ഉജ്ജ്വലമായ പ്രക്ഷോഭത്തിന് സ്കൂൾ വേദിയായി. 1941ൽ സ്കൂളിലെ വാർ ഷികാഘോഷമുണ്ടായിരുന്ന. മുളകൊണ്ട് തൂണുകൾ കുഴിച്ചിട്ട് വലിയ പന്തലിലാണ് വാർഷികം നടന്നത്. പന്തൽ തയ്യാറാക്കിയത് കുട്ടിക ളാണ്. പന്തൽ അഴിച്ച് മുളകൾ എടുത്തുമാറ്റി, അതിന്റെ കുഴികൾ മൂടി. എന്നാൽ ഏതാനും കുഴികൾ മൂടിയിരുന്നില്ല. വിദ്യാർത്ഥി ഫെഡറേഷൻ

എൻ. സുബ്രഹ്മണ്യ ഷേണോയ്

പ്രവർത്തകരാണ് അതിന് ഉത്ത രവാദികൾ എന്ന് അധികാരികൾ കുറ്റപ്പെടുത്തി. ഫെഡറേഷൻ പ്ര വർത്തകനായ കുഞ്ഞിരാമനെ ഹെഡ്മാസ്റ്റർ ക്രൂരമായി മർദ്ദിച്ചു. അതിനെതിരെ സ്ക്കൂളിനകത്തും പുറത്തും പ്രതിഷേധം ആളിക്കത്തി. ചിറക്കൽ താലൂക്കിലെ മറ്റ് വിദ്യാ ലയങ്ങളിലും പ്രതിഷേധ പ്രകടനം നടന്നു. മർദ്ദനത്തിൽ പ്രതിഷേധിച്ച് കുട്ടികൾ ക്ലാസ്സ് ബഹിഷ്കരിച്ചു. ഉച്ചവരെ പഠിപ്പ് മുടക്ക് എന്നാണ് തീരുമാനിച്ചിരുന്നത്. എന്നാൽ വിദ്യാർത്ഥികളുടെ സംഘടിത പ്ര തിഷേധത്തിൽ രോഷാകുലനായ ഹെഡ്മാസ്റ്റർ വിദ്യാർത്ഥികളെ പരക്കെ ഓടിച്ച് തല്ലുകയും കല്ലുപെ റുക്കി എറിയുകയുമെല്ലാം ചെയ്തു.

പഠിപ്പുമുടക്കി സമരം നടത്തിയതിന് 14 വിദ്യാർത്ഥികളെ സ്ക്കൂളിൽ നിന്ന് സസ്പെന്റ് ചെയ്തു. എം.സി. പത്മനാഭൻ, കെ.ഒ. അച്യുതൻ, ഇ.പി. ബാലകൃഷ്ണൻ, സി. കുഞ്ഞിരാമൻ (മുല്ലക്കൊടി), സി. കുഞ്ഞിരാമൻ (മയ്യിൽ), കെ. ജാനകി (കയരളം - പിൽക്കാലത്ത് ആന്നൂർ ഗ്രാമപ ഞ്ചായത്ത് പ്രസിഡന്റായി). കെ.പി. ഓമന, സി.വി. കോരൻ (കട്ടൂർ), ടി. ഗോവിന്ദൻ, സി. കൃഷ്ണൻ എന്നിവരെയാണ് സസ്പെന്റ് ചെയ്തത്. സസ്പെന്റ് ചെയ്യപ്പെട്ടത് അന്നത്തെ ഏഴാംക്ലാസ് വിദ്യാർത്ഥിക ളാണ്. പിറ്റേന്ന് പുറത്ത് നിന്ന് ബഹുജന സംഘടനാ പ്രവർത്തകർ കൂടി എത്തി. സ്ക്കൂളിലും മയ്യിൽ മേഖലയിലും വമ്പിച്ച പ്രതിഷേധപ്രകടനം നടന്നു. രൈരുനമ്പ്യാർ, കെ.കെ. കുഞ്ഞനന്തൻ നമ്പ്യാർ, എം.വി. ഗോപാലൻ, ഇ.കെ. കുമാരൻ ഇടങ്ങിയവരാണ് നേതൃത്വം നൽകിയത്. ബഹുജന സമ്മർദ്ദത്തെ തുടർന്ന് ഒരാൾ ഒഴികെ ബാക്കി 13 പേരെയും ഏതാനും ദിവസത്തിനകം സ്ക്കൂളിൽ തിരിച്ചെടുത്തു. ഖേദപ്രകടനം നടത്താൻ ഒരുക്കമല്ലാത്തതിനാൽ സമരനായകനായ എം.സി. പത്മനാഭനെ ഒരു മാസം കൂടി പുറത്തുനിർത്തി. പിന്നീട് നിരുപാധികം തിരികെ പ്രവേശിപ്പിച്ചു. കുറച്ചനാൾ കഴിഞ്ഞ് ഒരു ദിവസം സ്ക്കൂൾ ചുമരുകളിൽ യുദ്ധവിരുദ്ധ മുദ്രാവാക്യങ്ങളും സാമ്രാജ്യത്വം തുലയട്ടെ

സി.വി. കുഞ്ഞപ്പ മാസ്റ്റർ

എന്ന മുദ്രാവാക്യവും പ്രത്യ ക്ഷപ്പെട്ടു. അതിന്റെ പേരിൽ എം.സി.യെയും മറ്റും ഹെഡ്മാ സ്റ്ററും സംഘവും ഭേദ്യം ചെയ്യുകയും മർദ്ദിക്കുകയും ചെയ്തു. (കാവുമ്പായി സമരനായകരി ലൊരാളും ഫ്രീഡം ഫൈറ്റേഴ്സ് അസോസിയേഷൻ ജില്ലാ പ്രസിഡന്റുമായിരുന്ന എം.സി. പത്മനാഭൻ നമ്പ്യാർ. അദ്ദേഹ ത്തിന്റെ കുടുംബാശ്രുഢം കയര ളത്താണ്) സ്കൂൾ സമരത്തിൽ കെ.കെ.യോടും രൈരുനമ്പ്യാ രോട്ടമൊപ്പം പുറത്ത് ശക്തമായി ഇടപെട്ട ഇ.കെ. കുമാരനെ എരു വേശ്ശിയിലെ സംഘടനാ പ്രവർ

ത്തനത്തിന് പിന്നീട് നിയോഗിച്ചു. കുമാരന്റെ സഹോദരൻ കുഞ്ഞപ്പ കയരളത്തെ പ്രധാന നേതാക്കളിലൊരാൾ. മയ്യിൽ സ്കൂളിൽ നടന്ന സമരവും പ്രതിഷേധവും ചിറക്കൽ താലൂക്കിലാകെ വലിയ സ്വാധീന മായി മാറി.

ആറോൺമിൽ സമരം, സെപ്തംബർ 15 സംഭവം എന്നിവയെ തുടർ ന്നുള്ള ഒളിവ് പ്രവർത്തനത്തിന്റെ പ്രധാന കേന്ദ്രങ്ങളിലൊന്ന് മയ്യിൽ മേഖലയിലായിരുന്നു. കയരളത്ത് പോലീസിന്റെയും ഗുണ്ടകളുടെയും കണ്ണ് എല്ലായ്പോഴും ഉണ്ടാകുമെന്നതിനാൽ നേതാക്കളെ ഒളിവിൽ പാർപ്പിക്കാൻ കൂടുതൽ സൗകര്യം മയ്യിൽ ചെറുപഴശ്ശി മേഖലയാ ണെന്നും തീരുമാനിച്ചു. എൻ. സുബ്രഹ്മണ്യഷേണായി മയ്യിൽ, വേളം, കണ്ടക്കൈ മേഖലയിൽ ദീർഘകാലം ഒളിവിൽ കഴിഞ്ഞു. ഇരിക്കൂർ ഫർക്കയിലെ ഓരോ പ്രദേശത്തും ഷേണായി എത്തി. ഭാസ്കരൻ മാസ്റ്റർ എന്ന പേരിൽ ഇരിക്കൂർ ഫർക്കാ പാർട്ടി സെക്രട്ടറിയുടെ ചുമതല വഹിച്ച് പ്രവർത്തിച്ചു. ഇ.കെ. നായനാർ, കെ.പി.ആർ., കൈമുറിയൻ കണ്ണൻ എന്നിവർ നാല്പതുകളുടെ ആദ്യം ചെറുപഴശ്ശിയിൽ സി.വി. കുഞ്ഞപ്പമാസ്ററുടെയും കുണ്ടത്തിൽ ചിണ്ടൻ നമ്പ്യാരുടെയും വീട്ടിൽ ഒളിവിൽ താമസിച്ചു. (നായനാരടക്കമുള്ള നേതാക്കളെ സംര ക്ഷിച്ചതിന് കുഞ്ഞപ്പ മാസ്ററെ അറസ്റ്റ് ചെയ്തു് നഗ്നനാക്കി തലയിൽ അമ്മി ചുമപ്പിച്ച് വള്ളിയോട്ടനിന്ന് മയ്യിൽ വരെ നടത്തിച്ചു. കണ്ണിൽ മുളകെഴുതുക പോലുള്ള ശിക്ഷകളും)

അഴീക്കോട്ടും ചിറക്കലും ശക്തിപ്പെട്ടവരാൻ തുടങ്ങിയ ചിറക്കൽ താലൂക്ക് ഹാൻഡ്ലൂം വർക്കേഴ്സ് യൂണിയന്റെ ശാഖകൾ നാല്പതുക ളൂടെ ആദ്യം തന്നെ മയ്യിലും കട്ടേരിലും ഉണ്ടായി. കക്കാട്ട് നിന്ന് ടി.സി. ജനാർദ്ദനനും അഴീക്കോട്ട് നിന്ന് ചാത്തുനായരും കണ്ണൂരിൽ നിന്ന് ഇ.സി. ഉത്തമനും എത്തിയാണ് നെയ്ത്തുതൊഴിലാളി സംഘടന കെട്ടി പ്പടുക്കാൻ തുടങ്ങിയത്. തൊഴിലാളികൾ കൂട്ടത്തോടെയുള്ള സ്ഥലമാണ് നെയ്ത്ത് കമ്പനികൾ എന്നത് കമ്മ്യൂണിസ്റ്റ് പാർട്ടി പ്രവർത്തനം വിപുല പ്പെടുത്താൻ സഹായകരമായി. ടി. കുഞ്ഞമ്പുവാണ് മയ്യിൽ-കയരളം മേഖലാ യൂണിയൻ ഡിവിഷൻ കമ്മിറ്റി സെക്രട്ടറി. കർഷകനും കർഷ കസംഘം നേതാവുമായിരുന്നുവെങ്കിലും അക്കാലത്ത് രൈരുനമ്പ്യാർ കൈത്തറി തൊഴിലാളിയുമായിരുന്നു. 1942ൽ പട്ടാളത്തിൽ ചേരുന്ന തിന് മുമ്പ് മയ്യിൽ താഴെയിലെ തിരുവങ്ങാടൻ സഹോദരണങ്ങളുടെ നെയ്ത്ത് കമ്പനിയിൽ നെയ്ത്തുകാരനായിരുന്ന രൈരുനമ്പ്യാർ. യൂണിയൻ ഡിവിഷൻ കമ്മിറ്റിയിൽ രൈരുനമ്പ്യാർ, വി.വി. കൃഷ്ണൻ നമ്പ്യാർ, വി.വി കുമാരൻ, എം.വി. ഗോപാലൻ, സി.കെ. കുഞ്ഞിരാമൻ, ചേമ്പൻ രാമൻ, എം.എം. കൃഷ്ണൻ നമ്പ്യാർ, പൂരക്കൊട്ടാരത്തിൽ കണ്ണൻ നമ്പ്യാർ തുട ങ്ങിയവരാണ് അംഗങ്ങൾ. അഴീക്കോട്ടുള്ള ഒരു കമ്പനിയുടെ ഉപഫാ ക്ടറിയായിരുന്ന തിരുവങ്ങാടൻ കമ്പനി. തൊഴിലാളികളുടെ കൂലിയിൽ നിന്ന് അന്യായമായി കിഴിവ് വരുത്തുന്നത് പിൻവലിക്കണമെന്നാവ ശ്യപ്പെട്ട് മയ്യിൽ നിന്ന് അഴീക്കോട്ടേക്ക് തൊഴിലാളികളുടെ മാർച്ച് സംഘടിപ്പിക്കുകയുണ്ടായി. തൊള്ളായിരത്തി അമ്പതുകളുടെ ആദ്യം ചെറിയ അറാക്കൽ (അറാക്കൽ കുഞ്ഞിക്കൃഷ്ണൻ നമ്പ്യാർ) ആരംഭിച്ച ആലിൻകടവത്ത് വീവിങ്ങ് വർക്സ് ട്രേഡ് യൂണിയന്റെയും പാർട്ടിയു ടെയും പ്രധാന കേന്ദ്രമായി മാറി.

ഇത്തരത്തിൽ വർഗ-ബഹുജന സംഘടനകളും വളർന്നുവരാൻ തുടങ്ങിയ ഘട്ടത്തിൽ 1942ൽ കമ്മ്യൂണിസ്റ്റ് പാർട്ടിയുടെ വോളണ്ടിയർ കോറിന്റെ പ്രധാന പരിശീലനകേന്ദ്രമായും മയ്യിലിനെ മാറ്റി. ആദ്യം പ്രത്യയശാസ്ത്ര ക്ലാസ്സുകൾ പല മേഖലകളിലുമായി നടന്നു. ടി.സി. നാരായണൻ നമ്പ്യാരും കേരളീയനും എ.കെ.ജി.യും കെ.വി. മൂസാൻ കുട്ടി മാസ്റ്ററുമാണ് പാർട്ടി ക്ലാസ്സുകൾ കൈകാര്യം ചെയ്തത്. എല്ലാറ്റിനും നേതൃത്വം നൽകിക്കൊണ്ട് ഭാസ്കരൻ മാസ്റ്റർ എന്ന സുബ്രഹ്മണ്യഷേ ണായ്.

കണ്ടക്കൈയിൽ 1942ലാണ് മലബാർ മേഖലാ പാർട്ടിയുടെ ക്യാറ്റ്ബി ട്രെയിനിങ്ങ് ക്യാമ്പ് നടന്നത്. ക്യാമ്പിന്റെ പ്രധാന സംഘാടക ഭാരവാഹി കെ.കെ. കുഞ്ഞനന്തൻ നമ്പ്യാരായിരുന്നു. തിരുവിതാംകൂർ

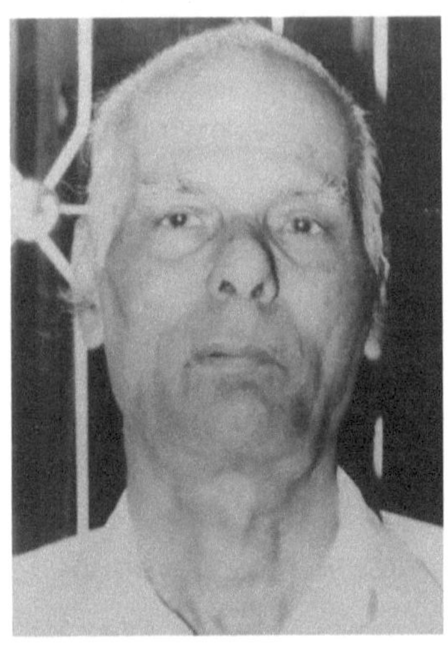

കെ. രാമൻനായർ മാസ്റ്റർ

പാർട്ടി സെക്രട്ടറിക്കൂടിയായിരുന്ന കുന്തക്കാരൻ പത്രോസ് എന്ന കെ.വി.പത്രോസ്, തൃശ്ശൂരിലെ ടി.കെ. കൃഷ്ണൻ (പിന്നീട് എം.എൽ.എ. യായി) കോഴിക്കോട്ടെ നേതാവ് പി.സി. രാഘവൻ നായർ തുടങ്ങി യവരാണ് ക്യാമ്പ് നയിച്ചത്. ഈ ക്യാമ്പിൽ പരിശീലനം നേടിയവർ ഇരിക്കൂർ ഫർക്കയുടെ വിവിധ ഭാഗങ്ങളിൽ വോളണ്ടിയർമാർക്ക് പരിശീലനം നൽകി. ഗറില്ലാ പോരാട്ടം ആവശ്യമായി വന്നാൽ നടത്തുന്നതിനുള്ള പരിശീലനങ്ങൾ. അതിൽ ഏറ്റവും കൂടുതൽ ദിവസം നീണ്ടുനിന്നത് മയ്യിൽ ചെറുപഴ

ശ്ശേരിയിലെ ചീറുമ്പച്ചാൽ എന്ന വിജനപ്രദേശത്ത് 15 ദിവസം നടന്ന ക്യാമ്പാണ്. പോലീസിനും ഒറ്റുകാർക്കും എത്തിപ്പെടാൻ പറ്റാത്ത സ്ഥലമെന്ന നിലയിൽ ചീറുമ്പച്ചാലും അടുത്തതന്നെയുള്ള പുളിയാലക്ക നും 'ഭീകരപ്രവർത്തന'ത്തിന്റെ കേന്ദ്രമാക്കി മാറ്റി. കണ്ടക്കൈയാണ് അന്നത്തെ പ്രധാന ജലഗതാഗത കേന്ദ്രമെന്നതുകൂടി പരിഗണിച്ച് പാർട്ടിയുടെ ഫർക്കാ കമ്മിറ്റി ഓഫീസ് അവിടെയാണ് പ്രവർത്തിച്ചത്.

മയ്യിൽ അംശത്തിൽ കർഷക-കമ്മ്യൂണിസ്റ്റ് പ്രസ്ഥാനങ്ങൾക്ക് ആദ്യഘട്ടത്തിൽ ധീരമായി നേതൃത്വം നൽകിവന്നത് ഏന്തി കണ്ണോത്ത് കൃഷ്ണൻ മാസ്റ്ററാണ്. മികച്ച പ്രസംഗകനും പാട്ടെഴുത്തുകാരനും സംസ്കൃത പണ്ഡിതനുമായ കൃഷ്ണൻമാഷ് അന്ധവിശ്വാസങ്ങൾക്കും അനാചാരങ്ങൾക്കുമെതിരായ പ്രവർത്തനങ്ങൾക്ക് നേതൃത്വം നൽകി. കലാ-സാംസ്കാരിക പ്രവർത്തനങ്ങൾ സംഘടിപ്പിച്ച് നാട്ടിൽ ഉണർ വ്വുണ്ടാക്കാൻ ശ്രമിച്ചു. മയ്യിൽ അംശ പ്രദേശത്തെ കർഷക-കമ്മ്യൂണി സ്റ്റ് പ്രവർത്തകർക്ക് വഴികാട്ടിയായി, രക്ഷാധികാരിയെപ്പോലെയും അദ്ദേഹം പ്രവർത്തിച്ചു. തായംപൊയിൽ എൽ.പി. സ്കൂൾ അദ്ധ്യാപ കനായിരുന്ന അദ്ദേഹത്തിന്റെ അദ്ധ്യാപക സർട്ടിഫിക്കറ്റ് സർക്കാർ അസാധുവാക്കി. പിന്നീട് 1957ൽ കമ്മ്യൂണിസ്റ്റ് സർക്കാർ വന്നശേഷം സർട്ടിഫിക്കറ്റ് പുനസ്ഥാപിക്കപ്പെട്ടതിനെ തുടർന്ന് മയ്യിൽ എ.എൽ. പി. സ്കൂളിൽ അദ്ധ്യാപകനായി.

ഏന്തികണ്ണോത്ത് കൃഷ്ണൻ മാസ്റ്റർ

കുട്ടികൾക്ക് രസകരമായ കഥകൾ പറഞ്ഞുകൊടുത്ത് ആകർഷിക്കുന്നതിൽ അനിതര സാധാരണമായ കഴിവുണ്ടായി രുന്ന കൃഷ്ണൻമാഷ് (ഇതെഴുന്ന ആളെ അദ്ദേഹം രണ്ടാം ക്ലാസ്സിൽ പഠിപ്പിച്ചിട്ടുണ്ട്.) എന്നും ഒരു ഓലക്കുട ചൂടിയാണ് അദ്ദേഹം വരിക. അതോർത്തപ്പോൾ ആനുഷംഗികമായി ഒരു കാര്യം കൂടി പറയാതെ കടന്നുപോകാ നാവുന്നില്ല. മയ്യിൽ എ.എൽ.പി. സ്കൂളിൽ (നാല്പതുകളുടെ ആദ്യം വിദ്യാർത്ഥി പ്രക്ഷോഭവും കമ്മ്യൂണി സ്റ്റ്പാർട്ടിയുടെ ഇടപെടലുമൊക്കെ

യുണ്ടായ മയ്യിൽ ഹയർ എലമെന്ററി സ്കൂൾ സർക്കാർ ഏറ്റെടുത്ത് ഹൈസ്കൂളായി ഉയർത്തിയപ്പോഴും പ്രാഥമിക വിദ്യാലയം സ്വകാര്യ ഉടമസ്ഥതയിൽ തുടർന്നു) രണ്ടാം ക്ലാസ്സിൽ ക്ലാസദ്ധ്യാപകനായ കൃഷ്ണൻമാഷ് രാഷ്ട്രീയ പ്രവർത്തനത്തിൽ അക്കാലത്തുണ്ടായിരുന്നില്ല. മൂന്നാം ക്ലാസ്സിലെ മാഷ് കെ.പി. ദാമോദരൻ നമ്പ്യാർ കെ.കെ. കുഞ്ഞനന്തൻ നമ്പ്യാർക്കും കൃഷ്ണൻ മാഷ്ക്കും ഒപ്പം കർഷക പ്രസ്ഥാനത്തിന്റെ ആദ്യകാല പ്രവർത്തകനാണ്, കെ.കെ. കുഞ്ഞനന്തൻ നമ്പ്യാർക്ക് അന്ന് ചായക്കടയുമുണ്ടായിരുന്നു. ആ കടയിൽ നാല്പതുകളുടെ തുടക്ക ത്തിൽ ഈശ്വരൻ നമ്പൂതിരി നടത്തിയ പഠനക്ലാസ്സുകളിൽ കെ.കെ.യ്ക്ക് പുറമേ കൃഷ്ണൻമാഷ്, കെ.പി. ദാമോദരൻ നമ്പ്യാർ, കെ. രാമൻനായർ മാസ്റ്റർ എന്നിവരാണ് പങ്കെടുത്തത്. മയ്യിൽ മേഖലയിലെ ആദ്യത്തെ കമ്മ്യൂണിസ്റ്റുകാർ. ഇടശ്ശ്ക് പി. കൃഷ്ണപിള്ള അവിടെയെത്തി എല്ലാവരോ ടും പരിചയം പുതുക്കി അഭിവാദ്യം ചെയ്ത് പോകും. ഒന്നാം ക്ലാസ്സിൽ എന്നെ പഠിപ്പിച്ചത് കർഷകസംഘം പ്രവർത്തകനും കമ്മ്യൂണിസ്റ്റ് പാർ ട്ടിയുടെ ഉറ്റബന്ധുവുമായ പി.വി. കുട്ട്യപ്പ മാസ്റ്റർ. രണ്ടാം ക്ലാസ്സിൽ കൃഷ്ണൻ മാസ്റ്റർ. മൂന്നാം ക്ലാസ്സിൽ മേൽപ്പറഞ്ഞ കെ.പി. ദാമോദരൻമാസ്റ്റർ. അദ്ദേഹം നാല്പതുകളുടെ ആദ്യം തന്നെ എം.എസ്.പി.യിൽ ചേർന്നു. അവിടെ വെച്ച് കെ.എ. ദാമോദരമേനോൻ, കെ. കേളപ്പൻ തുടങ്ങിയ വരുടെ ഉറ്റ അനുയായിയായിത്തീർന്നു. പിന്നീട് മലപ്പുറം എം.എസ്.പി. ആസ്ഥാനത്ത് യൂണിയൻ ജാക്ക് അഴിച്ചുവെച്ച് ത്രിവർണ്ണപതാക ഉയർ ത്തിയ സംഭവത്തിൽ നേതൃപരമായ പങ്ക് വഹിച്ചു. പിരിച്ചുവിട്ട ശേഷം

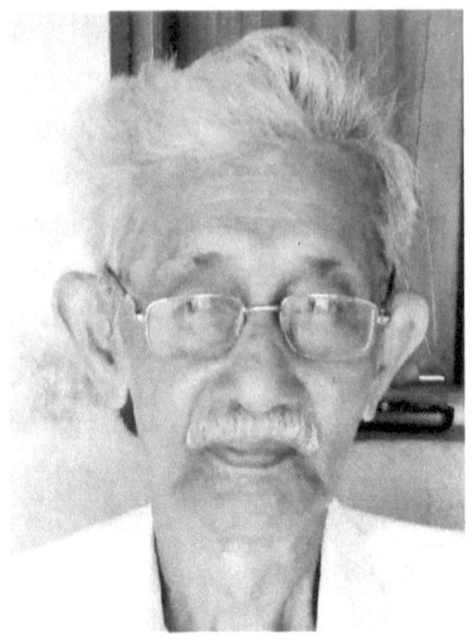

എ.വി. ഗോപാലൻ നമ്പ്യാർ

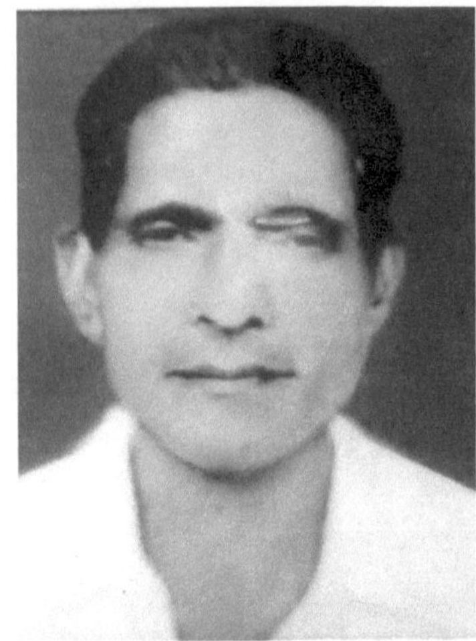

വി.വി. കണ്ണൻ

തിരിച്ചെത്തിയ അദ്ദേഹം കമ്മ്യൂണിസ്റ്റ് വിശ്രുധനം കോൺഗ്രസ്സിന്റെ സ്ഥലത്തെ പ്രധാന നേതാവുമായി. അഞ്ചാം ക്ലാസ്സിലെ ക്ലാസ് മാഷും ഹെഡ്മാസ്റ്ററും കെ. രാമൻ നായർ മാസ്റ്റർ. മയ്യിലെ ആദ്യത്തെ കമ്മ്യൂണിസ്റ്റുകാരിലൊരാൾ, സ്വാതന്ത്ര്യസമരസേനാനി. 1948ൽ പോലീസ് ക്യാമ്പിൽ ദിവസങ്ങളോളം ക്രൂരപീഡനത്തിനിരയായ വിപ്ലവകാരി. 1948ൽ സർട്ടിഫിക്കറ്റ് സസ്പൻഡ് ചെയ്യപ്പെട്ട് അദ്ധ്യാപക ജോലി നഷ്ടപ്പെട്ടു. 1957ൽ കമ്മ്യൂണിസ്റ്റ് പാർട്ടി അധികാരത്തിൽ വന്നശേഷ മാണ് സർട്ടിഫിക്കറ്റ് തിരിച്ചകിട്ടിയത്. ആ കാലത്തിന്റെ സവിശേഷത പുതിയതലമുറയെ അറിയിക്കാൻ ഒന്ന ചെറുതായി വഴിമാറിയതാണ്.

കുട്ടികൾക്ക് സരസമായ കഥകൾ പറഞ്ഞുകൊട്ടത്ത് അവരെ പ്രസ്ഥാനത്തിലേക്ക് ആകർഷിക്കുന്ന ഏന്തി കണ്ണോത്ത് കൃഷ്ണൻ മാസ്റ്ററുടെ വൈഭവത്തെക്കുറിച്ചാണ് പറഞ്ഞുവന്നത്. അന്നത്തെ ബാലസംഘം കെട്ടിപ്പടുക്കുന്നതിൽ അത് ഏറെ സഹായകമായി. നേതാക്കളുടെ പ്രധാന ഒളികേന്ദ്രം എന്ന നിലയിൽ വിശ്വസ്തരായ കുട്ടികളുടെ സഹായം വേണ്ടിയിരുന്നു. മറ്റള്ളവർ സംശയിക്കാതെ അവരെ ഒരിടത്തുനിന്ന് മറ്റൊരിടത്തേക്ക് മാറ്റൽ. അവർക്ക് പത്രവും പുസ്തകങ്ങളും എത്തിക്കൽ, ബീഡി വാങ്ങിക്കൊട്ടക്കൽ എന്നിങ്ങനെ. 1942ന് ശേഷം രണ്ടാം ലോകമഹായുദ്ധത്തിൽ വന്ന മാറ്റം, ആ മാറ്റത്തെ വ്യാഖ്യാനിച്ച് ജനകീയയുദ്ധം എന്ന നിലയിൽ പ്രചാരണ പ്രവർത്തനം - അതിന്റെ ഭാഗമായി ജാപ്പ് വിശ്രുധമേളകളും തുടർന്ന് ദേശാഭിമാനി

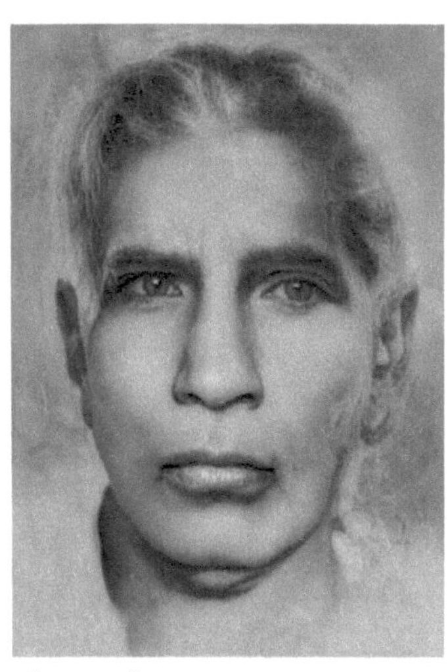

വി. കണ്ണൻ

പത്ര പ്രചരണം - ഇതിനായി കലാ പരിപാടികൾ സംഘടിപ്പിക്കൽ. എ.വി. ഗോപാലൻ നമ്പ്യാർ, കെ. രാഘവൻ നമ്പ്യാർ (ചെങ്കുനി) വി.വി. കണ്ണൻ തുടങ്ങി നിരവധി പ്രവർ ത്തകർ അതിലൂടെ ഉയർന്നുവന്നു. കൃഷ്ണൻ മാസ്റ്ററാണ് അക്കാര്യത്തിൽ പ്രധാന പങ്ക് വഹിച്ചത്.

ഇതേ കാലത്ത് കുറ്റിയാട്ടൂർ വില്ലേജിൽ കടുത്ത വെല്ലുവിളികൾ നേരിട്ടാണ് വി.കണ്ണന്റെ നേതൃത്വ ത്തിൽ പ്രസ്ഥാനം കെട്ടിപ്പടുത്തത്. പ്രമാണിമാരുടെ നീരസത്തെ അവഗണിച്ച്, അക്രമങ്ങളെ ചെറുത്ത് കർഷക പ്രസ്ഥാനവും കമ്യൂണിസ്റ്റ്

പാർട്ടിയും സംഘടിപ്പിച്ച കണ്ണനെ 1948 ൽ പൊലീസ് ലോക്കപ്പിലിട്ട് മർദിച്ച് കാലിന്റെ എല്ല് പൊട്ടിച്ച ശേഷം ജയിലിലടക്കുകയായിരുന്നു.

അക്കാലത്ത് ചരക്ക് തോണികളും അപൂർവ്വം മോട്ടോർ ഘടിപ്പിച്ച ബോട്ടുകളുമാണ് പ്രധാന യാത്രാമാർഗം. സന്ധ്യാനേരങ്ങളിൽ ഉപ്പും മറ്റ് പലവ്യഞ്ജനങ്ങളുമെല്ലാം കയറ്റി പോകുന്ന തോണികൾ, ഉച്ചയ്ക്ക് കള്ളും മറ്റും കയറ്റിപോകുന്ന തോണികൾ, ബോട്ടുകളും. പറശ്ശിനിക്ക ടവിൽ നിന്നോ പാപ്പിനിശ്ശേരി കല്ലരിക്കടവിൽ നിന്നോ, മുല്ലക്കൊടി നണിച്ചേരിക്കടവിൽ നിന്നോ കണ്ടക്കൈ കടവിൽ നിന്നോ യാത്ര തുട ങ്ങുന്ന വഞ്ചികൾ. അത് ചെങ്ങളായിയിലേക്കാണ്. കേരളീയനടക്കമുള്ള നേതാക്കൾ അതിലെ യാത്രക്കാരായിരുന്നു. കിഴക്കൻ മലയോരമേഖ ലയിൽ ബ്ലാത്തൂർ, എരുവേശ്ശി, എള്ളെരിഞ്ഞി മേഖലയിൽ, കാവുമ്പായി യിൽ കമ്മ്യൂണിസ്റ്റ് കർഷക പ്രവർത്തനം സംഘടിപ്പിക്കാനുള്ള യാത്ര. ഓരം ചേർന്നു പോകുന്ന തോണിയിൽ നിന്ന് കേരളീയൻ ഉറക്കെ പാട്ടുപാട്ടം- കർഷകരേ തൊഴിലാളികളേ എന്ന് അഭിസംബോധന ചെയ്തുകൊണ്ടുള്ള പാട്ടുകൾ... വരാൻ പോകുന്ന സമരങ്ങൾ, ജാഥകൾ... സാമ്രാജ്യത്വത്തിന്റെയും ജന്മിത്വത്തിന്റെയും ചൂഷണം- ഇരിക്കൂർ ഫർക്കയെ ഒരു കാലത്ത് ഇന്ത്യയിലെ ഏറ്റവും ചുവന്ന ഫർക്ക എന്ന് ഇന്ത്യൻ കമ്മ്യൂണിസ്റ്റ് പാർട്ടിയുടെ ദേശീയ നേതൃത്വം അഭിമാനത്തോടെ വിശേഷിപ്പിക്കുന്നതിന് ആധാരമായിത്തീർന്ന അടിസ്ഥാനപരമായ പ്രവർത്തനം...

കോളറ-വസൂരിക്കാലത്തെ സന്നദ്ധ പ്രവർത്തനം

അക്കാലത്ത്, അതായത് 40-കളുടെ മധ്യത്തിൽ ഇരിക്കൂർ ഫർക്ക രണ്ട് ദുരന്തങ്ങളുടെ മുഖത്തായിരുന്നു. ആദ്യം കോളറ. വേളത്ത് മൂന്ന് കുടുംബങ്ങളിൽ ഒരു കുട്ടി മാത്രമാണ് അവശേഷിച്ചത്. മരണം, മരണം... ശവസംസ്കാരം പോലും വലിയ പ്രശ്നമായ കാലം. അന്ന് കർഷകസംഘവും കമ്മ്യൂണിസ്റ്റ് പാർട്ടിയുമാണ് കുടിലുകളിൽ സഹായ ത്തിനെത്തിയത്. വേളത്ത് മൂന്ന് വീട്ടുകളിൽ എല്ലാവരും ഒന്നിനുപിറകെ ഒന്നായി മരിച്ചുവീണപ്പോൾ ഒരു കുഞ്ഞ് മാത്രം അവശേഷിച്ചു. കർഷ കസംഘം പ്രവർത്തകനായ മഞ്ഞേരി ഗോപാലൻ എന്ന സംഘടനാ രംഗത്തെ അതുല്യപ്രതിഭയും സാഹസികനുമായ ചെറുക്കാരൻ ആ വീടിനകത്തുകയറി കുഞ്ഞിനെയെടുത്ത് മറ്റൊരു വീട്ടിൽ കൊണ്ടുചെ ന്നാക്കുകയായിരുന്നു.

കോളറയെക്കാൾ ഭീകരമായ ദുരന്തം വിതച്ചത് വസൂരിയാണ്. 1945 ഏപ്രിൽ-മെയ് മാസങ്ങളിൽ ഇരിക്കൂർ ഫർക്കയിൽ വസൂരി പടർന്ന പിടിച്ചപ്പോൾ കമ്മ്യൂണിസ്റ്റ് പാർട്ടിയാണ് പ്രതിരോധ പ്രവർത്തനം നടത്തിയത്. ത്യാഗസന്നദ്ധരായ പ്രവർത്തകർ വീട്ടുകളിലെത്തി അത്യാവശ്യം സഹായം നൽകുക, ശവസംസ്കാരം നടത്തുക എന്നി ങ്ങനെയാണാദ്യഘട്ടത്തിൽ. പിന്നീട് കഴിയാവുന്നത്ര വൈദ്യസഹാ യമെത്തിക്കണമെന്ന് തീരുമാനിക്കുകയായിരുന്നു.

അതേക്കുറിച്ച് ആ പ്രവർത്തനത്തിന് നേതൃത്വം നൽകിയ ഡോ. പി.കെ.ആർ. വാര്യർ പറയുന്നത് അതേപടി കേൾക്കാം:

ഡോ. പി.കെ.ആർ. വാര്യർ

1945 വേനലിൽ കണ്ണൂരിലും പരി സരപ്രദേശങ്ങളിലും വസൂരിരോഗം വ്യാപകമായി പടർന്നുപിടിച്ചു. ജനങ്ങൾ ഭയചകിതരായി. കർഷ കസംഘം ആശ്വാസ പ്രവർത്തന ങ്ങൾ സംഘടിപ്പിച്ചുകൊണ്ടിരുന്നു. മദിരാശിയിൽ നിന്ന് മൂന്നംഗ സ്ക്വാഡ് അങ്ങോട്ട് പോയി. സഖാക്കൾ അനന്തനാരായണൻ, കാശിവിശ്വനാഥൻ (ആന്ധ്ര), പിന്നെ ഞാനും. കോഴിക്കോട് പാർട്ടി ഓഫീസിൽ റിപ്പോർട്ട് ചെയ്യുക. അവിടെനിന്ന് ശേഷം പരി പാടികൾ നിർദ്ദേശിക്കും എന്നായി രുന്നു ഞങ്ങളോട് പറഞ്ഞത്...

കോഴിക്കോട് പാർട്ടി കുടുംബങ്ങൾ ഒരു കമ്മ്യൂൺ ആയിട്ടാണ് താമ സിച്ചിരുന്നത്. ഞാനും ഒരു ദിവസം അവിടെ കൂടി. സഖാക്കൾ ഇ.എം. എസ്, കൃഷ്ണപിള്ള, കെ. ദാമോദരൻ, ബാബു (എം.എസ്. ദേവദാസ്. അന്നത്തെ ദേശാഭിമാനി പത്രാധിപർ), ആലപ്പുഴയിൽ നിന്നുള്ള സഖാവ് പത്രോസ്, ഇ.എം.എസ്സിന്റെ പത്നി ആര്യ, മകൾ മാലതി എന്നിവരെയെല്ലാം അവിടെ കാണുകയുണ്ടായി.

പിറ്റേന്ന് സഖാവ് എൻ.സി. ശേഖർ ഞങ്ങളെ കണ്ണൂരിലേക്ക് കൊണ്ടുപോയി... കണ്ണൂരിൽ നിന്ന് ചെങ്ങളായിയിലേക്കായിരുന്നു യാത്ര. ഇത്രയും ദൂരം ഒരു ബോട്ടിലാണ് പോയത്... ഏകദേശം നാല മണിയോടെ ചെങ്ങളായിയിലെത്തി. സഖാവ് കേരളീയൻ ഞങ്ങളെ കാത്തിരിപ്പുണ്ടായിരുന്നു. അഞ്ച് മണിക്ക് ഒരു സ്വീകരണ യോഗം ഏർപ്പെടുത്തിയിരുന്നു. ഞാൻ വളരെ പരിഭ്രാന്തനായി സഖാക്കളോട് പറഞ്ഞു. ഞാനിതേവരെ മലയാളത്തിൽ പ്രസംഗിച്ചിട്ടില്ല.

കേരളീയൻ സ്വതസിദ്ധമായ പുഞ്ചിരിയോടെ പറഞ്ഞു: അപ്പോൾ സഖാവ് വീട്ടിൽ ഏത് ഭാഷയിലാണ് സംസാരിക്കുക? മലയാളത്തി ലല്ലേ. കുട്ടി ഡോക്ടറെപ്പറ്റി പി.എൻ. എല്ലാ കാര്യങ്ങളും എന്നോട പറഞ്ഞുതന്നിട്ടുണ്ട്. ആ ശൈലിയിൽ തന്നെ പത്ത് മിനിട്ട് ഞങ്ങളോട്, ഈ കൃഷിക്കാരോട് സംസാരിച്ചാൽ മതി.

ഞങ്ങളുടെ പഴയ ട്യൂഷൻ മാസ്റ്ററായ പി. നാരായണൻ നായരാണ് പി.എൻ. (കോൺഗ്രസ് സോഷ്യലിസ്റ്റ് പാർട്ടിയുടെ

പി. യശോദ

ജനറൽ സെക്രട്ടറിയും കർഷക പ്രസ്ഥാനത്തിന്റെ സംസ്ഥാന തല സ്ഥാപകനേതാവും കേരള ത്തിലെ കമ്മ്യൂണിസ്റ്റ് പാർട്ടിയുടെ സ്ഥാപകനേതാക്കളിലൊരാളും മാതൃഭൂമിയുടെ ആദ്യകാല പത്രാധി പരും ആയിരുന്ന പി. നാരായണൻ നായർ). ഞാൻ അതിശയപ്പെട്ടു. മദിരാശിയിൽ നിന്നുള്ള സംഘ ത്തെപ്പറ്റിയും അംഗങ്ങളെപ്പറ്റിയുമെ ല്ലാം കോഴിക്കോട്ട് വിവരം കൊടു ത്തിരിക്കുന്നു! അവിടെ കേരളീയനും എൻ.സി.യുമെല്ലാം ഞങ്ങളെപ്പറ്റി ഗവേഷണം നടത്തുകയും ചെയ്തിരി ക്കുന്നു. പാർട്ടിസംഘടനയെപ്പറ്റി യും പ്രവർത്തനരീതിയെപ്പറ്റിയുമെല്ലാം എന്റെ മതിപ്പ് പതിന്മടങ്ങ് വർദ്ധിച്ചു. ഒരു കൊല്ലം മുമ്പ് മാത്രം പാർട്ടി അംഗത്വം ലഭിച്ച എനിക്ക് വലിയ അഭിമാനം തോന്നി...

ചെങ്ങളായി യോഗം കഴിഞ്ഞ് കേരളീയനോടൊത്ത് എള്ളെരി ഞ്ഞിയിലേക്ക് യാത്രതിരിച്ചു. അക്കാലത്ത് ആ പ്രദേശങ്ങളിൽ റോഡും ബസ്സും ഒന്നും ഉണ്ടായിരുന്നില്ല. പാടങ്ങളിൽ കൂടിയും ഊടുവഴികളിൽ കൂടിയും കാൽനടയായായാണ് പോയത്. പല സ്ഥലത്തും കൃഷിക്കാരുടെ കുടിലുകളിൽ കയറി കുശലപ്രശ്നം നടത്തിക്കൊണ്ടായിരുന്ന കേരളീ യന്റെ യാത്ര. അവരിൽ പലരും പല പ്രശ്നങ്ങളും ഉന്നയിച്ച് എന്തുവേ ണമെന്ന് ആരാഞ്ഞ് കേരളീയനെ അനുഗമിക്കുമായിരുന്നു. ഇതെല്ലാം പുത്തരിയായിരുന്ന ഞങ്ങൾക്ക് വിസ്മയം തോന്നി. എന്തൊരു നിസ്വാർത്ഥ പ്രവർത്തനം. എന്തൊരു ഇഴുകിച്ചേരൽ. ഏതൊരു കുടിലിൽ കയറിയാലും കേരളീയൻ ആ കുടുംബത്തിന് സ്വന്തമായിരുന്നു. പാർട്ടിക്കും കർഷക പ്രസ്ഥാനത്തിനും ആ നാട്ടിലുണ്ടായിരുന്ന സ്വാ ധീനശക്തി വിസ്മയാവഹമായി തോന്നി. ചെങ്കൊടിയല്ലാതെ മറ്റൊരു കൊടിയും ആ അന്തരീക്ഷത്തിൽ ഒരു കാലത്തും പാറിപ്പറക്കുകയില്ല എന്നെനിക്ക് തോന്നിപ്പോയി. രാത്രി കുറേ വൈകി സഖാവ് അനന്തന്റെ വീട്ടിലെത്തി. അയൽക്കാരെല്ലാം ഓടിക്കൂടി. വളരെവേഗം കഞ്ഞിയും പുഴുക്കും തയ്യാറായി...

കാന്തലോട്ട് കുഞ്ഞമ്പു

പതിവില്ലാത്ത കാൽനടയാ ത്ര കാരണം തളർന്ന ഞങ്ങൾ ആർത്തിയോടെ കഞ്ഞി കുടിച്ചു. സഖാക്കൾ എനിക്കുത ന്ന ബീഡി ഒന്നു വലിച്ചപ്പോൾ വലിയ ആശ്വാസം തോന്നി. മുറ്റത്ത് വിരിച്ച പനമ്പിൽ സുഖമായി ഉറങ്ങി. (സേലം ജയിൽ വെടിവെപ്പിൽ സഖാവ് അനന്തൻ രക്തസാക്ഷിയായി. അതറിഞ്ഞ ദിവസം എനിക്ക് ഉറങ്ങാൻ കഴിഞ്ഞില്ല. സഖാവ് അനന്തന്റെ വീട്ടുമുറ്റത്ത് പറമ്പിൽ കിടന്നുറങ്ങിയതും കഞ്ഞിയും പുഴുക്കും കുടിച്ചതും ഒക്കെ ഓർത്തുകിടന്നു) (അനന്തൻ എന്ന് ഇവിടെ പറയുന്ന സഖാവ് ഒ.പി. അനന്തൻ മാഷെപ്പറ്റിയാണ്. കാവുമ്പായി സമരനായകരിലൊ രാളും സേലം രക്തസാക്ഷിയുമായ സഖാവ് ഒ.പി.)

പിറ്റേദിവസം ബ്ലാത്തൂരിലെത്തി. അവിടെ ഒരു എൽ.പി സ്കൂളി ലായിരുന്നു മെഡിക്കൽ ക്യാമ്പ്. പാർട്ടിയും ബഹുജന സംഘടനകളും സംഭരിച്ച ഉപകരണങ്ങളും മരുന്നും അവിടെ സജ്ജമാക്കിക്കഴിഞ്ഞിരു ന്നു. എ. കുഞ്ഞിക്കണ്ണനും നാരായണൻ നമ്പ്യാരുമായിരുന്നു ക്യാമ്പിന്റെ ചുമതലക്കാർ. ക്യാമ്പിൽ വരുന്നവർക്ക് വേണ്ട ചികിത്സ നൽകുക, അടുത്തുള്ള പ്രദേശങ്ങളിൽ പോയി കുത്തിവെപ്പും അത്യാവശ്യ ഔഷധ പ്രയോഗവും നടത്തുക എന്നതായിരുന്നു ഞങ്ങളുടെ പ്രവർത്തനം.

ഈ പ്രവർത്തനത്തിനിടയിൽ സഖാക്കൾ സുബ്രഹ്മണ്യശേണായി, യശോദ, കാന്തലോട്ട് കുഞ്ഞമ്പു തുടങ്ങിയ നേതാക്കളെ പരിചയപ്പെടാ നും അവരുമൊന്നിച്ച് ചില യോഗങ്ങളിൽ പങ്കുചേരുവാനും സാധിച്ചു. സഖാവ് സുബ്രഹ്മണ്യശർമ (ശർമാജി), മദിരാശിയിൽ നിന്ന് വന്ന് ഞങ്ങളുടെ കൂടെ ക്യാമ്പിൽ രണ്ട് ദിവസം താമസിച്ചു.

യൂറോപ്പിൽ യുദ്ധം അവസാനിച്ച ദിവസം ബ്ലാത്തൂരിൽ ഒരു പൊതുയോഗം സംഘടിപ്പിച്ചിരുന്നു. യോഗത്തിന് മുമ്പ് ഞങ്ങൾ പലരും സംസാരിച്ചതിനിടയിൽ സഖാവ് നാരായണൻ നമ്പ്യാർ എന്നോട് പറഞ്ഞു: "സഖാവിന്റെ പേര് പി.കെ.ആർ. എന്നത് കെ.പി. ആർ. എന്നാക്കി മാറ്റിക്കളയാം". പ്രായം ചെന്ന രണ്ട് മൂന്ന് കൃഷിക്കാർ

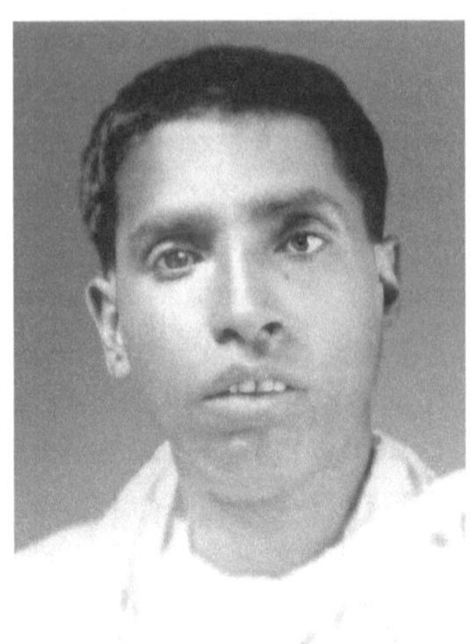

മൊയാരത്ത് ശങ്കരൻ

ചാടിയെണീറ്റ് പറഞ്ഞു: "ഒരിക്കലും പാടില്ല. കെ.പി.ആർ ഒന്നേയുള്ളൂ. പി.കെ.ആറോട് ഞങ്ങൾക്ക് ബഹു മാനമാണ്. എങ്കിലും കെ.പി.ആർ. എന്ന പേരിന് മറ്റൊരാളും അർഹ നല്ല."

പി.കെ.ആർ വാര്യരുടെ നേതൃ ത്വത്തിൽ നടന്ന ദുരിതാശ്വാസ- സാന്ത്വന ചികിത്സാ പ്രവർത്തനം ഒറ്റപ്പെട്ട ഒന്നല്ല. കിഴക്കൻ മലയോ രമേഖലയിലേക്ക് കയരളഞ്ഞനിന്നും മയ്യിൽ - കണ്ടകൈ - കൊളച്ചേരി മേഖലയിൽ നിന്നും വോളണ്ടിയർ സ്ക്വാഡുകൾ ഊഴമിട്ട് പോയി ദുരിതാശ്വാസപ്രവർത്തനം നടത്തി.

അത്തരമൊരു സ്ക്വാഡിനെപ്പറ്റി തൊള്ളായിരത്തി അമ്പതു കളുടെ ആദ്യം കേരളീയൻ അനുസ്മരിക്കുന്നു., "1942-ഓടെ ഫർക്കാ വോളണ്ടിയർ ഓഫീസറായ ഗോപാലൻ നാടിന്റെ അനൗദ്യോഗിക ഡോക്ടറായി മാറി. ഇരിക്കൂർ ഫർക്കയുടെ കിഴക്കേ ഭാഗത്ത് ഊരത്തൂർ പ്രദേശത്ത് കോളറ, വസൂരി തുടങ്ങിയ പകർച്ചവ്യാധികൾ. കയരളഞ്ഞ നിന്നും ഒരു ശുശ്രൂഷാ സ്ക്വാഡിനെ കർഷകസംഘം അവിടത്തേക്ക് അയച്ചു. രണ്ടുമാസക്കാലത്തോളം നാട്ടുകാരുടെ ആകെ പ്രാണനായി, ശുശ്രൂഷകനായി, ഡോക്ടറായി ഗോപാലൻ പ്രവർത്തിച്ചു. ഊരത്തൂർ വിട്ടപ്പോൾ ആ നാട് കണ്ണീർ പൊഴിച്ചു." (1942ൽ ഫർക്ക വോളണ്ടിയർ ഓഫീസറായ രൈരു നമ്പ്യാർ പാർട്ടി തീരുമാനപ്രകാരം പട്ടാളത്തിൽ ചേർന്നതിനെ തുടർന്നാണ് മഞ്ചേരി ഗോപാലൻ നമ്പ്യാർ എന്ന എം.വി. ഗോപാലൻ ഫർക്കാ വോളണ്ടിയർ ഓഫീസറായത്)

ഇരിക്കൂർ ഫർക്കയിൽ ഇത്തരം ദുരിതാശ്വാസപ്രവർത്തനങ്ങളുടെ രേഖപ്പെടുത്തിയ ചരിത്രം വേറെയുമുണ്ട്. തൊണ്ണൂറ്റൊമ്പതിലെ വെള്ള പ്പൊക്കം എന്ന് നാട്ടുചരിത്രത്തിൽ അറിയപ്പെടുന്ന 1924ലെ വെള്ള പ്പൊക്കം. അന്ന് കണ്ടക്കൈ, ചെങ്ങളായി മേഖലയിൽ ദുരിതാശ്വാസ പ്രവർത്തനത്തിന് മൊയാരത്ത് ശങ്കരൻ നേതൃത്വം നൽകുകയുണ്ടായി. മൊയാരം അതേക്കുറിച്ച് ആത്മകഥയിൽ എഴുതിയത് ചുവടെ:

"1923ൽ മലയാളത്തിൽ ഒരു അതിഘോര വർഷമുണ്ടായി. തെക്കെ മലയാളത്തിൽ പലേടങ്ങളിലും തീവണ്ടി റെയിലിന് മീതെ വെള്ളം

പൊന്തി, റെയിൽ ഇളകി. തീവണ്ടിപ്പാലങ്ങൾ കേട്ടവന്ന. വടക്കേ മലബാറിലാണ് വെള്ളപ്പൊക്കം കൂടുതൽ ജനോപദ്രവകരമായത്. വളപട്ടണം പുഴയുടെ ഇരുകരകളിലും വെള്ളംപൊങ്ങി എട്ടും പത്തും നാഴിക വിസ്തീർണ്ണത്തിൽ ഇരിക്കൂർ വരെയുള്ള താണപ്രദേശം മുഴുവനും വെള്ളത്തിനടിയിലായി. സുമാർ 250 നാഴിക സമചതുരം എട്ടുപത്തുദി വസത്തോളം ഒരു ഭയങ്കര ജലാശയമായി മാറി. വെള്ളം പൊങ്ങി ആളുകളും കന്നുകാലികളും വീടുകളും തേങ്ങാക്കൂടകളും വന്മരങ്ങളും കൂടി ജലപ്രവാഹത്തിൽ ഒലിച്ചുപോയി. ആയിരത്തിൽപരം പഴയവീടുകളും കുടിലുകളും വെള്ളത്തിലമർന്നു. പതിനായിരം ജനങ്ങൾ ആ ഭാഗങ്ങ ളിൽ വീടും കുടിയുമില്ലാതെ അവശരും നിസ്സഹായരുമായി. ഞാൻ അന്ന് ആര്യസമാജക്കാരുടെ ആര്യകേരളം എന്ന വാരികയിൽ പണ്ഡിതർ ഋഷിരാമനെ സഹായിക്കുകയായിരുന്നു. ചിറക്കൽ താലൂക്കിലെ വെള്ളപ്പൊക്കമുണ്ടാക്കിയ അനർത്ഥത്തെപ്പറ്റി പണ്ഡിറ്റ് ഋഷിരാമനും കേശവമേനോനും കൂടി ആലോചിച്ചശേഷം എന്നെയും ബോംബെയിൽ നിന്ന് മിലിട്ടറി ക്ലാർക്കിന്റെ ജോലിവിട്ടുവന്ന ഇ.സി. കുഞ്ഞിക്കണ്ണൻ നമ്പ്യാരെയും വളപട്ടണത്തേക്ക് റിലീഫ് പ്രവർത്തനത്തിനയച്ചു. അക്കാലം എസ്.കെ. കോമ്പ്രബെയിൽ ആയിരുന്ന വടക്കേ മലബാർ ജില്ലാ കോൺഗ്രസ് സെക്രട്ടറി. ഞാനും കുഞ്ഞിക്കണ്ണൻ നമ്പ്യാരും കോമ്പ്രബെയില്ലും വളപട്ടണം പുഴയിൽക്കൂടി വലിയ തോണിയിൽ അരിച്ചാക്കുകൾ കയറ്റി കണ്ടക്കൈ, കയരളം, ചെങ്ങളായി, ഇരിക്കൂർ വരെ കാട്ടാനയും മലമ്പാമ്പും വന്മരങ്ങളും കുത്തിയൊലിച്ചുവരുന്ന ജലപ്രവാഹത്തെ മുറിച്ച് ഇരുകരയിലുമുള്ള അംശകച്ചേരികളിലേക്ക് പ്രാണനെ പണയം വെച്ചാണ് എഴഞ്ഞെത്തിച്ചേർന്നത്. പാപ്പിനിശ്ശേരി, പറശ്ശിനിക്കടവ്, കണ്ടക്കൈ, ഇരിക്കൂർ എന്നീ സ്ഥലങ്ങൾ ഒരു മാസ ത്തേക്ക് റിലീഫ് കേന്ദ്രങ്ങളായിരുന്നു. 1921-ലെ കോൺഗ്രസ് റിലീഫ് ഫണ്ടിൽ കോഴിക്കോട്ട് കുറേ പണം ബാക്കി ഇരിപ്പുണ്ടായിരുന്നതും ആര്യസമാജക്കാർ പിരിച്ചയച്ചിരുന്നതുമായ ഏതാണ്ട് 12000 രൂപ ചെലവ് ചെയ്താണ് ആയിരം ചാക്ക് അരിയും അത്യാവശ്യം വസ്തുവും വീട്ട കെട്ടാൻ ദുർലഭം ചില സാധുക്കൾക്ക് പണവും കൊടുത്തത്. അന്ന് ചെറു പ്പക്കാരായ സാമുവൽ ആറോനും പറശ്ശിനിക്കടവിലെ കൊച്ചമടയൻ കുഞ്ഞിരാമനും റിലീഫ് പ്രവർത്തനത്തിൽ ഞങ്ങളെ സഹായിച്ചിരുന്നു.

പതിനായിരക്കണക്കിന് ജനങ്ങൾ തിങ്ങിനിൽക്കുന്ന ആൾത്തി രക്കിനിടയിൽ, പ്രസവിച്ച് ഇരുപത്തിനാല് മണിക്കൂർ തികയാത്ത അമ്മമാരും ഉമ്മമാരും ചോരക്കുഞ്ഞുങ്ങളെ കുറത്തകിലിൽ പൊതിഞ്ഞ് ഒറ്റക്കയ്യിൽ മാറോടടുപ്പിച്ച് ചെറ്റയുണിയിൽ അരിവാങ്ങി മറ്റേക്ക യ്യിൽ കെട്ടി എടുത്ത് കണ്ണീരും കൃതജ്ഞതയും കവിഞ്ഞൊഴുകുന്ന

പി.കെ. കുഞ്ഞിക്കണ്ണൻ മാസ്റ്റർ

മുഖമുയർത്തി അരികൊടുക്കുന്ന ഞങ്ങളെ നോക്കി കടന്നപോ കുന്നതും ഇത് മഹാത്മാഗാന്ധി യുടെ അരിയാണെന്ന് കുട്ടികൾ അന്യോന്യം പറയുന്നതിനെ ഞാൻ ശരിവെച്ചതും എന്റെ മോൻ ഇളനീർ കുടിച്ചോട്ടെ, ഈ ഓണം നാൾ രണ്ടനാൾ എന്റെ മോൻ പട്ടിണിയാണല്ലോ, എന്ന് പറഞ്ഞ് ഒരു വൃദ്ധയായ തടിച്ചിയമ്മ, ഒരു ഇളനീർ എനിക്ക് വെട്ടിക്കൊണ്ട തന്നതും ഒരാഴ്ചയായി ഒരു കുന്നിൻ മേൽ മരച്ചവട്ടിൽ സകുടുംബം കഴിയുന്ന, വീട് വീണുപോയ ഒരു തള്ള ഞാൻ കടന്നുപോകുന്ന ഇടവ

ഴിയിൽ കാത്തിരുന്ന് എന്നെ കണ്ടപ്പോൾ കരഞ്ഞുകൊണ്ട്, എന്റെ "കുഞ്ഞിമോനേ, എനക്കൊരു നാഴിയരി തരണേ, എന്റെ പെറ്റകിടക്ക ന്ന കുഞ്ഞിനാണെന്ന് പറഞ്ഞതും ഞാൻ മുത്തശ്ശിക്ക് നാഴിയരി അയച്ച തരാമെന്ന് പറഞ്ഞപ്പോൾ, മോനേ, നാനാഴിയരി കിട്ടിയാൽ നാല്യനാൾ കഴിക്കും എന്ന് പറഞ്ഞ് എന്റെ കൈപിടിച്ച് കണ്ണീർ വാർത്ത് എന്നെ അനുഗ്രഹിച്ചതുമായ ചിത്രങ്ങളും ചരിത്രങ്ങളും എന്റെ സ്മൃതിപഥത്തിൽ നിന്ന് ഇനിയും മാഞ്ഞിട്ടില്ല." എന്നാണ് മൊയാരം എഴുതിയത്.

പാടിക്കുന്ന് സംഭവവുമായി പുലബന്ധം പോല്യമില്ലെന്ന് തോന്നാവു ന്ന ഇക്കാര്യം എട്ടത്തെഴുതിയത് ഈ നാട് എങ്ങനെയാണ് ദുരന്തങ്ങ ളിൽ നിന്ന് കരകയറിയത്, പ്രതിസന്ധികൾ തരണം ചെയ്തത് എന്ന് സൂചിപ്പിക്കാനാണ്. ഈ മേഖലയിൽ ആ പ്രവർത്തനത്തിന് നേതൃത്വം നൽകിയ മഹാനായ ഗാന്ധിയനും, മഹാനായ വിപ്ലവകാരിയും കേര ളത്തിലെ സ്വാതന്ത്ര്യസമരത്തിന്റെ വീരനായകരിൽ പ്രമുഖനമായ മൊയാരത്ത് ശങ്കരനെ ഭരണവർഗഗുണ്ടകളും പോലീസും ചേർന്ന് വകവരുത്തിയത് 1948 മെയ് 13-നാണ്. പാടിക്കുന്ന് സംഭവം വരെ നീളുന്ന ഭീകരവാഴ്ചയുടെ ആദ്യകാലത്തായിരുന്നു അത്. പോലീസും ഗുണ്ടകളും സംയുക്തമായി നടത്തിയ കൊല എന്ന നിലയിൽ രണ്ടിനും സമാനതകളുമുണ്ട് താനും. 1924ലെ (1923?) റിലീഫ് പ്രവർത്തനകാല ത്ത് പരിചയപ്പെട്ട ഇരിക്കൂർ ഫർക്കയിൽ മുപ്പതുകളുടെ അവസാനം മുതൽ ഇടക്കിടെ കർഷക കമ്മ്യൂണിസ്റ്റ് സംഘടനാ പ്രവർത്തനത്തിന് മൊയാരം എത്തിക്കൊണ്ടിരുന്നു.

നാല്പ്പതുകളുടെ ആദ്യം മുതൽതന്നെ കല്ല്യാട്ട് എശമാനന്റെയും കരക്കാട്ടിടം നായനാരുടെയും ചൂഷണത്തിനും പീഡനങ്ങൾക്കുമെതിരെ കർഷകപ്രക്ഷോഭം ശക്തിപ്പെട്ടുവന്നു. ഭക്ഷ്യക്ഷാമം കാരണം പൊറുതിമുട്ടിയ ജനങ്ങൾ തരിശുഭൂമികളിൽ കാട്ടുവെട്ടിനീക്കി പുനംകൃഷി ചെയ്തുപോന്നു. ജന്മിയും ഗുണ്ടകളും പോലീസിനെ ഉപയോഗിച്ച് അതിനെ അടിച്ചമർത്താൻ ശ്രമിച്ചുകൊണ്ടിരുന്നു. സ്ത്രീകളെ അപമാനിക്കൽ, ബലാത്സംഗം എന്നിങ്ങനെയുള്ള ക്രൂരതകൾ. എതിർത്താൽ സ്വത്തുക്കൾ കവർന്നെടുക്കലും. 1938ലെ ഉത്രാടനാളിൽ ഭാരതീയന്റെ നേതൃത്വത്തിൽ എണ്ണൂറോളം പേർ പങ്കെടുത്ത ജാഥ എശമാനന്മാരെ ഭീഷണിപ്പെടുത്തിക്കൊണ്ട് ഊരത്തുരിലെത്തി. ഭയം കാരണം പ്രദേശവാസികൾ ജാഥയിൽ പങ്കെടുക്കാതെ മാറിനിൽപ്പായിരുന്നു. താക്കീതുയർത്തിക്കൊണ്ടുള്ള ആ ജാഥ കൊണ്ടും നാട്ടുവാഴികൾ അടങ്ങിയില്ല. അവർ വീണ്ടും അക്രമനടപടികൾ തുടങ്ങി. കെ.പി. ആറും കേരളീയനും പങ്കെടുത്ത് അടുത്തദിവസം ജന്മിയുടെ വീട്ടിനടുത്തുതന്നെ പൊതുയോഗം. അടുത്തദിവസം എ.കെ.ജി. പങ്കെടുത്ത് പൊതുയോഗം. അങ്ങനെ കടുത്ത ചെറുത്തുനില്പ്പില്ലൂടെ മേഖലയിൽ പ്രസ്ഥാനം ശക്തിപ്പെട്ടു.

ജന്മിയും ഗുണ്ടകളും അതിന് പകവീട്ടിയത് ഇരുട്ടിന്റെ മറവിൽ പതിയിയിരുന്നുകൊണ്ടാണ്. ബ്ലാത്തൂർ, ഊരത്തൂർ മേഖലയിൽ വസൂരിക്കെതിരായ പ്രതിരോധ പ്രവർത്തനത്തിന് നേതൃത്വം നൽകിയ പി. നാരായണൻ നമ്പ്യാരായിരുന്നു അവരുടെ ലക്ഷ്യം. യുദ്ധാനന്തരം ഉണ്ടായ ഭക്ഷ്യക്ഷാമം പരിഹരിക്കാൻ മിച്ചനെല്ല് സൊസൈറ്റിയിലേക്ക് ലെവി നെല്ലായി അളക്കണമെന്നായിരുന്ന ചട്ടം. എശമാനന്മാർ അത് ചെയ്തേ പറ്റൂ എന്ന് ഇരിക്കൂർ പി.സി.സി. സൊസൈറ്റിയുടെ (പ്രൊഡ്യൂസർ കം കൺസ്യൂമർ സൊസൈറ്റി) ഡയറക്ടർ ബോർഡംഗമായ നാരായണൻ നമ്പ്യാർ തറപ്പിച്ച പറഞ്ഞിരുന്നു. പാർട്ടി പ്രവർത്തനം കഴിഞ്ഞ് ഒരു രാത്രി വീട്ടിലേക്ക് മടങ്ങുന്നതിനിടയിൽ ജന്മി-ഗുണ്ടകൾ നാരായണൻ നമ്പ്യാരെ ബ്ലാത്തൂർ വെളിച്ചംപാറയിൽ വെച്ച് മർദ്ദിച്ച് കൊന്ന് ചെമ്പകശ്ശേരി വീട്ടുകാരുടെ വക കിണറ്റിൽ തള്ളുകയായിരുന്നു-1946 സെപ്തുംബറിൽ.

പാടിക്കുന്ന് സംഭവത്തിന്റെ പശ്ചാത്തലമായി മുല്ലക്കൊടി പി.സി. സി. സൊസൈറ്റിയുമുണ്ട്. രണ്ടാം ലോക യുദ്ധാനന്തരം ഉണ്ടായ കടുത്ത ഭക്ഷ്യക്ഷാമവും വിലക്കയറ്റവും നേരിട്ടുന്നതിനാണ് കോൺഗ്രസ് നേതൃത്വത്തിലുള്ള മദിരാശി സർക്കാർ കാർഷികോൽപാദക-ഉപഭോക്തൃസഹകരണ സംഘം രൂപവല്ലരിക്കാൻ അനുമതി നൽകിയത്.

മുല്ലക്കൊടി കേന്ദ്രമാക്കി ചേലേരി, കണ്ണാടിപ്പറമ്പ്, കൊളച്ചേരി, കയരളം, കണ്ടക്കൈ എന്നീ അഞ്ച് അംശങ്ങൾ ചേർത്താണ് മുല്ല ക്കൊടി സൊസൈറ്റി. ഇപ്പോഴത്തെ നാറാത്ത്, കൊളച്ചേരി, മയ്യിൽ പഞ്ചായത്തുകളിലെ വില്ലേജുകൾ ചേർന്നത്. അക്കാലത്ത് കണ്ടക്കൈ അംശമാണുണ്ടായിരുന്നത്. മയ്യിൽ അംശം നിലവിലില്ല. പിൽക്കാലത്ത് കുറ്റിയാട്ടൂർ പഞ്ചായത്തിലെ വില്ലേജുകൾ കൂടി മുല്ലക്കൊടി കോ-ഓപ്പ റേറ്റീവ് റൂറൽ ബേങ്കിന്റെ പരിധിയിൽ പെടുത്തി. അതായത് നാറാത്ത്, കണ്ണാടിപ്പറമ്പ്, കൊളച്ചേരി, ചേലേരി, മയ്യിൽ, കയരളം, കണ്ടക്കൈ, കുറ്റിയാട്ടൂർ, മാണിയൂർ വില്ലേജുകൾ. വി.എം. വിഷ്ണുഭാരതീയൻ, ഇ.പി. കൃഷ്ണൻ നമ്പ്യാർ, കമ്മാരൻ നായർ, അനന്തൻ നായർ, കേശവമാരാർ എന്നീ അഞ്ച് പേരെയാണ് സർക്കാർ പ്രമോട്ടർമാരായി നിശ്ചയിച്ചത്. ഏതാനം ദിവസം കൊണ്ട് ഓഹരിമൂലധനമായി മുപ്പതിനായിരം രൂപ പിരിച്ചെടുത്ത് മുല്ലക്കൊടി പി.സി.സി. സൊസൈറ്റി രജിസ്റ്റർ ചെയ്തു. ജലഗതാഗതമാണ് അന്നത്തെ യാത്ര-കടത്ത് ഉപാധിയെന്നതിനാ ലാണ് മുല്ലക്കൊടി സൊസൈറ്റിയുടെ കേന്ദ്രമായത്. നെല്ല് സംഭരണം, അരിയാക്കി വിതരണം, റേഷൻഷാപ്പ് നടത്തിപ്പ് എന്നിവയാണ് സൊസൈറ്റിയുടെ പ്രധാന ചുമതലകൾ. റേഷൻഷാപ്പ് നടത്തിപ്പം അക്കാലത്ത് സേവന പ്രവർത്തനത്തിന്റെ ഭാഗമാണ്. പാർട്ടിയുടെ നേതാവായ കെ.കെ. കുഞ്ഞനന്തൻ നമ്പ്യാർ മയ്യിൽ റേഷൻഷാപ്പ് നടത്തിപ്പുകാരനം കൂടിയായിരുന്നു.

മുല്ലക്കൊടി സൊസൈറ്റിയിൽ ഓഹരിയെടുത്ത കൃഷിക്കാരിൽ ഏറെയും കമ്മ്യൂണിസ്റ്റുകാരായിരുന്നു. സൊസൈറ്റി വിജയകരമാക്കാൻ കർഷകസംഘം അംഗങ്ങളിൽ പ്രേരണ ചെലുത്തുകയായിരുന്നു. അങ്ങനെ ആദ്യത്തെ ഭരണസമിതി കമ്മ്യൂണിസ്റ്റ് നേതാവായ ടി. ഒതേനൻ മാസ്റ്ററുടെയും (പ്രസിഡന്റ്), പി.കെ. കൃഷ്ണൻ നമ്പ്യാരുടെയും (സെക്രട്ടറി) നേതൃത്വത്തിൽ നിലവിൽ വന്നു. ഇ.പി. കൃഷ്ണൻ നമ്പ്യാർ ഡയരക്ടറും.

1948 കൊൽക്കത്താ തീസിസിനെ തുടർന്ന് കമ്മ്യൂണിസ്റ്റ് പാർട്ടിയെ നിരോധിച്ചപ്പോൾ സൊസൈറ്റി ഭാരവാഹികളെയെല്ലാം അറസ്റ്റ് ചെയ്ത് ജയിലിലടച്ചു. സൊസൈറ്റിയുടെ ഭരണസമിതി യോഗം ചേരാൻ കഴിയാത്ത സാഹചര്യമുണ്ടാക്കുകയും ഭരണസമിതിയെ അസാധുവാക്കുകയും പകരം ആർ.പി. ആലിക്കുട്ടി പ്രസിഡന്റും ഇ.കെ. കുഞ്ഞിരാമൻ നമ്പ്യാർ സെക്രട്ടറിയുമായി അഡ്ഹോക് കമ്മിറ്റിയെ അവരോധിക്കുകയും ചെയ്തു. മുല്ലക്കൊടി പി.സി.സി. സൊസൈറ്റിയുടെ ഭരണസാരഥ്യത്തിലൂടെ കയരളം മേഖലയിൽ കമ്മ്യൂണിസ്റ്റ് പാർട്ടി

ബഹുജന സ്വാധീനമുറപ്പിക്കുന്നതിനെതിരായ ആസൂത്രിത നടപടി തന്നെയായിരുന്ന ഇത്. ഭാവിയിൽ സംഘർഷം മുറുകുന്നതിന്റെ ഒരു ഘടകം ഇതായിരുന്നു.

1946 ആദ്യം കോഴിക്കോട്ട് ഇ.എം.എസ്സിന്റെ അദ്ധ്യക്ഷതയിൽ ചേർന്ന അഖില മലബാർ കിസാൻ സംഘം സമ്മേളനം ഭക്ഷ്യക്ഷാമം ഇല്ലാതാക്കാൻ തരിശ് ഭൂമികൾ അനുവാദത്തോടെയോ അനുവാദമി ല്ലെങ്കിൽ സമരരൂപത്തിലോ കൃഷി ചെയ്യണമെന്ന് തീരുമാനിക്കുക യുണ്ടായി. ആ വർഷം ഡിസംബർ 15-ന് മുമ്പ് തരിശ്ഭൂമി പുനംകൃഷി നടത്താൻ വിട്ടുനൽകണം, അല്ലെങ്കിൽ അതിനുശേഷം സംഘടിത മായി കൃഷിചെയ്യും എന്നതാണ് ആ സമ്മേളനത്തിന്റെ തീരുമാനം. പി.സി.സി. സൊസൈറ്റികളുമായി സഹകരിക്കാനും കഴിയുന്നത്ര സ്ഥലങ്ങളിൽ കർഷകസംഘത്തിന്റെ നേതൃത്വത്തിലാവണം അത് സംഘടിപ്പിക്കാനെന്നും സമ്മേളനത്തിൽ തീരുമാനിച്ചു.

ഡിസംബർ പതിനഞ്ചൊരന്ത്യശാസന
മോർമയിരിക്കട്ടേ
കിസാൻ പ്രമേയം പ്രമാണമാണല്ലോ
കൃഷീവലന്മാർക്ക്

എന്ന് കേരളീയൻ പാട്ടുപാടി നാടാകെ പ്രചരിപ്പിച്ചു. പറശ്ശിനിയിൽ നിന്നും നണിശ്ശേരിയിൽ നിന്നും തോണികളിൽ ചെങ്ങളായി വരെ യാത്രചെയ്യുമ്പോൾ കേരളീയൻ അതിലുണ്ടെങ്കിൽ ഒരു പ്രചാരണജാ ഥയുടെ ഭാവമാണുണ്ടാവുക.

കോഴിക്കോട് കർഷകസമ്മേളനം, നെല്ല് പൂഴിവെക്കുന്നതും കൃഷി ക്കാർക്ക് നൽകാതെ ജന്മികൊണ്ടുപോകുന്നതും തടയണമെന്നും ഭക്ഷ്യ ക്ഷാമം പരിഹരിക്കാൻ പ്രാദേശികമായി എന്തെല്ലാം ചെയ്യാനാവുമോ അതെല്ലാം ചെയ്യണമെന്നും കൂടി നിശ്ചയിച്ചതാണ്. ആ തീരുമാനമാണ് കണ്ടക്കൈ, കരിവെള്ളൂർ, കാവുമ്പായി സമരങ്ങളിലൂടെ നടപ്പിലായത്.

പുല്ലുപറി, കലംകെട്ട് സമരം

കരക്കാട്ടിടം നായനാരുടെ കാര്യസ്ഥൻ കൂടിയായ കണ്ടക്കെ അധികാരി ഇ.പി. ഗോവിന്ദൻ നമ്പ്യാർ കൃഷിക്കാരെ ദ്രോഹിക്ക ന്നതിൽ മുൻപന്തിയിലായിരുന്നു. തനിക്ക് ഏതെങ്കിലും കുടിയാനോട് നീരസം തോന്നിയാൽ അയാളുടെ ഭൂമിക്ക് മേൽചാർത്ത് കൊട്ടക്കൽ, വാരം അളന്നാൽ ശീട്ട് കൊട്ടക്കാതിരിക്കൽ, അകാരണമായി കുടിയൊഴിപ്പിക്കൽ തുടങ്ങിയ മർദ്ദന നയങ്ങൾ. കൃഷിക്കാർ സംഘ ടിതശക്തിയാകാൻ തുടങ്ങിയത് മനസ്സിലാക്കിയ അധികാരി കടുത്ത പ്രതികാര നടപടി തുടങ്ങി. പുരകെട്ടി മേയുന്നതിനുള്ള നെയ്യല്ല് പാട്ടം കൊട്ടക്കുന്ന പതിവ് നിർത്തുകയായിരുന്നു. കൂട്ടായും വെവ്വേറെയും പാട്ടത്തിനെടുത്ത് പുല്ല് പറിച്ച് വീട് മേയുന്ന കുടിയാന്മാർ പ്രയാസത്തി ലായി. കേറിക്കിടക്കാനുള്ള ഇടവും ഇല്ലാതാക്കുകയാണ് ജന്മി. അത് ശക്തമായി നേരിടാൻ കർഷകസംഘവും കമ്മ്യൂണിസ്റ്റ് പാർട്ടിയും തീരുമാനിച്ചു. ഡിസംബർ 15 മുതൽ സമരം എന്ന കർഷകസംഘം തീരുമാനം ആദ്യമായി അങ്ങനെ കണ്ടക്കെയിൽ നടപ്പാക്കുകയായി രുന്നു. പ്രദേശത്തെ കർഷകർ അണിനിരന്ന് പുല്ലുപറിച്ച-ഡിസംബർ 19ന്. മയ്യിൽ, കയരളം, കൊളച്ചേരി, മലപ്പട്ടം പ്രദേശങ്ങളിൽ നിന്നുള്ള കർഷകർ അനുഭാവം പ്രകടിപ്പിക്കാൻ എത്തി. പാർട്ടിയുടെ ഫർക്കാ കമ്മിറ്റി സെക്രട്ടറി എ. കുഞ്ഞിക്കണ്ണൻ അടക്കമുള്ള നേതാക്കളമെത്തി. ചിറക്കൽ താലൂക്കിലാകെ ജന്മിത്വത്തിനും നാട്ടുവാഴിത്തത്തിനുമെതി രായ അനുസ്യൂതമായ സമരത്തിന്റെ കേളികൊട്ടായിരുന്നു അത്. പ്രദേശത്തെ ഗുണഭോക്താക്കളായ കൃഷിക്കാർ മാത്രമല്ല, ഫർക്കയുടെ

വിവിധ ഭാഗങ്ങളിൽ നിന്നെത്തിയ കൃഷിക്കാരും പ്രവർത്തകരും പങ്കെടു ത്ത ഒരു രാഷ്ട്രീയ സമരം എന്നനിലയിലാണ് കണ്ടക്കൈ സമരത്തിന്റെ പ്രാധാന്യം.

അത് അതിന്റെ ഗൗരവത്തിൽത്തന്നെ ഭരണാധികാരികൾ തിരിച്ച റിഞ്ഞു. അടുത്തദിവസം തന്നെ എം.എസ്.പി. കണ്ടക്കൈയിൽ വന്നിറ ങ്ങി. നിറതോക്കുകളുമായി അവർ പ്രദേശത്താകെ കവാത്ത് നടത്തി. കണ്ണിൽക്കണ്ടവരെയെല്ലാം തല്ലിച്ചതച്ച. വേളത്തും കണ്ടക്കൈയിലും മാത്രമല്ല പരിസര പ്രദേശങ്ങളിലാകെ ഭീകരവാഴ്ച. പോലീസുകാർ വന്നത് ഉടനെ മടങ്ങിപ്പോകാനല്ല, വേളത്തും കണ്ടക്കൈയിലും പോലീസ് ക്യാമ്പുകൾ സ്ഥാപിച്ച.

കണ്ടക്കൈ വില്ലേജിൽ കർഷകസംഘത്തിന്റേയും കമ്മ്യൂണിസ്റ്റ് പാർട്ടിയുടെയും പ്രവർത്തനം ഇനി മേലിൽ അനുവദിക്കില്ലെന്ന് ജന്മിയും പോലീസും പ്രഖ്യാപിച്ച. അതിനിടയിലാണ്, അതായത് പുല്ലപറി സമരം നടന്നതിന്റെ പിറ്റേദിവസം കണ്ടക്കൈയിൽ പോലീസ് വന്നിറങ്ങിയ അതേദിവസം കരിവെള്ളൂരിൽ ചെറുത്ത് നില്പ് നടന്നു. 1946 ഡിസംബർ 20. കരിവെള്ളൂരിൽ ജന്മിയായ ചിറക്കൽ രാജയുടെ പത്തായപ്പുരയിൽ നിന്നും ചിറക്കലേക്ക് കടത്തിക്കൊണ്ടുപോകാൻ പോലീസിന്റെ സഹായത്തോടെ കിങ്കരന്മാർ എത്തി. ഉഴക്കരിപോല്യം കിട്ടാതെ പട്ടിണിയിലാണ് കരിവെള്ളൂർ പ്രദേശത്തെ ജനത. ന്യായമായ വില വാങ്ങി അവിടെ നെല്ല് വിതരണം ചെയ്യണമെന്ന കർഷകസംഘത്തി ന്റേയും കമ്മ്യൂണിസ്റ്റ് പാർട്ടിയുടെയും ആവശ്യം ജന്മിയായ ചിറക്കൽ രാജസുടെ കാര്യസ്ഥന്മാരും ഫിങ്കരന്മാരും പുച്ഛിച്ചുതള്ളി. വലിയ സംഘം പോലീസിന്റെ പിന്തുണയോടെ നെല്ല് ചാക്കുകൾ കുണിയൻകടവിൽ നിർത്തിയിട്ട തോണികളിലേക്ക് കടത്താൻ തുടങ്ങി. കർഷകപ്ര സ്ഥാനം കോഴിക്കോട് നടന്ന യോഗത്തിൽ അന്ത്യശാസനയായി പറഞ്ഞ തീയതിയായ ഡിസംബർ 15-ന്റെ പിറ്റേന്ന് കരിവെള്ളൂരിൽ യോഗം ചേർന്ന് തീരുമാനിച്ചതുപ്രകാരം നാട്ടിലെ ജനങ്ങൾ സംഘടിച്ച് ചെറുത്തുനില്പിനെത്തി. എ.വി. കുഞ്ഞമ്പുവിന്റേയും കെ. കൃഷ്ണൻമാ സ്റ്ററുടെയും നേതൃത്വത്തിൽ ഒരു ജാഥ. പി. കുഞ്ഞിരാമന്റേയും കെ.വി. കുഞ്ഞിക്കണ്ണന്റേയും നേതൃത്വത്തിൽ ഒരു ജാഥ. 45 പോലീസുകാർ യന്ത്ര ത്തോക്കുകളടക്കമുള്ള സജ്ജീകരണങ്ങളോടെ കാവൽനിന്ന് നെല്ല് കടത്തിക്കൊണ്ടുപോകുന്നിടത്ത് ജാഥകൾ എത്തി. നെല്ല് കടത്തരുത് എന്ന് ജനങ്ങൾ ആവശ്യപ്പെട്ടു. അപ്പോഴേക്ക് പോലീസ് വെടിയുതിർക്ക കയായിരുന്നു. കീനേരി കുഞ്ഞമ്പുവും തിടിൽ കണ്ണനും സമരഭൂമിയിൽ രക്തസാക്ഷികളായി. നേതാക്കന്മാരായ എ.വി. കുഞ്ഞമ്പുവിനെയും

കൃഷ്ണൻമാസ്റ്ററെയുമടക്കം ജീവച്ഛവതുല്യമാക്കപ്പെട്ടവരെയും പച്ചോല
യിൽ കെട്ടിവലിച്ച് തോണിയിലെടുത്തെറിഞ്ഞ് പോലീസ് ക്യാമ്പിലേക്ക്
കൊണ്ടുപോവുകയായിരുന്നു. 196 പേർക്കെതിരെ കേസ്. പ്രതികരിച്ച
അധ്യാപകരെ പിരിച്ചുവിടലും സർട്ടിഫിക്കറ്റ് റദ്ദാക്കലും നാട്ടിലാകെ
ഭീകരവാഴ്ചയും.

മൂന്നാമത്തെ സംഭവം കാവുമ്പായിയിൽ. ഇരിക്കൂർ ഫർക്കയിലെ
പാർട്ടിയുടെ, കർഷക സംഘത്തിന്റെ- കേരളീയനും കെ.പി.ആറും
ടി.സി.യുമടക്കമുള്ള മഹാരഥന്മാർ വളർത്തിയ പ്രസ്ഥാനത്തിന്റെ
ഐതിഹാസിക ചെറുത്തുനില്പും മുന്നേറ്റവും- ഡിസംബർ 30-നായിരുന്നു
അത്. കാവുമ്പായി, മലപ്പട്ടം, ബ്ലാത്തൂർ - കർഷകസംഘത്തിൽ ആയി
രത്തിലധികം അംഗങ്ങൾ ആരംഭകാലത്തുതന്നെ ഉണ്ടായിരുന്ന
നാട്. കർഷകപ്രസ്ഥാനം ശക്തിപ്പെട്ടുവരുന്ന സമയത്ത് പ്രതിരോധ
ത്തിനായി കള്ളക്കേസുമായി രംഗത്തുവരികയായിരുന്ന ജന്മി. അങ്ങനെ
ജന്മിയുടെ ഗുണ്ടയായ ചീക്കൽ കണ്ണൻ എന്നയാൾ സ്വന്തം തലയ്ക്ക്
കത്തിവാൾ കൊണ്ട് മുറിവുണ്ടാക്കുകയും സംഘം നേതാക്കൾ വധിക്കാൻ
ശ്രമിച്ചെന്ന് പരാതി നൽകുകയും ചെയ്തു. കർഷകപ്രസ്ഥാനത്തെ തകർ
ക്കാൻ തലയ്ക്ക് കൊത്ത് കേസ്. സംഘം നേതാക്കളായ തളിയൻ രാമൻ,
എം.സി. രാമർക്കുട്ടി നമ്പ്യാർ എന്നിവർ ശിക്ഷിക്കപ്പെട്ടു. ജന്മിയുടെ
പാളയത്തിൽ നിന്നുതന്നെ ജന്മിക്കെതിരെ തിരിഞ്ഞ കോട്ടക്കൃഷ്ണനും
പ്രതിയായിരുന്നെങ്കിലും പിടികിട്ടിയില്ല.

പട്ടിണിക്കെതിരായ പോരാട്ടത്തിന്റെ ഭാഗമായി കർഷകസംഘം
പുനംകൊത്ത് സമരങ്ങൾ 1946 ആദ്യം മുതൽ കാവുമ്പായി മേഖലയിൽ
ആരംഭിച്ചിരുന്നു. കർഷകസംഘം യോഗം ഇ.എം.എസ്സിന്റെ നേതൃത്വ
ത്തിൽ കോഴിക്കോട് യോഗം ചേർന്ന് തീരുമാനമെടുക്കുന്നതിന് മുമ്പ്
തന്നെ. മിച്ചനെല്ല് പി.സി.സി. സൊസൈറ്റിയിലേക്ക് അളക്കണമെന്നാ
വശ്യപ്പെട്ട കർഷകപ്രസ്ഥാനത്തിന്റെ നായകനായ പി. നാരായണൻന
മ്പ്യാരെ 1946 സെപ്റ്റംബറിലെ ഒരു ദിവസമാണ് ജന്മി ഗുണ്ടകൾ തല്ലി
ക്കൊന്ന് കിണറ്റിലെറിഞ്ഞത്. ജന്മി സ്വന്തം സ്കൂൾ അടച്ചുപൂട്ടി നാട്ടിലെ
കുട്ടികൾക്ക് വിദ്യാഭ്യാസം നിഷേധിച്ചിരുന്നു. എന്നാൽ അതിനെയും
വെല്ലുവിളിച്ച് കോട്ട കൃഷ്ണൻ പ്രസിഡന്റും എം.സി.ആർ സെക്രട്ടറിയുമായി
ജനകീയ സ്കൂൾ വിജയകരമായി എള്ളെരിഞ്ഞിയിൽ പ്രവർത്തിച്ചു.

ജന്മിയുടെ അതിക്രമം മൂത്തപ്പോൾ വാരംകൊടുക്കുന്നത് നിർത്തിയും
അക്രമപ്പിരിവുകൾ തടഞ്ഞും തരിശുനിലങ്ങളിൽ പ്രവേശിച്ച് കൃഷി
ഇറക്കിയും വമ്പിച്ച ജനകീയ മുന്നേറ്റം. അതിനെ തച്ചുതകർക്കാൻ
1946 നവംബർ 11-ന് എം.എസ്.പി. ക്യാമ്പുകൾ ഇടങ്ങി. കർഷക

സംഘത്തിന്റെ വോളണ്ടിയർ ക്യാമ്പുകൾ തകർക്കുകയും പ്രദേശ ത്താകെ പ്രവർത്തകർക്കെതിരെ മർദ്ദനവാഴ്ചയാരംഭിക്കുകയും ചെയ്തു. പാർട്ടി ഫർക്കാ കമ്മിറ്റി സെക്രട്ടറിയും കർഷകസംഘം നേതാവുമായ എ. കുഞ്ഞിക്കണ്ണന്റെ നേതൃത്വത്തിൽ ഇരിക്കൂർ പോലീസ് സ്റ്റേഷനി ലേക്ക് താക്കീതുയർത്തി ബഹുജനമാർച്ച്. ഡിസംബർ 13-ന് ഇരിക്കൂർ ഫർക്കയിലെ പത്ത് വില്ലേജുകളിൽ 144 പ്രഖ്യാപിച്ചു. അപ്പോൾത്ത ന്നെ അത് ലംഘിക്കപ്പെട്ടു. വിവിധ കേന്ദ്രങ്ങളിൽ വോളണ്ടിയർമാർ ക്യാമ്പ് പുനസംഘടിപ്പിച്ചു. ഡിസംബർ 29-ന് രാത്രിയായപ്പോഴേയ്ക്കും അഞ്ഞൂറോളം വോളണ്ടിയർമാർ കാവുമ്പായി കുന്നിൽ സംഘടിച്ചു. നാടൻ തോക്കുകളും വാരിക്കുന്തങ്ങളുമെല്ലാമായി ചെറുത്തുനിൽപ്പ് ഒരുക്കം. പിറ്റേന്ന് പുലർച്ചെ കാവുമ്പായി കുന്ന് യന്ത്രത്തോക്കുകളുമായി എം.എസ്.പി. വളയുകയും പരക്കെ വെടിയുതിർക്കുകയുമായിരുന്നു. യുവ സഖാക്കളായ പുളുക്കൽ കുഞ്ഞിരാമൻ, പി. കുമാരൻമാഷ്, മഞ്ഞേരി ഗോവിന്ദൻ, ആലോറൻകണ്ടി കൃഷ്ണൻ, തെങ്ങിൽ അപ്പ എന്നിവർ രക്ത സാക്ഷികളായി. സമരനേതാക്കളായ തളിയൻ രാമൻനമ്പ്യാരും ഒ.പി. അനന്തൻ മാഷും സേലം ജയിൽ വെടിവെപ്പിൽ രക്തസാക്ഷികളായി.

ഇനി വീണ്ടും കണ്ടക്കൈയിലെത്തിയാൽ അവിടെ പുല്ലുപറി സമര ത്തിന്റെ അലകളടിച്ചുകൊണ്ടിരിക്കുകയായിരുന്നു. കർഷകസംഘം പ്രവർത്തകരായ ഊരട കണ്ണൻ നായർ, വി.വി. ചന്തുക്കുട്ടി എന്നിവരുടെ വിളകൊയ്യുന്നത് തടഞ്ഞുകൊണ്ട് ജന്മി പുതിയ പോരിന് തുടക്കം കുറിച്ചു. 1947 ഫെബ്രുവരി രണ്ടാം വാരം. മയ്യിൽ എലമെന്ററി സ്കൂളിൽ കൃഷി ക്കാരുടെ യോഗം പാർട്ടി വിളിച്ചുചേർത്തു. പാർട്ടിയുടെ ഫർക്കാ കമ്മിറ്റി സെക്രട്ടറിയും കർഷകസംഘം നേതാവുമായ എ. കുഞ്ഞിക്കണ്ണൻ പ്രഖ്യാപിച്ചു: എന്തു ത്യാഗം സഹിച്ചും നമ്മൾ തന്നെ വിളകൊയ്യണം-വിളകൊയ്യാൻ ജന്മിയെ അനുവദിക്കുന്ന പ്രശ്നമില്ല. വിത്തിട്ടവർ വിളകൊയ്യും, തടുക്കുന്നവരെ വെറുതെ വിടില്ല- യോഗം പ്രഖ്യാപിച്ചു.

അടുത്തദിവസം, ഫെബ്രുവരി 13-ന് വൈകീട്ട് മുതൽ ഇരിക്കൂർ ഫർക്ക യുടെ വിവിധ ഭാഗങ്ങളിൽ നിന്നും കർഷക സംഘം പ്രവർത്തകർ കണ്ട ക്കൈയിലേക്ക് പ്രവഹിച്ചു. 13-ന് രാത്രി മെഗാഫോൺ പ്രചരണം. വിത്തിട്ടവർ വിളകൊയ്യണം. 14-ന് അതിരാവിലെ കോട്ടയാട് വയലിൽ സ്ത്രീകളും പുരുഷന്മാരുമടങ്ങിയ വലിയ സംഘം ഇറങ്ങി കൊയ്തുതുടങ്ങി. പിന്തുണ പ്രഖ്യാപിച്ച് നിരവധി പേർ സമീപങ്ങളിൽ നിലയുറപ്പിച്ചു. കൊയ്ത്ത് തീരുന്നതിനു മുമ്പ് തന്നെ ലാത്തിയും തോക്കുമായി പോലീസ് വരമ്പിൽ. കറ്റകൾ പാടത്തുതന്നെയിട്ട് ഉടനെ കയറിപ്പോകണമെന്ന് പോലീസിന്റെ ആജ്ഞ. ആ ജല്പനം പക്ഷേ ഒരു ചലനവുമുണ്ടാക്കിയില്ല.

കൊയ്തെടുത്ത നെല്ല് മുഴുവൻ കർഷകസംഘം നേതൃത്വത്തിൽ കടത്തിക്കൊണ്ടുപോയി. സമരത്തിന്റെ വിജയം ഇരിക്കൂർ ഫർക്കയിൽ മാത്രമല്ല, ചിറക്കൽ താലൂക്കിലാകെ പ്രസ്ഥാനത്തിന്റെ ആത്മവീര്യം വർദ്ധിപ്പിച്ചു. പോലീസ് വലയത്തിൽ നിന്നുകൊണ്ട് തന്നെ കൂടുതലും സ്ത്രീകളുടെ പങ്കാളിത്തത്തിൽ വിളവെടുപ്പ് സമരം വിജയിപ്പിച്ചു. പിറ്റേന്ന് മുതൽ അധികാരി വർഗത്തിന്റെ ശക്തമായ പ്രതികരണം തുടങ്ങി. പുല്ലപ്പറി സമരത്തെ തുടർന്ന് രണ്ടിടത്ത് താൽക്കാലിക പോലീസ് ക്യാ മ്പാണ്ടായിരുന്നതെങ്കിലും കൂടുതൽ പോലീസുകാരെ വരുത്തി രണ്ട് സ്ഥിരം ക്യാമ്പ് തുടങ്ങി. സമരത്തിന് നേതൃത്വം നൽകിയ ടി. ഒതേനൻ മാസ്റ്റർ, കെ.കെ. കുഞ്ഞനന്തൻ നമ്പ്യാർ, കമ്മാരൻ മാസ്റ്റർ തുടങ്ങി നിരവധി പേർക്കെതിരെ കേസെടുത്തു. നാട്ടിലാകെ പോലീസ് ഭീക രതാണ്ഡവം. വീടുകളിൽ കയറി കണ്ണിൽ കണ്ടതെല്ലാം തച്ചതകർത്തു. സ്ത്രീയോ പുരുഷനോ കുട്ടികളോ എന്ന വ്യത്യാസമില്ലാതെ കണ്ണിൽ കണ്ട വരെയെല്ലാം തല്ലിച്ചതച്ചു. ചട്ടിയും കലവും കൂടി നശിപ്പിക്കപ്പെട്ടു. അമ്മി കിണറ്റിലെറിഞ്ഞു. ജീവിതം അസാധ്യമായ ആ സന്ദർഭത്തിലാണ്, കർഷക മാതാവായ കുഞ്ഞാക്കമ്മ സമരരംഗത്തിറങ്ങിയത്. രോഷാ കുലയായ കുഞ്ഞാക്കമ്മ അടുത്ത വീടുകളിലെത്തി സ്ത്രീകളെ സംഘടി പ്പിച്ചു. ഫെബ്രുവരി 22ന് സ്ത്രീകൾ ഒത്തുകൂടി. പോലീസ് തല്ലിത്തകർത്ത ചട്ടിയും കലവും മറ്റും കുട്ടകളിലാക്കി അവർ ജന്മിയായ അധികാരിയുടെ വീട്ടിലേക്ക്, പോലീസ് ക്യാമ്പ് പ്രവർത്തിക്കുന്ന വീട്ടിലേക്ക് മാർച്ച് ചെയ്തു. പതിമൂന്ന് വീട്ടമ്മമാർ പങ്കെടുത്ത ആ സമരമാണ് പ്രശസ്തമായ കലംകെട്ട് സമരം. പൊളിഞ്ഞ പാത്രങ്ങൾ അധികാരിയുടെ വീടിന് മുമ്പിൽ കൂട്ടിയിട്ട് ജാഥ വിളിച്ചു. ക്ഷുഭിതനായ അധികാരി കുഞ്ഞാക്കമ്മ ക്കും 15 പുരുഷന്മാർക്കുമെതിരെ കേസെടുപ്പിച്ചു. 65 വയസ്സുള്ള കുഞ്ഞാ ക്കമ്മയെ പോലീസ് അറസ്റ്റ് ചെയ്ത് ക്രൂരമായി മർദ്ദിച്ച് ജയിലിലടച്ചു.

കർഷകപ്രസ്ഥാനം ശക്തിയാർജ്ജിക്കുന്നതിനിടയിൽത്തന്നെ ചിറക്കൽ താലൂക്കിൽ അധ്യാപക പ്രസ്ഥാനവും മഹിളാപ്രസ്ഥാനവും കമ്മ്യൂണിസ്റ്റ് പാർട്ടിയുടെ നേതൃത്വത്തിൽ സംഘടിപ്പിക്കാൻ തുടങ്ങിയി രുന്നു. അധ്യാപകപ്രസ്ഥാനത്തിന്റെ സ്ഥാപകനേതാക്കളിൽ പ്രമുഖൻ ഇരിക്കൂർ ഫർക്കയിലെ പാർട്ടി നേതാവായ ടി.സി. നാരായണൻ നമ്പ്യാരാണ്. ടി.സി.യോടൊപ്പം ആദ്യകാലം മുതൽത്തന്നെ പ്രവർ ത്തനത്തിൽ പങ്കാളിയായ യശോദടീച്ചറാണ് മഹിളാപ്രസ്ഥാനത്തി ന്റെ ചിറക്കൽ താലൂക്കിലെ സ്ഥാപകനേതാവ്. തന്റെ ജന്മനാടായ കീച്ചേരിയിൽ മഹിളാസംഘം രൂപവത്കരിച്ച് തുടക്കം കുറിച്ച യശോ ദടീച്ചർ കയരളത്തും കണ്ടക്കൈയിലുമെല്ലാമെത്തി മഹിളാ പ്രസ്ഥാനം

സംഘടിപ്പിക്കാൻ നേതൃത്വം നൽകി. വിദൂര മലയോര ഗ്രാമങ്ങളിലടക്കം സാഹസികമായി സഞ്ചരിച്ച് മഹിളാ പ്രസ്ഥാനം സംഘടിപ്പിക്കുകയും കർഷക പ്രസ്ഥാനത്തിന്റെ സമര-സംഘടനാ പ്രവർത്തനങ്ങളിൽ നേതൃത്വപരമായ പങ്ക് വഹിക്കുകയും ചെയ്ത യശോദടീച്ചർ1946-ൽ ദേശാഭിമാനി ദിനപത്രമായി മാറിയതോടെ ഉത്തരകേരളത്തിലെ അതിന്റെ ലേഖികയുമായി മാറി. കേരളത്തിലെ ആദ്യത്തെ വനിതാ പത്രപ്രവർത്തക. ആ വിപ്ലവകാരിയാണ് ഇരിക്കൂർ ഫർക്കയിലും കയരളം-കണ്ടക്കൈ മേഖലയിലും വനിതാ പ്രവർത്തനത്തിന് ആവേശം പകർന്നത്.

കലംകെട്ട് സമരം നയിച്ച് ജയിലിലായ കുഞ്ഞാക്കമ്മ 1881-ൽ പയ്യന്നൂരിനടുത്ത വെള്ളൂരിൽ ചെറിയാണ്ടിയിൽ കണ്ണോത്ത് വീട്ടിലാണ് ജനിച്ചത്. വിവാഹിതയായി കണ്ടക്കൈയിൽ വന്നതാണ്. ഭർത്താവായ കെ.കെ. കേളനമ്പ്യാർ 1930കളുടെ അന്ത്യത്തിൽ മരണപ്പെട്ടതോടെ കുഞ്ഞാക്കമ്മയുടെയും നാല് മക്കളുടെയും ജീവിതം ദുരിതത്തിലായി. സ്വന്തമായി വീടില്ലാത്തതിനാൽ പല വീടുകളിലും മാറി മാറി താമസി ക്കുകയായിരുന്നു. കർഷകസംഘത്തിലും കമ്മ്യൂണിസ്റ്റ് പാർട്ടിയിലും സ്ത്രീകളെ അണിചേർക്കുന്നതിനുള്ള അവസരമായി അതിനെ അവർ ഉപയോഗപ്പെടുത്തുകയായിരുന്നു. താമസിക്കാൻ വീടില്ലാതെ, മറ്റുള്ളവ രുടെ കാരുണ്യത്തിൽ കഴിയേണ്ടിവന്നത് ഒരു കുറച്ചിലായി കാണാതെ ജീവിതത്തിൽ പടവെട്ടുകയും സാമൂഹ്യവ്യവസ്ഥയ്ക്കെതിരായ വർഗ സമരത്തിൽ തനതായ പങ്ക് വഹിക്കുകയുമായിരുന്ന കുഞ്ഞാക്കമ്മ. 1942-43ൽ കമ്മ്യൂണിസ്റ്റ് പാർട്ടി അംഗമായ അവർ അക്കാലത്ത് കമ്മ്യൂണിസ്റ്റ് പാർട്ടിയുടെ മലബാർ മേഖല വോളണ്ടിയർ ക്യാമ്പിന്റെ സംഘാടനത്തിൽ വലിയ പങ്ക് വഹിച്ചു. കലംകെട്ട് സമരത്തിനെ തുടർന്ന് കുഞ്ഞാക്കമ്മയുടെ മക്കളെയും അകന്ന ബന്ധുക്കളെയും കൂടി പോലീസ് ക്രൂരമായി പീഡിപ്പിച്ചു. അവരുടെ മകൻ കുഞ്ഞപ്പ നമ്പ്യാരെ കോട്ടയാട്ടെയും വേളത്തെയും പോലീസ് ക്യാമ്പിൽ കൊണ്ടുപോയി തല്ലിച്ചതച്ച് മൃതപ്രായനാക്കി.

കലംകെട്ട് സമരത്തിലും പ്രകടനത്തിലും പങ്കെടുത്തവരെയും അനുഭാവം പ്രകടിപ്പിച്ചവരെയും കള്ളക്കേസിൽ കുടുക്കി. നിരവധി പേരെ ജയിലിലടച്ചു. കണ്ടക്കൈ എസ്.ജെ.എം. വായനശാല പെട്രോ ളൊഴിച്ച് കത്തിച്ചു. സമരനായകരിലൊരാളായ വി. കമ്മാരൻ മാസ്റ്ററുടെ വീട് കത്തിച്ചു. കെ.കെ. കൃഷ്ണൻമാസ്റ്റർ, കെ.ഒ. കുഞ്ഞിരാമൻ മാസ്റ്റർ, പി.കെ. കൃഷ്ണൻ നമ്പ്യാർ, കെ.കെ. ചന്ത്രക്കുട്ടി നമ്പ്യാർ, പാടിച്ചാൽ രാമൻ, പി. കുഞ്ഞിക്കണ്ണൻ, പി.കെ. കമ്മാരൻ നമ്പ്യാർ, എ. കുട്ട്യപ്പ,

എ. കുഞ്ഞമ്പ, കുട്ട്യപ്പനായർ, കോയാടൻ കണ്ണോത്ത് കൃഷ്ണൻ നമ്പ്യാർ, കുട്ട്യപ്പ മാസ്റ്റർ, കെ.പി. ഗോവിന്ദൻ, തുടങ്ങി നിരവധി പേരുടെ കുടുംബാംഗങ്ങളെ തുരത്തി വീട്ടുകൾ കണ്ടുകെട്ടി. കന്നുകാലികളെയും പിടിച്ചുകൊണ്ടുപോയി ജപ്തിചെയ്തു. പത്തായങ്ങൾ കുത്തിത്തുറന്ന് ധാന്യങ്ങൾ കോരിക്കൊണ്ടുപോയി വിറ്റു. നിരവധി വീട്ടുകൾ സീൽ ചെയ്തു. കണ്ടോത്ത് രാമൻനായരുടെ വീട് സീൽ ചെയ്തതിനാൽ അദ്ദേഹ ത്തിന്റെ സഹോദരിക്ക് മരച്ചുവട്ടിൽ താമസിക്കേണ്ടിവന്നു. അവിടെവെച്ച് അവർ പ്രസവിച്ചു. രണ്ടാംവിള നെല്ല് കൊയ്യാനനുവദിക്കാത്തതിനാൽ ആയിരക്കണക്കിന് സേർ നെല്ല് വയലിൽ നശിച്ചു.

കണ്ടക്കൈ സമരം കഴിഞ്ഞ് കുറേനാളകൾക്ക് ശേഷം കുറ്റിയാ ട്ടൂരിൽ ഒരു പൊതുയോഗത്തിൽ പങ്കെടുക്കാൻ എ.കെ.ജി. എത്തി. ആ പൊതുയോഗത്തിൽ പങ്കെടുക്കാൻ പോവുകയായിരുന്ന പി.കെ. കൃഷ്ണൻ നമ്പ്യാർ, വി.വി. കണ്ണൻ നമ്പ്യാർ, കെ.കെ. നാരായണൻ നമ്പ്യാർ എന്നീ സഖാക്കളെ വേലത്തുവെച്ച് ഹെഡ്കോൺസ്റ്റബിൾ അനന്തക്കുറുപ്പിന്റെ നേതൃത്വത്തിൽ പോലീസ് തടഞ്ഞുനിർത്തി മർദ്ദിച്ചു. മർദ്ദനത്തിൽ പരിക്കേറ്റ് ചോരയൊലിപ്പിച്ചതന്നെ അവർ കുറ്റിയാട്ട രിലെ പൊതുയോഗത്തിലെത്തി. സംഭവം മനസ്സിലാക്കിയ എ.കെ.ജി. അവരോടൊപ്പം തന്നെ വേളത്തേക്ക് തിരിച്ചു. ഓരോ വീട്ടിലും പോയി മർദ്ദിതരെ എ.കെ.ജി. സമാശ്വസിപ്പിച്ചു. അവരെയെല്ലാം സംഘടി പ്പിച്ച് വേളത്ത് വമ്പിച്ച പൊതുയോഗം ചേർന്നു. കല്ല്യാടൻ കൃഷ്ണൻ നമ്പ്യാരുടെ അദ്ധ്യക്ഷതയിൽ ചേർന്ന പൊതുയോഗത്തിൽ എ.കെ. ജി. മർദ്ദകർക്ക് താക്കീത് നൽകി.

പൊതുയോഗം കഴിഞ്ഞ് കണ്ടക്കൈ കടവിലെത്തി ബോട്ടിൽ കയറിയപ്പോൾ അതാ മുമ്പിൽ ഹെഡ്കോൺസ്റ്റബിൾ അനന്തക്കുറുപ്പ്. അമ്മമാരെയും പെങ്ങന്മാരെയും കുട്ടികളെയുമെല്ലാം മർദ്ദിച്ചാൽ ഇനി വെറുതെ വിടില്ലെന്ന് അനന്തക്കുറുപ്പിനോട് എ.കെ.ജി. പറഞ്ഞു. കടുത്ത ഭീഷണിതന്നെയായിരുന്നു അത്. അയാൾ എ.കെ.ജി.ക്കെതിര കേസ് കൊടുത്തു. പുഴയിൽ മുക്കിക്കൊല്ലാൻ ശ്രമിച്ചുവെന്ന്. വധശ്രമത്തിന് കേസെടുത്തു. ആ കേസിൽ എ.കെ.ജി.യെ അഞ്ചുവർഷത്തെ തടവിന് ശിക്ഷിച്ചു. ജാമ്യമെടുത്ത് പുറത്തിറങ്ങിയ എ.കെ.ജി. ജാമ്യവ്യവസ്ഥ പാലിച്ചില്ലെന്നാരോപിച്ച് വീണ്ടും അറസ്റ്റ് ചെയ്തു് ജയിലിലടച്ചു.

വർഷങ്ങൾക്ക് ശേഷം, അടിയന്താരവസ്ഥക്കാലത്ത് ഇതേ പോല്വുള്ള സാഹചര്യത്തിൽ വേളത്ത് രണ്ട് തവണ എ.കെ.ജി.ക്ക് വരേണ്ടിവന്നു. കടുത്ത രോഗബാധയിൽ ക്ഷീണിതനായിട്ടും എ.കെ. ജി. കണ്ടക്കൈയിലെ, കോട്ടയാട്ടെ, വേളത്തെ മർദ്ദനവാഴ്ചയറിഞ്ഞ്

എഴുകയായിരുന്നു. പോലീസും ഗുണ്ടകളും വീട് കയ്യേറി ഉപദ്രവിച്ചാൽ മുളക് വെള്ളം കലക്കി തളിക്കണമെന്നും കിട്ടാവുന്ന ആയുധമെടുത്തു തന്നെ ചെറുക്കണമെന്നും എ.കെ.ജി. അമ്മമാരോടാഹ്വാനം ചെയ്തു. ആറുകണക്കിന് അമ്മമാർ കണ്ണീരോടെ എ.കെ.ജി.ക്ക് മുമ്പിൽ അവർ അനുഭവിച്ച മർദ്ദനത്തിന്റെയും കൊള്ളയുടെയും കാര്യങ്ങൾ വിവരിച്ചു. യോഗസ്ഥലം വലയം ചെയ്തിട്ടെന്നപോലെ നിലകൊണ്ട പോലീ സുകാരോട് എ.കെ.ജി. പറഞ്ഞു- നിങ്ങൾ മര്യാദകേട് കാണിച്ചാൽ അമ്മമാർ തിരിച്ചടിക്കും. ഇത് കണ്ടക്കെയും വേലവ്വമാണ്. ഈ നാട് ബ്രിട്ടീഷ് പോലീസുകാരോട് എങ്ങനെയാണ് ചെറുത്തുനിന്നതെന്ന് നിങ്ങൾക്കറിയില്ല. നിങ്ങൾ നിയമമാണ് നടപ്പാക്കേണ്ടത്. നിയമം ഉണ്ടാക്കുന്നവരിലൊരാളായ ഞാനാണ് പറയുന്നത്. ഇത് ജനങ്ങളുടെ താക്കീതാണ്. ജനങ്ങൾക്ക് ധൈര്യം പകർന്ന്, ആത്മവീര്യം പകർ ന്നാണ് രണ്ടതവണയും എ.കെ.ജി. മടങ്ങിയത്.

ആ മർദ്ദനകാലത്തെക്കുറിച്ച് യശോദടീച്ചർ (മലയാളത്തിലെ ആദ്യത്തെ പത്രലേഖിക, മലബാറിലെ ആദ്യത്തെ വനിതാ കമ്മ്യൂണിസ്റ്റ് നായിക) എഴുതിയ കുറിപ്പ് ചുവടെ:

"കണ്ടക്കെ, കയരളം പ്രദേശങ്ങൾ ഞങ്ങൾ നിരവധി തവണ സന്ദർശിച്ചു. അവിടെ വേലത്തും കോട്ടയാട്ടും ക്യാമ്പ് ചെയ്താണ് എം.എസ്.പി.ക്കാർ നരനായാട്ടിന് നേതൃത്വം നൽകിയത്. ഗ്രാമന ഗരങ്ങളിലെ പുരുഷന്മാർ അധികവും ഒളിവിലായിരുന്നു. സ്ത്രീകൾ കണ്ണീരോടെ തങ്ങളുടെ അനുഭവങ്ങൾ വിവരിച്ചു. ഗർഭിണിയായ സ്ത്രീയെ വരെ ഇറക്കിവിട്ട് വീട് മുദ്രവെച്ചതും പ്രസവിച്ചുകിടക്കുന്ന സ്ത്രീയെ കുളിപ്പി ക്കാനുള്ള വെള്ളം തിളപ്പിക്കുന്ന കലമടക്കം എം.എസ്.പി.ക്കാർ തച്ചട ച്ചതും ഞങ്ങൾ കണ്ടു. കണ്ടക്കെയിലെ സ്ത്രീകൾ നടത്തിയ കലംകെട്ട സമരത്തിന് നേതൃത്വംകൊടുത്ത് അറസ്റ്റിലായ കുഞ്ഞാക്കമ്മയെയും ഞങ്ങൾ കണ്ടിരുന്നു.

മഹിളാസംഘം പ്രവർത്തകരെന്ന നിലയിൽ ഞങ്ങൾ സ്ത്രീകൾക്ക് ധൈര്യം പകർന്നു. പട്ടിണിയും രോഗവും പടർന്നുപിടിച്ച പ്രദേശങ്ങളിൽ വേൾഡ് റിലീഫ് കമ്മിറ്റിയിൽ നിന്നും ലഭിച്ച റിലീഫ് വിതരണവും നടത്തി. എം.എസ്.പി. ക്യാമ്പുകൾക്കിടയില്ലൂടെ ഒളിച്ചും പതുങ്ങിയ മായിരുന്നു യാത്ര. പലപ്പോഴും തോണിയില്ലും മറ്റും പോയി അരിയും തുണിയുമൊക്കെ വിതരണം ചെയ്തിട്ടുണ്ട്.

കണ്ടക്കെയിലെത്തുന്നതിന് മുമ്പുതന്നെ വളരെ അകലെനിന്ന് കടവത്ത് ആളുകൾ തടിച്ചുകൂടിയിട്ടുള്ളയും ആളുകളുടെ കയ്യിൽ പാറി ക്കളിക്കുന്ന ചുവപ്പ് കൊടിയും ഞങ്ങൾ കണ്ടു. ഞങ്ങളുടെ തോണിയുടെ

മുമ്പില്ലുള്ള ചുവപ്പ് കൊടി അവരും കണ്ടിട്ടുണ്ടാമായിരിക്കണമെന്ന് തീർ
ച്ചയാണ്. അവരുടെ കയ്യിൽ ചുവപ്പ് കൊടി കണ്ടപ്പോൾ ഞങ്ങൾക്കോ
ഞങ്ങളുടെ ചുവപ്പ്കൊടി കണ്ടപ്പോൾ അവർക്കോ കൂടുതൽ ആഹ്ലാദവും
അഭിമാനവും രോമാഞ്ചവും ഉണ്ടായതെന്ന് തീർത്തുപറയുവാൻ വയ്യ.

കണ്ടക്കെയിലെ വായനശാലയിലേക്കാണ് ഞങ്ങൾ പോയത്.
ഇക്കഴിഞ്ഞതെല്ലാം സാരമില്ലെന്ന തന്റേടം കാണിക്കുന്ന മുഖഭാവ
ത്തോടുകൂടിയ കർഷക കാരണവന്മാരെയും സങ്കടമോ സന്തോഷമോ
പറയാൻ നിവൃത്തിയില്ലാത്ത അമ്മമാരെയും ദൃഢനിശ്ചയത്തിന്
ഒട്ടും ഇളക്കം തട്ടാത്ത ചെറുപ്പക്കാരെയും ഞങ്ങൾ അവിടെ കണ്ടു.
കണ്ടക്കെ വായനശാല എം.എസ്.പി. തല്ലിപ്പൊളിച്ചിരുന്നു. ഇരിക്കൂർ
ഫർക്കയിൽ അങ്ങോളമിങ്ങോളമുള്ള എം.എസ്.പി. മർദ്ദനത്തിന്റെ
ഉണങ്ങാത്ത വ്രണങ്ങളിൽ ഞങ്ങൾ ആദ്യം കണ്ടത് അതാണ്. തല്ലി
പ്പൊളിച്ച, ഒടിഞ്ഞ കഷണങ്ങളും പകരം ഓലമേഞ്ഞിട്ടുള്ളതും നാട്ടുകാർ
ഞങ്ങൾക്ക് കാണിച്ചതന്നു. മാത്രമല്ല, അകത്തുള്ള സിമന്റ് ബ്ലാക്ക്
ബോർഡിൽ എം.എസ്.പി.ക്കാർ ബയണറ്റുകൊണ്ട് 'അപ്പ് എം.എസ്.
പി.' എന്ന് ഇംഗ്ലീഷിൽ കൊത്തിയിട്ടുണ്ട്.

"ഒരു പത്ത് കൊല്ലത്തേക്ക് ഇവിടെ വായനശാലയും സംഘവും
ചെങ്കൊടിയും കാണില്ലെന്നാ"ണത്രേ അന്ന് എം.എസ്.പി. വീമ്പിളക്കി
യത്. എം.എസ്.പി. ഇപ്പോഴും കണ്ടക്കെ അധികാരിയുടെ ബംഗ്ലാവിൽ
ക്യാമ്പ് ചെയ്യുന്നുണ്ട്. 'അപ് എം.എസ്.പി.' മുദ്രാവാക്യം ഇനിയും മായ്ച്ചു
കളയാൻ കഴിഞ്ഞിട്ടില്ല. എങ്കിലും ചുകപ്പ് കൊടി വീണ്ടും പൊന്തിയിരി
ക്കുന്നു. കണ്ടുകെട്ടിയ വീട്ടുകളെല്ലാം തിരിച്ചുകൊട്ടക്കേണ്ടിവന്നിരിക്കുന്നു.

എം.എസ്.പി. തല്ലിപ്പൊളിച്ച ചട്ടിയും കലവും എടുത്തുകൊണ്ട് അധി
കാരിയുടെ അട്ടക്കലേക്ക് സ്ത്രീകളുടെ ഘോഷയാത്ര നയിച്ചതിന് കൂടും
ബത്തോടെ അറസ്റ്റ് ചെയ്യപ്പെട്ട വൃദ്ധമാതാവായ കുഞ്ഞാക്കമ്മയുടെയും
എം.എസ്.പി. സാധുക്കളെ ദ്രോഹിക്കരുതെന്ന് ബോർഡെഴുതിവെച്ച
തിന് പലതവണ പോലീസിന്റെ അടികൊള്ളേണ്ടിവന്ന പതിനാല്
വയസ്സായ കുഞ്ഞിരാമന്റെയും നാടാണ് കണ്ടക്കെ. രണ്ടാളെയും
ഞങ്ങൾ കണ്ടു. അവരുടെ ഓജസ്സിനും യാതൊരു കോട്ടവുമില്ല.

അവിടന്നങ്ങോട്ട് ഞങ്ങൾ പോയ ഓരോ സ്ഥലത്തും ഞങ്ങൾ
ക്കിതുരണ്ടും കാണാൻ സാധിച്ചു. ഒരു ഭാഗത്ത് നമുക്ക് ഊഹിക്കാൻ
വയ്യാത്തത്ര ഭയങ്കരമായ മർദ്ദനത്തിന്റെ മുറിപ്പാടുകൾ. അതോടൊപ്പം
അതെല്ലാം സഹിച്ചും തലയുയർത്തി നിൽക്കുന്ന കൃഷിക്കാർ, സ്ത്രീകളും
കുട്ടികളും കാരണവന്മാരും.

കുഞ്ഞാക്കമ്മയെ അറസ്റ്റ് ചെയ്ത് ജയിലിലടച്ചശേഷവും സ്വന്തം വീട്ടുപോല്യമില്ലാത്ത അവരുടെ കുടുംബത്തെയും അവർക്ക് ആശ്രയം നൽകിയവരെയും പോലീസ് പീഡിപ്പിച്ചതിനെ സംബന്ധിച്ച് ഏപ്രിൽ 8-ന് യശോദ ടീച്ചർ എഴുതിയ റിപ്പോർട്ടിൽ നിന്നും ഒരു ഭാഗം ചുവടെ.

"കണ്ണൂർ ജയിലിലില്ലുള്ള 65 വയസ്സായ കുഞ്ഞാക്കമ്മയുടെ ജ്യേഷ്ഠ ത്തിയെയും മക്കളെയു എം.എസ്.പി. മർദ്ദിച്ചു. മർദ്ദനം മൂലം കിടപ്പി ലായ കുഞ്ഞാക്കമ്മയുടെ മകനെ ഞങ്ങൾ കണ്ട് സംസാരിച്ചു. ആ സഖാവിനും എഴുന്നേൽക്കുവാനോ നടക്കുവാനോ സാധിക്കാത്ത രീതിയിൽ മർദ്ദനം കൊണ്ട് ശരീരത്തിന് കേടപാടുകൾ പറ്റിയിരിക്കുന്നു. ഒരടിപോല്യം നടക്കാൻ സാധ്യമല്ല.

കുഞ്ഞാക്കമ്മയുടെ 70 വയസ്സായ ജ്യേഷ്ഠത്തിയും വിധവയായ മകളും നാല് പിഞ്ചുകിടാങ്ങളും വീടിന്റെ കോലായിൽ താമസിക്കുന്നു. അവരുടെ വീട് കൊള്ള ചെയ്ത വിവരം ആ അമ്മ തന്നെ പറഞ്ഞുകേട്ടപ്പോൾ ഞങ്ങളോരോരുത്തരുടെയും ഹൃദയം പൊട്ടുന്നതായി ഞങ്ങൾക്കനുഭ വപ്പെട്ടു. വീട് കൊള്ളചെയ്യുവാൻ വന്ന ഇൻസ്പെക്ടർ ആ സ്ത്രീയുടെ കയ്യിൽ നിന്ന് ഒരു കീറിയ തുണിയിൽ കെട്ടിവെച്ച 25 ഉറുപ്പികയുടെ കിഴി തട്ടിപ്പറിച്ചു പണം എടുത്ത് തുണിമാത്രം മടക്കിക്കൊടുത്തു. ആ പഴയ തുണിക്കഷണം ഞങ്ങളെ കാണിച്ചുകൊണ്ട് അവർ ആ സംഭവങ്ങളെ കരഞ്ഞുകൊണ്ട് വിവരിച്ചു.

"ഏതായാല്യം മരിക്കുന്നത് ഈ കോലായിൽ കിടന്നതന്നെ ആയി ക്കൊള്ളട്ടെ. അല്ലെങ്കിൽ എം.എസ്.പി. മർദ്ദിച്ചുകൊല്ലുന്നുവെങ്കിൽ അതും ഇവിടെവെച്ചുതന്നെ ആയിക്കൊള്ളട്ടെ. ഞങ്ങൾ ഒരു കുറ്റവും ചെയ്തിട്ടില്ല. എം.എസ്.പി. തല്ലിപ്പൊളിച്ച സാധനങ്ങൾ ഭരണാധികാ രിയെ കാണിച്ചുകൊടുത്ത് സങ്കടം പറഞ്ഞതിന് എന്റെ അനുജത്തിയെ പോലീസ് പിടിച്ചുകൊണ്ടുപോവുകയാണുണ്ടായത്. ജാമ്യത്തിൽ പോകേണ്ടവർക്ക് സ്വത്തുണ്ടെങ്കിലും അധികാരി സർട്ടിഫിക്കറ്റ് കൊട ക്കുന്നില്ല. അവളുടെ മകനെ തല്ലിക്കൊല്ലാറാക്കി. ഞങ്ങളെ കൊന്നാല്യം ഇവിടെനിന്നും പോവുകയില്ല".

മർദ്ദനത്തെ ചെറുക്കാൻ കൃഷിക്കാർ പരസ്പരം സഹായിക്കുന്നു.

മുണ്ടേ്യാൻ രാമൻ എന്നാളുടെ വീട് സീൽവെച്ചതനുസരിച്ച് വേറൊരു വീടിന്റെ കോലായിലാണ് താമസിക്കുന്നത്. അനാഥ കുടുംബങ്ങൾക്ക് അഭയം കൊടുക്കുന്നതില്യടെ കൃഷിക്കാരുടെ പാരസ്പരൈക്യം ആരെയും ആവേശം കൊള്ളിക്കുന്ന ചിത്രമായാണ് ഞങ്ങൾക്കനുഭവ പ്പെട്ടത്.

സഖാവ് കണ്ടോത്ത് രാമൻനായരുടെ അമ്മയെയും ഗർഭിണിക
ളായ രണ്ട് സ്ത്രീകളെയും കാണാൻ ഞങ്ങൾ പോയി. അവിടങ്ങളിൽ
രണ്ട് വീടുകൾ പൂട്ടി സീൽ വെച്ചത് ഞങ്ങൾ കണ്ടു. വീട്ടിലെ സാധനങ്ങൾ
മുഴുവൻ പോലീസുകാരും ഗുണ്ടകളും തീവെച്ച് നശിപ്പിച്ചുവെന്നാണറി
യുന്നത്. വീട് മാത്രം അവിടെയുണ്ട്. രാമൻനായരുടെ ഗർഭിണിയായ
പെങ്ങൾക്ക് പ്രസവിക്കാൻ അടുത്ത വീട്ടിൽ ഒരു സ്ഥലം കൊടുക്കുക
യുണ്ടായി. ആ സ്ത്രീ പ്രസവിച്ചിട്ട് അഞ്ച് ദിവസമായി. വെള്ളംചൂടാക്കി
കുളിക്കാൻ പാത്രമില്ലാത്തതിനാൽ പ്രസവിച്ച സ്ത്രീക്ക് കുളിക്കാൻ
സാധിച്ചിട്ടില്ല. ആ സ്ത്രീയുടെ അയൽവീട്ടിൽ നിന്നും ഒരു ചെറിയ കലം
വാങ്ങിക്കൊണ്ടുവന്നിട്ടുണ്ട്. ആ ചെറിയ കലത്തിലാണ് പ്രസവിച്ച
സ്ത്രീ വെള്ളം ചൂടാക്കി കുളിക്കേണ്ടത്."

1947 ഏപ്രിലിലെ കാര്യമാണ് മേൽ വിവരിച്ചത്. അതിന് മുമ്പ് ഒരു
സംഭവം നടന്നു. 1947 ഫെബ്രുവരി 15-ന് അയച്ചതും 21-ന് ദേശാഭിമാ
നിയിൽ അച്ചടിച്ചുവന്നതുമായ വാർത്ത. വാർത്ത അയച്ചത് ദേശാഭിമാ
നിയുടെ പ്രാദേശിക ലേഖകനാണ്. പി.കെ. കുഞ്ഞിക്കണ്ണൻ നമ്പ്യാർ.
മുമ്പ് മല്ലക്കൊടി പി.സി.സി. സൊസൈറ്റിയുടെ ആദ്യ സെക്രട്ടറിയെന്ന
നിലയിലും കയരളത്തെ ആദ്യത്തെ കോൺഗ്രസ്സുകാരനായി പരിച
യപ്പെടുത്തിയ രൈരുനമ്പാരുടെ മകനുമായ പി.കെ. കൃഷ്ണൻ നമ്പ്യാ
രുടെ സഹോദരൻ പി.കെ. കുഞ്ഞിക്കണ്ണൻ നമ്പ്യാരാണ് പ്രാദേശിക
ലേഖകൻ. വാർത്ത ചുവടെ:

"മൂന്ന് സ്ത്രീകളെ ബലാത്സംഗം ചെയ്തു"

കണ്ടക്കൈ- ഫെബ്രുവരി 15 (പ്രാ. ലേ.): എം.എസ്.പി.ക്കാരും
അവരുടെ പിന്നാലെ ജനങ്ങളെ ഒറ്റിക്കൊടുക്കാനും കൊള്ളയടിക്കാനും
നടക്കുന്ന ഖദറിൽ മൂടിയ ചെറ്റകളും കൂടി മിനിഞ്ഞാന്ന് കോട്ടയാട്ട് ചെന്ന്
മൂന്ന് കർഷകസ്ത്രീകളുടെ ചാരിത്ര്യം നശിപ്പിച്ചിരിക്കുന്നു. യുവതികളായ
മൂന്ന് സ്ത്രീകളെ അവർ പിടിക്കൂടി. ആ വീട്ടിലുള്ള മറ്റ് സ്ത്രീകളെ വലിച്ചിഴച്ച്
അടുത്തുള്ള വേറൊരു വീട്ടിൽ കൊണ്ടുപോയി അടച്ചു. പാവങ്ങളായ മൂന്ന്
സ്ത്രീകളും വാവിട്ടു നിലവിളിക്കുന്നുണ്ടായിരുന്നു. ഘാതകന്മാരും മൃഗപ്രായ
രും ഖദറിൽ മൂടിയവരുമായ ആ തെമ്മാടികൾ സാധ്വിസ്ത്രീകളെ പിടിക്കൂടി.
അവരുടെ നിലവിളി പുറത്തുകേൾക്കാതിരിക്കാൻ വായിൽ തുണി ചുരു
ട്ടിത്തിക്കിക്കയറ്റി അവരെ തള്ളിയിട്ട് മൃഗീയമായി എല്ലാ പിശാചുക്കളും
ചാരിത്ര്യഭംഗം ചെയ്തു. ഒരു സ്ത്രീക്ക് ബോധക്കേടുവന്നു. അവരെല്ലാവരും
കെ.പി.സി.സി. അന്വേഷണക്കോടതി മുമ്പാകെ തെളിവുകൊടുക്കാൻ
തയ്യാറാണ്. വീണ്ടും എം.എസ്.പി. ഇന്നലെ വൈകുന്നേരം അതേ വീട്
പരിശോധിച്ച് സ്ത്രീകളെ വന്ന് അന്വേഷിച്ചു. പക്ഷേ ആരെയും കണ്ടില്ല."

ഈ വാർത്ത വന്നതോടെ വലിയ കോളിളക്കം തന്നെയുണ്ടായി. പത്രത്തിനെതിരെ നോട്ടീസും കേസും നാട്ടിലാകെ ഭീഷണിയും. പ്രാദേശിക ലേഖകൻ ആരാണെന്നറിയിക്കണമെന്നാവശ്യപ്പെട്ട് പത്ര മാനേജർക്ക് പോലീസിന്റെ നോട്ടീസ്. നാട്ടിലാകെ റെയ്ഡും കുഴപ്പവും.

പോലീസിന്റെ നോട്ടീസിന് മറുപടിയായി ദേശാഭിമാനി മാനേജർ നൽകിയ മറുപടിയും ശ്രദ്ധേയമാണ്. നോട്ടീസയക്കേണ്ടത് മാനേജർ ക്കല്ല, കണ്ണൂർ സെൻട്രൽ ജയിലിൽ കഴിയുന്ന പബ്ലിഷർക്കാണെന്നും റിപ്പോർട്ടറുടെ വിശദീകരണങ്ങളോ കരട് റിപ്പോർട്ടോ അന്തസ്സുള്ള യാതൊരു പത്രവും വെളിപ്പെടുത്തില്ലെന്നുമായിരുന്നു മറുപടി. അക്രമ ത്തിന്റെയും ഭീഷണിയുടെയും അന്തരീക്ഷം പോലീസ് അവസാനിപ്പി ക്കാൻ സന്നദ്ധമായാൽ തെളിവ് നൽകാമെന്നും മറുപടിയിൽ പറഞ്ഞു.

ഈ സംഭവവുമായി ബന്ധപ്പെട്ട് കോടതിയിൽ കേസ് വന്നപ്പോൾ ഒരു സ്ത്രീയെ കോഴിക്കോട് കോടതിയിലെത്തിച്ച് തെളിവ് കൊടുത്ത സാഹസിക സംഭവം ഇതെഴുതുന്നയാളോട് അന്നത്തെ പ്രാദേശിക ലേഖകനായ കുഞ്ഞിക്കണ്ണൻ മാസ്റ്റർ പറയുകയുണ്ടായി. പാടിക്കുന്ന് രക്തസാക്ഷി എം.വി. ഗോപാലനാണ് നായകൻ. "പോലീസുകാർ മാന നഷ്ടക്കേസ് കൊടുത്തു. ഞാൻ ആകെ ഭയപ്പെട്ടു. രണ്ട് പോലീസ് ക്യാ മ്പിനിടയിലുള്ള സ്ഥലമാണ് കോട്ടയാട്. മാനഭംഗത്തിനിരയായ സ്ത്രീ കോടതിയിൽ ഹാജരായി മൊഴികൊടുത്തേ തീരൂ. പക്ഷേ അങ്ങോട്ട് പോവുക അസാധ്യം. പക്ഷേ പ്രശ്നം ഗോപാലൻ ഏറ്റെടുത്തു. ഒരു നാഴികക്കിടയിലുള്ള രണ്ട് പോലീസ് ക്യാമ്പുകളുടെ മധ്യേയുള്ള ആ സ്ഥലത്ത് ഗോപാലൻ വേഷപ്രച്ഛന്നനായി എത്തി. മാനഭംഗം ചെയ്യ പ്പെട്ട യുവതിയെയും കൂട്ടി കോഴിക്കോട്ട് എത്തി. കൂടെ ഞാനുമുണ്ട്. അന്ന് ദേശാഭിമാനിയുടെ ചുമതലക്കാരനായിരുന്ന കെ.സി. ജോർജ്ജിനെക്ക ണ്ട് ആവശ്യമായ കാര്യങ്ങളെല്ലാം ചെയ്തു. അന്ന് രാത്രി തന്നെ സ്ത്രീയെ അവരുടെ വീട്ടിൽ കൊണ്ടുചെന്നാക്കുകയും ചെയ്തു ഗോപാലൻ."

കമ്പിൽ അടി സംഭവം

എന്തുകൊണ്ട് പാടിക്കുന്ന് എന്നാണ് നാം അന്വേഷിച്ചുകൊണ്ടിരി ക്കുന്നത്. 1948 കൊൽക്കത്ത തീസിസിനെ തുടർന്ന് ശക്തമായ ചെറുത്തുനിൽപ്പും മുന്നേറ്റ ശ്രമവും നടക്കുകയാണ്. ആക്രമണത്തെ അതേ നാണയത്തിൽ തിരിച്ചടിക്കുക എന്ന സമീപനം. ഇരിക്കൂർ ഫർക്കയിൽ ആദ്യം നടന്ന സംഭവം കമ്പിൽ സംഭവമാണ്. കൊളച്ചേരി, നാറാത്ത് പ്രദേശങ്ങളുടെ തലസ്ഥാനമാണ് കമ്പിൽ. കോൺഗ്രസ്സിന്റെ വലിയ സ്വാധീനമേഖല. കമ്മ്യൂണിസ്റ്റുകാർക്ക് വഴിനടക്കാൻ പോലും അനുമതിയില്ലാത്ത സ്ഥലം. അങ്ങനെയിരിക്കെ ഒരു ദിവസം കമ്പിൽ പൊൻകുത്തിപറമ്പിൽ കയരളം മേഖലയിൽപെട്ട കൊളച്ചേരിയിലെ കമ്മ്യൂണിസ്റ്റ് നേതാക്കളായ ഇ.പി കൃഷ്ണൻ നമ്പ്യാരും ഇ. കുഞ്ഞിരാമൻ നായരും ഇരുന്ന് രാഷ്ട്രീയ കാര്യങ്ങൾ ചർച്ചചെയ്യുകയാണ്. പെട്ടെന്ന് ഒരു സംഘം 'ദേശരക്ഷാ വോളണ്ടിയർമാർ' (കോൺഗ്രസ്സുകാർ) അവിടേക്ക് ഇരച്ചെത്തി ആക്രമിക്കാൻ ശ്രമിച്ചു. അവർ ഓടി രക്ഷപ്പെ ട്ടു. കമ്പിൽ അങ്ങാടിയിലൂടെ ചുകപ്പന്മാർ നടക്കരുത്, നടന്നാൽ കാല് തല്ലിയൊടിക്കും എന്നായിരുന്ന പ്രഖ്യാപനം. പാർട്ടി പ്രവർത്തകർക്ക് മാത്രമല്ല, അവരുടെ കുടുംബങ്ങൾക്കും വഴിനടക്കാൻ അനുവാദമില്ല. നടക്കണമെങ്കിൽ കോൺഗ്രസ്സ് ഓഫീസിൽ ചെന്ന് ശീട്ട് വാങ്ങണം.

പാപ്പിനിശ്ശേരിയിൽ കേൺഗ്രസ് നേതാവായ സാമുവൽ ആറോണിന്റെ വക സ്ഥലത്ത് പോലീസിന്റെയും ഗുണ്ടകളുടെയും ക്യാമ്പ് പ്രവർത്തിക്കുന്നു. അവിടെ നിന്നും കമ്പിൽക്കടവ് കടന്നോ കല്ലരിക്കടവ് കടന്നോ അവർ കമ്പിൽ അങ്ങാടിയിൽ പെട്ടെന്ന് പ്രത്യക്ഷപ്പെട്ടാണ്

എ.വി. കുഞ്ഞപ്പൻ

തിരുവങ്ങാടൻ ഗോവിന്ദൻ

കമ്മ്യൂണിസ്റ്റ് വിരുദ്ധ ആക്ഷൻ നടത്തുക പതിവ്. ഇ.പി. കൃഷ്ണൻ നമ്പ്യാ രെയും ഇ. കുഞ്ഞിരാമൻ നായരെയും ആക്രമിക്കാൻ ശ്രമിച്ചതിന്റെ അടുത്തദിവസം ആ സംഘം കമ്പിൽ പ്രത്യക്ഷപ്പെട്ടു. കമ്പിലെ കമ്മ്യൂ ണിസ്റ്റുകാരായ എം. ശങ്കരൻ, കണ്ടപ്പൻ നാരായണൻ, കിണ്ടിരാമൻ, നാരായണൻ ടെയ്ലർ എന്നിവരെ പോലീസ് ഗുണ്ടാസംഘം ഓടിച്ചപി ടിച്ചു. അവരെ പാപ്പിനിശ്ശേരി ക്യാമ്പിൽ (അടിയന്തിരാവസ്ഥക്കാലത്ത് നടപ്പാക്കിയ കോൺസൺട്രേഷൻ ക്യാമ്പിന് സമാനം) കൊണ്ടുപോയി രണ്ട് ദിവസത്തെ പീഡനവും മർദ്ദനവും.

പിടിച്ചനിൽക്കണമെങ്കിൽ എന്തെങ്കിലും ചെയ്തേ പറ്റൂ എന്ന സ്ഥിതിയായി. കമ്പിൽ പ്രദേശത്ത് വഴിനടക്കാനുള്ള സ്വാതന്ത്ര്യത്തി നുവേണ്ടി പോരാടാൻ തന്നെ തീരുമാനിച്ചു. കയരളം മേഖലയിലെ (ഇന്നത്തെ മയ്യിൽ ഏരിയ) പാർട്ടി പ്രവർത്തകരുടെ യോഗം ചേർന്നു. കമ്പിൽ പരിസര പ്രദേശങ്ങളിലെ പാർട്ടി പ്രവർത്തകരെ കാണാൻ കെ.പി.ആർ. തന്നെ എത്തി. മൊറാഴ കേസിൽ കൊലക്കയറിൽ നിന്ന് രക്ഷപ്പെട്ട് ജയിലിൽ നിന്നും വിട്ടയക്കപ്പെട്ട കെ.പി.ആർ. അന്ന് ഒളിവിലായിരുന്നു. ഒളിവ് പ്രവർത്തനത്തിനിടെ തന്നെ കമ്പിലെത്തി ആവശ്യമായ പ്ലാനിങ്ങെല്ലാം കെ.പി.ആറിന്റെ നേതൃത്വത്തിൽ നടന്നു. മേടം ഏഴിന് (ഏപ്രിൽ 20) രാവിലെ ഇ.പി. കൃഷ്ണൻ നമ്പ്യാരും ഇ. കുഞ്ഞി രാമൻ നായരും കമ്പിൽ അങ്ങാടിയിലൂടെ നടക്കണം. ആരെങ്കിലും എതിർക്കാനെത്തിയാൽ അടിക്കണം. അതിനായി വോളണ്ടിയർ ടീമുകൾ സംഘടിക്കപ്പെട്ടു. വേണ്ടിവന്നാൽ ഇടപെടാൻ പാപ്പിനിശ്ശേരി - പറശ്ശിനി ഭാഗത്തുനിന്ന് കാന്തലോട്ട് കരുണൻ, പി.പി. നാരായണൻ

എന്നിവരുടെ നേതൃത്വത്തിലുള്ള വോളണ്ടിയർ സംഘവും അല്പമകലെ സന്നദ്ധരായിനിൽക്കണമെന്ന് തീരുമാനിച്ചു.

മേടം ഏഴിന് രാവിലെ ഇ.പി.യും കുഞ്ഞിരാമൻ നായരും കമ്പിൽ അങ്ങാടിയിലൂടെ നടന്നു. ഇ.പി.യുടെ കയ്യിൽ ലാത്തി, കുഞ്ഞിരാമൻ നായരുടെ കയ്യിൽ ലാത്തിയും വിസിലും. ഇ.പി.യുടെ നടത്തം കോൺഗ്രസ്സുകാരെ ആദ്യം അല്പം അമ്പരപ്പിച്ചു. അടുത്ത നിമിഷം തന്നെ അവർ ഓടിക്കൂടി ഇ.പി.യെ വളഞ്ഞു. കുഞ്ഞിരാമൻ നായർ വിസിലൂതി. പക്ഷേ വോളണ്ടിയർ സംഘങ്ങൾ എത്താൻ അല്പം വൈകിപ്പോയി ഫലം ഇ.പി.യെയും കുഞ്ഞിരാമൻ നായരെയും ഗുണ്ടകൾ പൈശാചികമായി മർദ്ദിച്ചു. കെട്ടിയിട്ട് മർദ്ദനം. ഇ.പി.യുടെ തലയിലൂടെ ആസിഡൊഴിച്ചു. അല്പനിമിഷങ്ങൾക്കകം കാന്തലോട്ട് കരുണന്റെ നേതൃത്വത്തിലുള്ള വോളണ്ടിയർ സംഘം കുതിച്ചെത്തി. കമ്പിലെ ഗുണ്ടകൾക്ക് കണക്കിന് തല്ലുകിട്ടി. വലിയ ഭീഷണിമുഴക്കി കായിക ശക്തിപ്രകടനം നടത്തി വോളണ്ടിയർ സംഘങ്ങൾ തിരിച്ചപോയി. വധശ്രമത്തിൽ നിന്ന് കഷ്ടിച്ച് രക്ഷപ്പെട്ട ഇ.പി.യെയും കുഞ്ഞിരാമൻ നായരെയും ദൂരെ രഹസ്യകേന്ദ്ര ത്തിലേക്ക് മാറ്റി ചികിത്സ ഏർപ്പാടാക്കി. മയ്യിൽ പ്രദേശത്ത് കെ.കെ. കുഞ്ഞനന്തൻ നമ്പ്യാരുടെ നേതൃത്വത്തിലാണ് അതെല്ലാം നടന്നത്.

ചേലേരി നെല്ലെടുപ്പ്

കമ്പിൽ അടി സംഭവത്തെ തുടർന്ന് പോലീസ് ഭീകരവാഴ്ചയാണ് നടന്നത്. കണ്ണാടിപ്പറമ്പിൽ നിന്നും എ.വി. കുഞ്ഞപ്പനെയും നാരായണമാരാരെയും അറസ്റ്റ് ചെയ്ത് മർദ്ദിച്ച് ജീവച്ഛവമാക്കി ജയിലിലടച്ചു. നേരിട്ടില്ലെങ്കിൽ വിപ്ലവ പ്രസ്ഥാനത്തിന്റെ കൊടി മടക്കിവെക്കേണ്ടിവരുന്ന അവസ്ഥ. കെ.പി.ആറും കാന്തലോട്ടും പലവഴികൾ താണ്ടി കയരളത്തെത്തി. ചേലേരിയിലും ഒളിവിൽ കഴിയുന്നവരെയും പേടിച്ച് വീട്ടിൽ തന്നെ കഴിയുന്നവരെയും അവർ ചെന്നു കണ്ടു. ഏപ്രിൽ 25ന് കയരളം മൊട്ടയിൽ എല്ലാവരും അതീവരഹസ്യമായി ഒരുത്രധണാമെന്ന് കെ.പി.ആർ. ആവശ്യപ്പെട്ടു. 25-ന് ചേർന്ന രഹസ്യയോഗം ഒരു തീരുമാനമെടുത്തു. മറ്റന്നാൾ നെല്ലെടുപ്പ് സമരം നടത്തണം. ഏപ്രിൽ 27ന് അതിരാവിലെ മുപ്പതിലേറെ പ്രവർത്തകർ രഹസ്യമായി ചേലേരിയിലെത്തി. അവർ തീരുമാനപ്രകാരം മാർച്ച് ചെയ്തത് ചേലാങ്കര അനന്തൻ നമ്പ്യാരുടെ വീട്ടിലേക്കാണ്. ഇടത്തരം ജന്മിയും മണ്ഡലം കോൺഗ്രസ്സ് പ്രസിഡന്റും അതുകൊണ്ടുതന്നെ പ്രദേശത്തെ പ്രധാന ഒറ്റുകാരനുമാണ്. നിരവധി സഖാക്കളെ പോലീസിന് പിടിച്ചുകൊടുക്കുന്നതിലും മർദ്ദനത്തിനും ഒത്താശ ചെയ്തയാൾ. അനന്തൻ നമ്പ്യാരുടെ വീട്ടിൽ എത്തിയ പ്രവർത്തകർ പത്തായം തുറന്ന് രണ്ട് ചാക്ക് നെല്ലെടുത്തു. പ്രതീകാത്മക സമരം. വീട്ടുമുറ്റത്തു വെച്ചുതന്നെ ആ നെല്ല് വിതരണം ചെയ്തു. അതോടെ പോലീസ് ഭീകരവാഴ്ച ചേലേരിയിലും നടത്തി. കമ്പിൽ കോൺഗ്രസ് ഓഫീസും പോലീസിന്റെ താൽക്കാലിക ക്യാമ്പായി മാറിക്കഴിഞ്ഞിരുന്നു.

ചടയൻ ഗോവിന്ദൻ

ഒരാഴ്ചക്കിടയിൽ നടന്ന രണ്ട് സംഭവം - 20ന് (അഥവാ 21ന്) നടന്ന കമ്പിൽ അടിയും 27ന് (28ന്?) നടന്ന ചേലേരി നെല്ലെടുപ്പം ജന്മിമാരിലും ഭരണവർഗത്തിലും വലിയ ഞെട്ടലുണ്ടാക്കി. അവർ പ്രതിപ്രവർത്തനവും ശക്തിപ്പെടുത്തി. ഈ സംഭവങ്ങളോടെയാണ് കമ്മ്യൂണിസ്റ്റ് പാർട്ടിക്ക് പുതിയൊരു കാഡർ ഉണ്ടാകുന്നത്. ചടയൻ ഗോവിന്ദൻ. കമ്പിൽ അങ്ങാടിയിലെ അടിയുമായി ബന്ധപ്പെട്ട ബഹളം കഴിഞ്ഞാണ് നെയ്തപണി നിർത്തി ചടയനും ജ്യേഷ്ഠനും അവിടേക്ക് ഓടിയെത്തിയത്. ഗുണ്ടകൾക്കെതിരായ പ്രവർത്തനത്തിൽ ചടയനും നല്ല പങ്ക് വഹിച്ചു. ചേലേരി നെല്ലെടുപ്പ് സമരത്തിലെ ഒരു വോളണ്ടിയറും ചടയനായിരുന്നു.

കമ്പിൽ അടിക്കേസിൽ നാറാത്ത്, ചേലേരി, കണ്ണാടിപ്പറമ്പ് കൊളച്ചേരി മേഖലയിലുള്ളവർക്ക് പുറമെ മയ്യിലെ നേതാവായ ടി. ഒതേനൻ മാസ്റ്ററും വോളണ്ടിയറായ തിരുവങ്ങാടൻ ഗോവിന്ദനും പ്രതികളായിരുന്നു. ഇ.പി. കൃഷ്ണൻ നമ്പ്യാർ, ഇ. കുഞ്ഞിരാമൻ നായർ, കെ.എൻ. രാമൻ, കാക്കാമണി ഗോവിന്ദൻ, അരിങ്ങേത്ത് ദാമോദരൻ, ചേണിച്ചേരി ഇട്ടമ്മൽ കോരൻ, കൊമ്പൻ കോരൻ, എ.വി. നാരായണമാരാർ, എ.വി. കുഞ്ഞപ്പൻ, കണ്ടൻ കുഞ്ഞിരാമൻ, എം.പി. കണ്ണൻ നമ്പ്യാർ, എം.പി. കൃഷ്ണൻ നമ്പ്യാർ, വി.എം. ഗോപാലൻ, പാലക്കൽ കൃഷ്ണൻ നമ്പ്യാർ, മാരമംഗലത്ത് കൃഷ്ണൻ നായർ, എം. കുഞ്ഞിരാമൻ നമ്പ്യാർ, കോലാക്കീൽ കണ്ണൻ എന്നിവരായിരുന്നു മറ്റ് പ്രതികൾ.

ചേലേരി നെല്ലെടുപ്പ് കേസിൽ മയ്യിലെ പി.കെ. കൃഷ്ണൻ മാസ്റ്റർ, പി.കെ. കുഞ്ഞിക്കണ്ണൻ മാസ്റ്റർ, കെ.പി. കുഞ്ഞിക്കൃഷ്ണൻ നായർ (ചിറക്കൽ), എം.ടി. ഗോപാലൻ (പറശ്ശിനി) എന്നിവരും കൊളച്ചേരി, നാറാത്ത്, ചേലേരി മേഖലയിലുള്ള (സംഭവം നടന്ന നാട്ടിലുള്ള) എം.പി. കൃഷ്ണൻ നമ്പ്യാർ (മുണ്ടയാടൻ) എം.പി. കൃഷ്ണൻ നമ്പ്യാർ (മരുതിയോടൻ), ഇ.പി. കൃഷ്ണൻ നമ്പ്യാർ, എം.പി. കുഞ്ഞിരാമൻ നമ്പ്യാർ (മരുതിയോടൻ), എം.പി. കൃഷ്ണൻ നമ്പ്യാർ (ബോസ്), കെ. ഒതേനൻ, വി.വി. കുഞ്ഞിരാമൻ, ഇ. കുഞ്ഞിരാമൻ നായർ, മത്തിരാമൻ, വയക്കോത്ത് മഠം, പി.ആർ. കൃഷ്ണൻ നമ്പ്യാർ, പി.കെ. കുഞ്ഞിരാമൻ നായർ, പട്ടർകണ്ടി

പുതിയാങ്കോട്ട് കുഞ്ഞമ്പു നായർ, പി.സി. മാധവൻ നായർ, പി.കെ. കൃഷ്ണൻ നായർ തുടങ്ങിയവരായിരുന്ന പ്രതികൾ. വേറെയും കുറേ പ്രതി കളുണ്ടായിരുന്നെങ്കിലും പിന്നീട് പട്ടികയിൽ നിന്ന് ഒഴിവാക്കി.

ചേലേരി കേസിൽ പി.ആർ. കൃഷ്ണൻ നമ്പ്യാർ ഒഴികെയുള്ള 16 പ്രതികളെ ആറുകൊല്ലം കഠിനതടവിന് തലശ്ശേരി സെഷൻസ് കോടതി ശിക്ഷിച്ചു. മദിരാശി ഹൈക്കോടതി അപ്പീലിൽ 13 പ്രതികളെ വിട്ടയക്ക കയും പി.സി. ബാലൻ നായർ, കെ. ഒതേനൻ, വി.വി. കുഞ്ഞിരാമൻ എന്നിവരുടെ ശിക്ഷ മൂന്ന് വർഷമായി കുറക്കുകയും ചെയ്തു.

ചടയൻ ഗോവിന്ദൻ കമ്പിൽ - ചേലേരി സംഭവത്തോടെ പാർട്ടിയുടെ പ്രധാന പ്രവർത്തകനായി മാറുകയായിരുന്നു. സ്വയം തീരുമാനിച്ചല്ല, അങ്ങനെ ഭവിച്ചു. കാരണം കമ്പിൽ സംഭവത്തെ തുടർന്ന് പോലീസും ഗുണ്ടകളും വീടാക്രമിച്ചു. നെയ്യുന്ന മഗ്ഗം തകർത്തു. പാവ് കീറിനശിപ്പിച്ചു. ഒളിവിൽ കഴിയേണ്ട അവസ്ഥ വന്നു. ടി.സി. നാരായണൻ നമ്പ്യാ രുടെ ഉജ്ജ്വലപ്രസംഗങ്ങളാണ് ചടയനിലെ കമ്മ്യൂണിസ്റ്റുകാരനെ ആവേശം കൊള്ളിച്ചത്. കമ്പിൽ അങ്ങാടിയിൽ കമ്മ്യൂണിസ്റ്റ് പാർട്ടി ഒരു പൊതുയോഗം നടത്താൻ തീരുമാനിച്ചു. പ്രസംഗകൻ സഖാവ് ടി.സി. തന്നെ. സർക്കിൾ ഇൻസ്പെക്ടർ റേ എത്തി പൊതുയോഗം നടത്താൻ പാടില്ലെന്ന് പ്രഖ്യാപിച്ചു. സ്വാതന്ത്ര്യം ലഭിച്ച് കോൺഗ്രസ് ഭരണം നടത്തുന്ന സമയം. കമ്മ്യൂണിസ്റ്റ് പാർട്ടി നിരോധിക്കപ്പെട്ടുകഴി ഞ്ഞിട്ടുമില്ല. എന്നിട്ടും പൊതുയോഗത്തിന് നിരോധനം. പ്രവർത്തകർ പ്രതിഷേധിച്ചു. യോഗം നടത്തുമെന്ന് ടി.സി. പ്രഖ്യാപിച്ചു. പക്ഷേ മൈക്ക് അനുമതി നിഷേധിച്ചു. ഉടൻതന്നെ അടുത്തുള്ള വീട്ടിൽ പോയി ഒരു മേശ എടുത്തുകൊണ്ടുവരികയും അതിന്മേൽ കയറി ടി.സി. അത്യുജ്ജ്വല പ്രസംഗം നടത്തുകയും. രാഷ്ട്രീയത്തിൽ കൂടുതൽ സജീവമാകാൻ, ഉറപ്പിച്ചുനിർത്താൻ ആ പ്രസംഗം പ്രേരകമായെന്നും ചടയൻ അനുസ്മ രിക്കുകയുണ്ടായി.

പി.സി. അനന്തൻ രക്തസാക്ഷിത്വം

ചേലേരി നെല്ലെടുപ്പ് സംഭവത്തിന്റെ പിറ്റേന്നാണ് പുളിയാങ്കോടൻ ചെമ്മരൻ കുളങ്ങര അനന്തൻ നായർ എന്ന പി.സി. അനന്തൻ രക്തസാക്ഷിയായത്. മൊയാരത്ത് ശങ്കരനെ 1948 മെയ് 13-ന് സേവാദൾ വോളണ്ടിയർമാരും (അതായത് ദേശരക്ഷാസമിതി) പോലീസുകാരും പിടികൂടി തല്ലിച്ചതച്ചും പലവിധേന പീഡിപ്പിച്ചും കൊന്ന സംഭവം കേരള ചരിത്രത്തിന്റെ ഭാഗമാണ്. സ്വന്തം അനുയായികളുടെ ചെയ്തിയിൽ സങ്കടവും രോഷവും പ്രകടിപ്പിച്ച് പരസ്യ പ്രസ്താവന നടത്താൻ കെ. കേളപ്പൻ തയ്യാറായ സംഭവം. എന്നാൽ ആ സംഭവത്തിന് കൃത്യം രണ്ടാഴ്ച മുമ്പ് കോൺഗ്രസ്സ് സേവാദൾ വോളണ്ടിയർമാരും പോലീസും ചേർന്ന് 17-18 വയസ്സ് മാത്രം പ്രായമുള്ള ഒരു കൗമാരക്കാരനെ കമ്പിൽ വെച്ച് തല്ലിച്ചതച്ച് മൃതപ്രായനാക്കിയ ശേഷം പായയിൽ വരിഞ്ഞുകെട്ടി വളപട്ടണം പുഴയിൽ ഒഴുക്കിക്കൊന്ന സംഭവം ഔദ്യോഗിക ചരിത്രത്തിൽ ഇല്ല. പി.സി. അനന്തനെ കൊല ചെയ്ത സംഭവമാണത്.

കൊലച്ചേരിയിലെയും ചേലേരിയിലെയും കർഷകസംഘത്തിന്റെ ഉശിരനായ പ്രവർത്തകനായിരുന്ന അനന്തൻ. ജന്മിയായ കരുമാരത്ത് നമ്പൂതിരിയുടെ ആനക്കാരനായ കുണ്ടൻനായരുടെ മകൻ. ചേലേരിയിൽ അമ്മയുടെ വീട്ടിലും കൊലച്ചേരിയിൽ അച്ഛന്റെ വീട്ടിലുമായാണ് അനന്തൻ താമസിച്ചുകൊണ്ടിരുന്നത്. കയ്യൂർ സംഭവത്തെ തുടർന്ന് രക്ത സാക്ഷി സ്മാരകമായി ഇ.പി. കൃഷ്ണൻ നമ്പ്യാരുടെ നേതൃത്വത്തിൽ 1943 കാലത്ത് തന്നെ കയ്യൂർ സ്മാരക വായനശാല കൊലച്ചേരിയിൽ എളിയ

നിലയിൽ പ്രവർത്തനമാരംഭിച്ചിരുന്നു. വീട്ടിലെ സാമ്പത്തിക സ്ഥിതി മോശമായതിനാൽ പ്രൈമറി സ്കൂളിന് ശേഷം പഠനം നിർത്തിയ അനന്തൻ നെയ്ത്ത് പഠിച്ച് ഒരു കമ്പനിയിൽ നെയ്യാൻ തുടങ്ങിയിരുന്നു. അതോടൊപ്പം കയ്യൂർ സ്മാരക വായനശാലയിൽ നിന്ന് കിട്ടുന്നതെല്ലാം വായിച്ച് പഠിച്ചു. വായനശാലയുടെ പ്രധാന പ്രവർത്തകരിലൊരാളായി മാറി. അതോടൊപ്പം കർഷക-കമ്മ്യൂണിസ്റ്റ് പാർട്ടി പ്രവർത്തനവും. ഏപ്രിൽ 20 (21?) ന്റെ കമ്പിൽ അടി സംഭവത്തെ തുടർന്ന് പോലീസ് ഗുണ്ടാ ഭീകരവാഴ്ച തുടങ്ങിയതോടെ രക്ഷയില്ലാതെ അനന്തൻ അച്ഛൻ കുണ്ടൻ നായർ തൽക്കാലം ജോലിചെയ്യുന്ന ഇരിക്കൂറിലേക്ക് പോയി. ഏതാനും ദിവസം അവിടെ താമസിച്ച് നാട് ശാന്തമായാൽ തിരിച്ചുവ രാം എന്ന കരുതലോടെയാണ് പോയത്. എന്നാൽ ദുരിതപ്പൂർണ്ണമായ യാത്രയും അവിടത്തെ സാഹചര്യങ്ങളുമെല്ലാം കാരണം പനി ബാധിച്ചു. ഇരിക്കൂറിൽ അച്ഛന്റെ താൽക്കാലിക താമസസ്ഥലത്തുനിൽക്കാൻ കഴിയില്ലെന്ന് വന്നപ്പോൾ പനി വിട്ടുമാറും മുമ്പ് തന്നെ നാട്ടിലേക്ക് തിരിച്ചുപോരാൻ നിർബന്ധിതനായി. നെല്ലെടുപ്പ് സമരം നടന്ന ചേലേ രിയിലുള്ള അമ്മയുടെ വീട്ടിലേക്കാണ് അനന്തൻ മടങ്ങുന്നത്.

നെല്ലെടുപ്പ് സമരം നടന്നതോ അതുമായി ബന്ധപ്പെട്ട് വീണ്ടുമൊരു ഭീകരവാഴ്ച തുടങ്ങിയതോ അനന്തൻ അറിഞ്ഞിരുന്നില്ല. ഇരിക്കൂറിൽ നിന്നും നടന്ന് അവശനായി മുണ്ടേരിക്കടവ് കടന്ന് അനന്തൻ എത്തി. അവിടത്തെ ചായക്കടയിൽ കയറിയിരുന്നു. ചായ വാങ്ങിക്കുടിക്കാൻ തുടങ്ങിയപ്പോഴേക്കും വിസിൽ മുഴങ്ങി. ഉടൻതന്നെ കോൺഗ്രസ്സുകാർ വളഞ്ഞുകഴിഞ്ഞു. അവരുടെ കയ്യിലെ ലാത്തികൾ അനന്തന്റെ മേൽ പതിക്കാൻ തുടങ്ങി. മുണ്ടേരിക്കടവ് മുതൽ കമ്പിൽ വരെ വഴിനീളെ അടി. വീഴുമ്പോൾ എഴുന്നേൽപിച്ച് വീണ്ടും അടി. കമ്പിലെ കോൺഗ്രസ് ഓഫീസിലേക്കാണ് കൊണ്ടുപോയത്. കോൺഗ്രസ് ഓഫീസിനോടനു ബന്ധിച്ച തന്നെയാണ് പോലീസ് ക്യാമ്പും പ്രവർത്തിക്കുന്നത്. അവിടെ പലേടത്തുനിന്നും ചോദ്യം ചെയ്യാനായി പിടിച്ചുകൊണ്ടുവന്ന കമ്മ്യൂണിസ്റ്റ് അനുഭാവികളുണ്ടായിരുന്നു. അവരുടെ മുമ്പിലിട്ട് അനന്തനെ മർദ്ദിക്കാൻ തുടങ്ങി. തല്ലും ചവിട്ടും കൊണ്ട് വീണുകിടക്കുന്ന അനന്തനിൽ നിന്നും നേരിയ ഞരക്കം മാത്രം. മരണം ഉറപ്പാണെന്ന് വ്യക്തമായതോടെ പോലീസും കോൺഗ്രസ്സ് പ്രാദേശിക നേതൃത്വവും ആശങ്കയിലായി. ഓഫീസിൽ വെച്ച് കൊല്ലപ്പെട്ടുവെന്ന് പുറത്തറിഞ്ഞാൽ പ്രശ്നമായേ ക്കാം. പ്രശ്നമൊന്നുമുണ്ടായില്ലെങ്കിലും ഭാവിയിൽ അന്വേഷണമോ മറ്റോ വന്നേക്കാം. അവർ ശ്രദ്ധാലോചന നടത്തി എത്തിയ തീരുമാനം അനന്തനെ പുഴയിൽ ഒഴുക്കിക്കൊല്ലാനാണ്. കോൺഗ്രസ് ഓഫീസിൽ

നിന്നും അനന്തനെ താങ്ങിയെടുത്ത് പുറത്തുകൊണ്ടുപോയി. പിറ്റേന്ന്, അതായത് 1948 ഏപ്രിൽ 29ന് വളപട്ടണം പുഴയിൽ ആ ശവം ഒഴുകിന ടന്നു. പായയിൽ വരിഞ്ഞുകെട്ടിയനിലയിൽ... മരണം സംഭവിക്കുന്ന തിന് മുമ്പാണ് പായയിൽ കെട്ടിവരിഞ്ഞ് പുഴയിൽ തള്ളിയതെന്നാണ് പിന്നീട് പുറത്തുവന്ന വിവരം.

അറാക്കൽ വീണ്ടുമെത്തുന്നു

1940 സെപ്റ്റംബർ 15-ന്റെ സംഭവത്തെ തുടർന്ന് അറസ്റ്റ് ചെയ്ത് ജയിലിലടക്കപ്പെട്ട അറാക്കൽ കുഞ്ഞിരാമൻ 1946 ഒക്ടോബറിൽ ജയിൽ മോചിതനായി. മദിരാശിയിൽ അധികാരത്തിൽ വന്ന ടി. പ്രകാശം മന്ത്രിസഭ രാഷ്ട്രീയത്തടവുകാരെ വിട്ടയക്കുകയായിരുന്നു. ആറ് വർഷത്തെ ജയിൽവാസത്തിനുശേഷം പുറത്തുവന്ന അറാക്കൽ വീണ്ടും ചിറക്കൽ താലൂക്കിലാകെ ഓടിനടന്ന് പ്രവർത്തിക്കാൻ തുടങ്ങിയത് നാട്ടിൽ വലിയ ആവേശം സൃഷ്ടിച്ചു. അതിനിടെ അറാക്കലിന്റെ വ്യക്തി ജീവിതവുമായി ബന്ധപ്പെട്ട് ചില പ്രശ്നങ്ങളുണ്ടായി. വാസ്തവത്തിൽ വ്യക്തിപരമല്ല, അതും രാഷ്ട്രീയം തന്നെ. എ.കെ.ജി.യുടെ ജീവിതത്തിൽ സംഭവിച്ചതുപോലെ തന്നെ. 1940 ആദ്യം ആറാക്കൽ വിവാഹിതനായിരുന്നു. ഭാര്യ അരോളിയിലെ കെ.ഒ.പി. കരുണാകരൻ നമ്പ്യാരുടെ സഹോദരി മാധവി. വിവാഹം കഴിഞ്ഞ് അല്പദിവസത്തിനകം തന്നെ അറാക്കൽ ഒളിവിലും പിന്നെ ജയിലിലുമായി. മൊറാഴ സംഭവവുമായി ബന്ധപ്പെട്ട് കെ.പി.ആറിനെപ്പോലെ തന്നെ അറാക്കലിനെയും നാട്ടുകാർ വീരനായകനായി ആരാധിക്കുന്ന കാലം. ആ ഘട്ടത്തിൽ (1942-43) അറാക്കലിന്റെ ഭാര്യ മാധവി മിസിസ് അറാക്കൽ എന്ന പേരിൽ പാർട്ടി വേദികളിൽ പ്രത്യക്ഷപ്പെട്ട് പ്രസംഗിച്ച് നാട്ടുകാർക്ക് ആവേശം പകർന്നു. എന്നാൽ അറാക്കലിന് ജയിൽ മോചിതനാവാനാവില്ലെന്നും ജീവൻ തന്നെ അപകടത്തിലാണെന്നും കണക്കുകൂട്ടിയ മാധവിയുടെ അച്ഛൻ അവരെ അരോളിയിലെ വീട്ടിലേക്ക് കൂട്ടിക്കൊണ്ടുപോയി. നിർബന്ധിച്ച് വേറെ വിവാഹം കഴിപ്പിച്ചു.

1946 ഒക്ടോബറിൽ ജയിൽമോചിതനായെത്തിയ ശേഷം അറാക്കൽ വീണ്ടും വിവാഹം കഴിച്ചു. മൊറാഴ സംഭവത്തിൽ തന്നോ ടൊപ്പം ജീവപര്യന്തം തടവിന് ശിക്ഷിക്കപ്പെട്ട് ഒരുമിച്ച് ജയിലിൽ കഴിഞ്ഞ പി.വി. അച്യുതൻ നമ്പ്യാരുടെ സഹോദരി ജാനകിയെയാണ് അറാക്കൽ വിവാഹം ചെയ്തത്.

വിവാഹം കഴിഞ്ഞ് കുറേ നാളുകൾക്ക് ശേഷം അറാക്കൽ ഭാര്യയെയും കൂട്ടി സിനിമയ്ക്ക് പോയി. കണ്ണൂരിൽ വിളക്കംതറയോട് തൊട്ടുള്ള ഉമയാൾ ടാക്കീസിൽ. സിനിമ കണ്ടശേഷം കണ്ണൂരിൽ ഹോട്ടലിൽ മുറിയെടുത്ത് താമസിച്ചു. പിറ്റേന്ന് രാവിലെ വളപട്ടണത്തേക്ക് ബസ്സിൽ. വളപ ട്ടണം ജെട്ടിയിൽ നാട്ടിലേക്കുള്ള ബോട്ട് പുറപ്പെടാനായി നിൽക്കുന്നു. അപ്പോൾ വളപട്ടണം സ്റ്റേഷനിലെ ഒരു കോൺസ്റ്റബിൾ പാത്തും പതുങ്ങിയും അവിടെയെത്തി. അറാക്കലിനെ അയാൾ ആംഗ്യം കാട്ടി വിളിച്ചു. കുശുകുശുപ്പ്. പ്രത്യേകിച്ച് എന്തെങ്കിലും സംഭവിച്ചതായി ഭാവിക്കാതെ അറാക്കൽ ഭാര്യ ജാനകിയോട് പറഞ്ഞു: "ഈ ബോട്ടിൽ നീ പോയ്ക്കോളൂ. ഞാൻ അങ്ങെത്തിക്കോളാം. ചില പ്രശ്നങ്ങളുണ്ട്."

"കാവുമ്പായിയിൽ കരക്കാട്ടിടം നായനാരുടെ ആനക്കാരൻ കൊല്ലപ്പെട്ടിരിക്കുന്നു. പ്രധാന പ്രതി നിങ്ങളാണ്." ജെട്ടിയിൽവെച്ച് പോലീസുകാരൻ കുശുകുശുത്തത് ആ വിവരമായിരുന്നു.

അറാക്കലിനെ പിടിക്കാൻ നാടെങ്ങും എം.എസ്.പി. വലവീശി. കമ്മ്യൂണിസ്റ്റ് പാർട്ടി സംസ്ഥാന സെക്രട്ടറി പി. കൃഷ്ണപിള്ള അറാക്ക ലിനോട് ആലപ്പുഴ, വൈക്കം മേഖലയിൽ ചെന്ന് പ്രവർത്തിക്കാൻ നിർദ്ദേശിച്ചു. അറാക്കൽ ആലപ്പുഴയിൽ പോയി പ്രവർത്തനമാരംഭിച്ചു. അത് തിരുവിതാംകൂർ ആയതിനാൽ എം.എസ്.പി.യുടെ ശല്യമില്ല. പക്ഷേ കമ്പിൽ അടി, ചേലേരി നെല്ലെടുപ്പ് തുടർന്ന് പി.സി. അനന്തന്റെ രക്തസാക്ഷിത്വം- നാടെങ്ങും പോലീസ് ഭീകരവാഴ്ച. പാർട്ടിയുടെയും കർഷക സംഘത്തിന്റെയും പ്രവർത്തനം ചിറക്കൽ താലൂക്കിൽ, പ്രത്യേകിച്ച് ഇരിക്കൂർ ഫർക്കയിൽ സ്തംഭിച്ചപോലെയായി. അതോടെ അറാക്കലിനെ വീണ്ടും ഇരിക്കൂർ ഫർക്കയിലേക്ക് തിരിച്ചയച്ചു. അറാക്കൽ നാട്ടിലെത്തി ഒളിവിൽ കഴിഞ്ഞുകൊണ്ട് വീണ്ടും സജീവ പ്രവർത്തനം തുടങ്ങി. നേതാക്കളെല്ലാം ജയിലിൽ, അഥവാ ഒളിവിൽ എന്ന സാഹചര്യം പാർട്ടി പ്രവർത്തനത്തിൽ ഉണ്ടാക്കിയ മന്ദത ഇല്ലാ താക്കാൻ അറാക്കൽ രാപ്പകൽ പ്രവർത്തിച്ചു. രഹസ്യവിവരം കിട്ടിയ പോലീസ് അറാക്കലിനെ പിടിക്കാൻ നാട് അരിച്ചുപെറുക്കാൻ തുടങ്ങി. പക്ഷേ, കണ്ണിലെ കൃഷ്ണമണിപോലെ ജനങ്ങൾ വീരവിപ്ലവകാരിയെ സംരക്ഷിച്ചു.

അറാക്കലിന്റെ വീട് പോലീസ് പലതവണ ആക്രമിച്ചു. തളിപ്പറ മ്പിൽ ഭാര്യയുടെ വീട്ടിന് നേരെയും അക്രമം. സർക്കിൾ ഇൻസ്പെക്ടർ ഗോപാലമേനോൻ അധികൃതർക്ക് നൽകിയ റിപ്പോർട്ട് അറാക്കൽ നാട്ടിൽത്തന്നെയുണ്ടെന്നും ഭാര്യയെ സ്ഥിരമായി കാണുന്നുണ്ടെന്നും ഭാര്യ ഗർഭിണിയാണെന്ന് സംശയമുണ്ടെന്നുമാണ്. ഗർഭിണിയാണോ എന്ന് പരിശോധിക്കേണ്ടതുണ്ടെന്നും. അറാക്കലിനെ എങ്ങനെയും പുറ ത്തുകൊണ്ടുവന്ന് അറസ്റ്റുചെയ്യുന്നതിന് കണ്ടുപിടിച്ച ഉപായമായിരുന്നു അത്. തളിപ്പറമ്പിൽ ജാനകി താമസിക്കുന്ന വീട്ടിൽ പോലീസുകാർ ചെന്നു. കയരളം കറ്റോട്ട് പ്രവർത്തിക്കുന്ന എം.എസ്.പി. ക്യാമ്പിൽ ഉടൻ തന്നെ എത്തണം. അടുത്ത ദിവസം ജാനകി അമ്മ കല്യാണി, ജ്യേഷ്ഠത്തിയുടെ മകൻ ജനാർദ്ദനൻ, ഇളയസഹോദരൻ പി.വി. ബാല കൃഷ്ണൻ എന്നിവർക്കൊപ്പം കയരളത്തെ പോലീസ് ക്യാമ്പിലെത്തി. അവിടെ അറാക്കലിന്റെ ഏതാനും ബന്ധുക്കൾ പേറ്റിച്ചി എന്നിവര ണ്ടായിരുന്നു. സർക്കിൾ ഇൻസ്പെക്ടറുടെ ആജ്ഞ പ്രകാരം പേറ്റിച്ചി ജാനകിയെ പരിശോധിച്ചു. ഗർഭിണിയല്ലെന്ന് അവർ വ്യക്തമാക്കി.

അപ്പോൾ സർക്കിൾ ഇൻസ്പെക്ടർ പ്രഖ്യാപിച്ചു. നിന്റെ ഭർത്താവ് അറാക്കൽ കുഞ്ഞിരാമനെയും നിന്റെ ആങ്ങള പി.വി. കുഞ്ഞിരാമൻ നമ്പ്യാരെയും ഉടൻ ഹാജരാക്കണം. (മാവിച്ചേരി കൊലക്കേസിൽ അറാക്കലും പി.വി. കുഞ്ഞിരാമൻ നമ്പ്യാരും പ്രതികളായിരുന്നു) ഹാജരാക്കിയില്ലെങ്കിൽ ഞങ്ങൾക്ക് കിട്ടിയാൽ വെടിവെച്ചുകൊല്ലും. അറസ്റ്റും കോടതിയുമൊന്നുമുണ്ടാവില്ല. അവരെ വീട്ടിലേക്ക് പോകാൻ അനുവദിച്ചു. എന്നാൽ അല്പ സമയത്തിനശേഷം ജാനകിയെ പോലീസ് ക്യാമ്പിലേക്ക് വീണ്ടും തിരിച്ചുവിളിപ്പിച്ചു. പിന്നീടെന്ത് നടന്നുവെന്നത് ഊഹിക്കാൻ മാത്രമേ പറ്റൂ...

കട്ടത്ത പനിയോടെ, ക്ഷീണത്തോടെ ജാനകി പിറ്റേന്ന് തളി പ്പറമ്പിലെ വീട്ടിലെത്തി. എത്തിയപാടെ കിടപ്പിലായി. ഏതാനും ദിവസത്തിനകം ജാനകി മരിച്ചു. പോലീസ് ക്യാമ്പിലെ ക്രൂരമായ പീഡനത്തിന്റെ രക്തസാക്ഷി.

ഏതാനും ദിവസത്തിനകം അറാക്കലും പി.വി. കുഞ്ഞിരാമൻ നമ്പ്യാരും അറസ്റ്റിലായി. പുഴാതിയിലെ ഒരു വീട്ടിന്റെ തട്ടിൻപുറ ത്തായിരുന്ന ഇരുവരും. അവരെ കണ്ടെത്തിയിട്ടും അടുത്ത് ചെന്ന് പിടികൂടാൻ പോലീസുകാർക്ക് ധൈര്യമുണ്ടായില്ല. അറാക്കൽ അത്ര ഭീകരനാണെന്നാണ് അവർ കേട്ടിട്ടുള്ളത്. ഒടുവിൽ അറാക്കൽ തന്നെ കയ്യുയർത്തി പോലീസുകാരെ സമീപിച്ച് അറസ്റ്റിന് വഴങ്ങുകയായിരു ന്നു. 1950 മധ്യത്തിലായിരുന്ന ഈ അറസ്റ്റ്. പാടിക്കുന്ന് വെടിവെപ്പ്

കഴിഞ്ഞ് ഏതാനും ദിവസത്തിനശേഷം ആനക്കാരൻ കൊലക്കേ സിൽ അറസ്റ്റ് ചെയ്ത് ജയിലിലടച്ച അറാക്കലിന് ആദ്യ ജീവപര്യന്തം കഴിഞ്ഞ് മൂന്നുവർഷത്തിന് ശേഷം രണ്ടാമത്തെ ജീവപര്യന്തത്തിൽ ഏഴ് വർഷമാണ് ജയിലിൽ കഴിയേണ്ടിവന്നത്. 1957ൽ ഇ.എം.എസ്. മന്ത്രിസഭ വന്നശേഷമാണ് അറാക്കലടക്കമുള്ളവരെ ശിക്ഷാകാലാവധി തീരുംമുമ്പ് വിട്ടയച്ചത്.

1948ൽ മറ്റൊരു കൊലക്കേസിൽ കൂടി അറാക്കലിനെ പ്രതിയാക്കി യിരുന്നു. തളിപ്പറമ്പിനടുത്ത് കുറ്റ്യേരി മാവിച്ചേരിയിൽ 1948 മെയ് രണ്ടിന് പോലീസിന്റെ ഒറ്റുകാരനായ വി.വി. ഗോവിന്ദൻ എന്നയാൾ കൊല്ലപ്പെട്ട കേസിൽ. ആനക്കാരൻ കൊലക്കേസിൽ ജീവപര്യന്തം ശിക്ഷിക്കപ്പെട്ട് ജയിലിൽ കഴിയവേയാണ് മാവിച്ചേരി കൊലക്കേസിന്റെ വിചാരണ നടന്നത്. ആ കേസ് നടക്കുമ്പോൾ താൻ തിരുവിതാംകൂറിലായിരു ന്നുവെന്ന് വ്യക്തമാക്കി അറാക്കൽ കോടതിയിൽ എഴുതിനൽകിയ സത്യവാങ്മൂലത്തിന്റെ ഉള്ളടക്കം താഴെ പറയുന്നതാണ്.

(കോടതി രേഖയിൽ നിന്നും)

"രണ്ടാംപ്രതി (അറാക്കൽ) ഒന്നാം പ്രതി (പി.വി. കുഞ്ഞിരാമൻ നമ്പ്യാർ)യുടെ സഹോരിയെ വിവാഹം ചെയ്തിരുന്നു. ഭാര്യ മരിച്ചുവെന്ന് റിപ്പോർട്ട് ലഭിച്ചിട്ടുണ്ട്. 1935ലാണ് താൻ ഒരു കോൺഗ്രസ് പ്രവർത്ത കനായതെന്നും അതോടെ മുതലാളിമാർക്കും ജന്മിമാർക്കുമെതിരെ പ്രവർത്തിക്കാനും അവരുടെ സിൽബന്തികളായി പ്രവർത്തിക്കുന്ന പോലീസിനെ തുറന്ന കാണിക്കാനും അവസരം ലഭിച്ചെന്നും പ്രതിപറയു ന്നു. മൊറാഴയിൽ എസ്.ഐ. വധവുമായി ബന്ധപ്പെട്ട് കള്ളക്കേസിൽ പ്രതിചേർക്കപ്പെട്ടതായും ജീവപര്യന്തം തടവിന് ശിക്ഷിക്കപ്പെട്ടതായും 1946-ൽ മോചിപ്പിക്കപ്പെട്ടതായും പ്രതി പ്രസ്താവനയിൽ വ്യക്തമാക്ക ന്നു. ജയിൽ മോചിതനായി നാട്ടിൽ തിരിച്ചെത്തിയപ്പോൾ വലിയ ആശ്ചര്യമാണ് തോന്നിയത്. ഒരു കോൺഗ്രസ്സുകാരനെന്ന നിലയിൽ താൻ ആർക്കെതിരെയാണോ പോരാടിയത്, അവർ (ജന്മിമാരും മുതലാളിമാരും കരിഞ്ചന്തക്കാരും) പ്രധാന കോൺഗ്രസ് പ്രവർത്തക രായി മാറിയിരിക്കുന്നു. കോൺഗ്രസ്സായിക്കൊണ്ടുതന്നെ അവർ പഴയ നടപടികൾ തുടരുന്നു.

കോൺഗ്രസ്സിൽ നിന്നുകൊണ്ട് ജനക്ഷേമത്തിനുവേണ്ടി പ്രവർത്തി ക്കാനാവില്ലെന്ന് ബോധ്യപ്പെട്ടതിനാൽ ഞാൻ കമ്മ്യൂണിസ്റ്റ് പാർട്ടി യിൽ ചേർന്നു. കാവുമ്പായിയിൽ വെച്ച് സബ് ഇൻസ്പെക്ടറുടെ ചില നടപടികളെ വിമർശിച്ച് ഞാൻ സംസാരിക്കുകയുണ്ടായി. കരക്കാട്ടിടം നായനാരുടെ ആനക്കാരൻ (കൃഷ്ണൻ നായർ) കൊല്ലപ്പെട്ടപ്പോൾ

എടുത്ത വധക്കേസിൽ എന്നെ പ്രതിയാക്കി. അത് എസ്.ഐ. ഹാരിയുടെ പ്രതികാര നടപടിയായിരുന്നു. നായനാരുടെ കാര്യസ്ഥൻ ഒതേനൻ നമ്പ്യാരുമായും ഞാൻ ശത്രുതയിലായിരുന്നു. "ഇതെല്ലാം കാരണം ആനക്കാരൻ കൊലക്കേസിൽ ഞാൻ പ്രതിചേർക്കപ്പെട്ടു എന്ന് മനസ്സിലാക്കിയതിനാൽ ഒളിവിൽ പോയി. 1947 അവസാനം കമ്മ്യൂണിസ്റ്റ് പാർട്ടി സംസ്ഥാന സെക്രട്ടറി പി. കൃഷ്ണപിള്ളയുടെ നിർദ്ദേശ പ്രകാരം പ്രവർത്തനരംഗം തിരുവിതാംകൂറിലേക്ക് മാറ്റി. 1949 ഫെബ്രുവരി വരെ അവിടെയായിരുന്നു. മാവിച്ചേരി കൊലക്കേ സിനാസ്പദമായ സംഭവം നടന്നദിവസം വൈക്കം താലൂക്കിലെ ഉള്ളാ ലയിലായിരുന്നു. അവിടെ ഒരു പൊതുയോഗത്തിൽ പ്രസംഗിക്കുകയും ചെയ്തു." - ഈ സത്യവാങ്മൂലം ശരിയാണെന്ന് തെളിവ് ലഭിച്ചതിന്റെ അടിസ്ഥാനത്തിലാവാം മാവിച്ചേരി കൊലക്കേസിൽ അറാക്കലെടക്ക മുള്ള പ്രതികളെ വെറുതെ വിട്ടു.

തിരുവിതാംക്കറിൽ നിന്ന് 1949 ഫെബ്രുവരിക്ക് ശേഷം അറാക്കൽ ചിറക്കൽ താലൂക്കിൽ തിരിച്ചെത്തി വീണ്ടും പ്രവർത്തനനിരതനായതി നെക്കുറിച്ച് നേരത്തെ സൂചിപ്പിച്ചു. 1950 ജൂൺ ആദ്യം വീണ്ടും അറസ്റ്റ് ചെയ്യുകയും സൂചിപ്പിച്ചു. അതിനിടയില്ലുള്ള സമയത്താണ് ഇരിക്കൂർ ഫർക്ക യിൽ വീണ്ടും വലിയ ചെറുത്തുനില്പുകൾ നടന്നത്.

ഡിസ്ട്രിക്ട് ബോർഡ് തിരഞ്ഞെടുപ്പ്

1949 സെപ്റ്റംബർ 26ന് മലബാർ ഡിസ്ട്രിക്ട് ബോർഡ് തെര ഞ്ഞെടുപ്പ് നടന്നു. കമ്മ്യൂണിസ്റ്റ് പാർട്ടി ആദ്യമായി ഒരു തെരഞ്ഞെടുപ്പിൽ പൂർണ്ണമായും മുഴുകുകയായിരുന്നു. ഫലത്തിൽ നിരോധനത്തോടടുത്ത നിയന്ത്രണങ്ങളും ഭീഷണിയും നേരിട്ടുകൊണ്ട് പുറത്തുള്ള പ്രവർത്തകർ തെരഞ്ഞെടുപ്പ് പ്രചരണ പ്രവർത്തനത്തിൽ അണിനിരന്നു. നിരവധി പ്രവർത്തകരും നേതാക്കളും ജയിലിലോ ഒളിവിലോ ആണ്. എങ്കിലും തിരഞ്ഞെടുപ്പ് സമരത്തിൽ പങ്കാളികളാ കാൻ പാർട്ടി തീരുമാനിക്കുകയായിരുന്നു. ഇരിക്കൂർ മണ്ഡലത്തിൽ പി. യശോദ ടീച്ചറാണ് കമ്മ്യൂണിസ്റ്റ് സ്ഥാനാർത്ഥി. കോൺഗ്രസ്സിനു വേണ്ടി വിഷ്ണുഭാരതീയനും സോഷ്യലിസ്റ്റ് പാർട്ടിക്ക് വേണ്ടി ചിറക്കൽ ടി. ബാലകൃഷ്ണൻ നായരുമാണ് മത്സരിക്കുന്നത്. കർഷകസംഘത്തി ന്റെ സ്ഥാപകനേതാവും കമ്മ്യൂണിസ്റ്റല്ലെങ്കിലും കമ്മ്യൂണിസ്റ്റ് പാർട്ടി രൂപവൽക്കരണകാലത്തെ പ്രവർത്തനങ്ങളിൽ പരോക്ഷമായി വലിയ പങ്ക് വഹിച്ച നേതാവുമായ വിഷ്ണുഭാരതീയൻ നാല്പതുകളുടെ മധ്യത്തിൽ തന്നെ കോൺഗ്രസ്സുകാരനായി മാറിക്കഴിഞ്ഞിരുന്നു. കടുത്ത മതവിശ്വാസവും ഈശ്വരവിശ്വാസവും കാരണം മാർക്സിസ വുമായി പൊരുത്തപ്പെട്ടുപോകാൻ ഭാരതീയന് പ്രയാസമുണ്ടായിരുന്നു. മൊറാഴ ചെറുത്തുനിൽപിൽ നേതൃത്വപരമായ പങ്ക് വഹിക്കുകയും നിരോധനം ലംഘിച്ചുള്ള യോഗത്തിൽ അധ്യക്ഷത വഹിക്കുകയും സംഭവത്തെ തുടർന്ന് ഒളിവിൽ പോവുകയും (മൊറാഴ യോഗത്തിൽ അദ്ധ്യക്ഷത വഹിക്കേണ്ടത് വി.പി. ദേവകിയായിരുന്നു. നിരോധനത്തെ

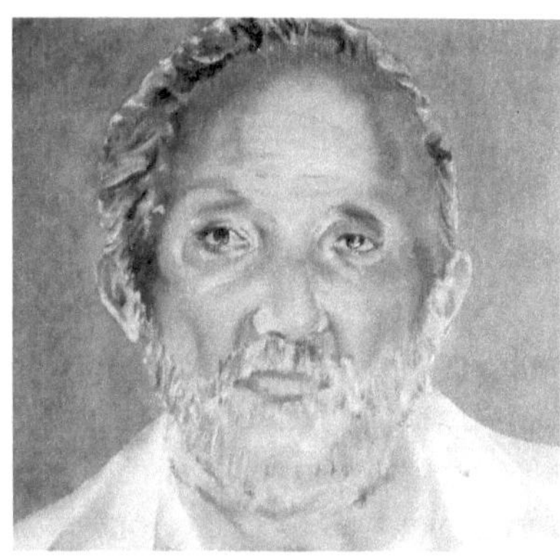

തിരുവങ്ങാടൻ കുഞ്ഞപ്പ

തുടർന്ന് വേദി മാറ്റലൾപ്പെടെ വേണ്ടിവന്നതിനാൽ അദ്ധ്യക്ഷനായി ഭാരതീയനെ നിർദ്ദേശിച്ചത് കൃഷ്ണപിള്ളയാണ്. ദേവകി ഉൾപ്പെടെയുള്ളവരെ തിരിച്ചയക്കകയായിരുന്ന നേതാക്കൾ) അറസ്റ്റിലാവുകയും ചെയ്ത ഭാരതീയൻ കേസ് നേരിട്ടന്നതില്ലം കമ്മ്യൂണിസ്റ്റ് പാർട്ടിയുടെ സഹായം സ്വീകരിച്ചില്ല. വക്കീലിനെപ്പോല്ലം വെക്കാതെ തനിക്കറിയുന്ന സത്യം കോടതിയിൽ പറയുന്ന നിലയാണ് സ്വീകരിച്ചത്. ഭാരതീയന് മൂന്നുകൊല്ലം തടവ്ശിക്ഷയാണ് മൊറാഴ കേസിൽ തലശ്ശേരി കോടതി വിധിച്ചത്. അപ്പീലിൽ മറ്റ് പ്രതികളുടെ ശിക്ഷ വർദ്ധിപ്പിക്കകയായിരുന്നുവെങ്കിലും ഭാരതീയനെ വിട്ടയക്കുകയായിരുന്നു. പിന്നീട് കോൺഗ്രസ്സിന്റെ നേതൃത്വത്തിൽ കിസാൻ കോൺഗ്രസ് കെട്ടിപ്പടുക്കുന്നതിലേക്കായി ഭാരതീയന്റെ പ്രവർത്തനം. മുസ്ലീംലീഗ്രമായുള്ള ബന്ധമാണ് കമ്മ്യൂണിസ്റ്റ് പാർട്ടിയുമായുള്ള ബന്ധം ഉപേക്ഷിക്കാൻ കാരണമെന്ന് ഭാരതീയൻ പിന്നീട് വ്യക്തമാക്കിയിട്ടുണ്ട്. നെഹ്റുവിന്റെ പുരോഗമന സോഷ്യലിസ്റ്റ് നിലപാടുകളോട്ടം പൊരുത്തപ്പെട്ടുപോകാനാവാത്ത ഭാരതീയൻ പിന്നീട് ആർ.എസ്.എസ്സുമായും സഹകരിച്ച് പ്രവർത്തിച്ച. ജനസംഘത്തിന്റെ സ്ഥാനാർത്ഥിയായി നിയമസഭാ തെരഞ്ഞെടുപ്പിൽ മത്സരിക്കുകയുമുണ്ടായി.

പറഞ്ഞുവന്നത് 1949 സെപ്റ്റംബർ 26ന് നടന്ന മലബാർ ഡിസ്റ്റിക്ക് ബോർഡ് തെരഞ്ഞെടുപ്പിനൊപ്പറ്റിയാണ്. യശോദ ടീച്ചർക്ക് വേണ്ടി കയരളം മേഖലയിൽ കാട്ടാമ്പള്ളി മുതൽ മലപ്പട്ടം വരെയുള്ള പ്രദേശത്ത് പ്രധാന പ്രചരണനേതാവ് രൈരുനമ്പ്യാരായിരുന്ന. പ്രാദേശിക ഘടകങ്ങളിൽ യോഗങ്ങളിൽ പങ്കെടുക്കുക, പ്രചരണജാഥകൾ സംഘടിപ്പിക്കുക, പൊതുയോഗത്തിൽ പ്രസംഗിക്കുക, എണ്ണയിട്ട യന്ത്രം പോലെ പ്രചരണ പ്രവർത്തനം നയിക്കുകയായിരുന്ന രൈരുനമ്പ്യാർ. പാടിക്കുന്ന് രക്തസാക്ഷികളെക്കുറിച്ചുള്ള അനുസ്മരണ പുസ്തകത്തിൽ കേരളീയൻ ആ തെരഞ്ഞെടുപ്പ് പ്രചരണത്തെക്കുറിച്ച് അനുസ്മരിച്ചത് ചുവടെ:

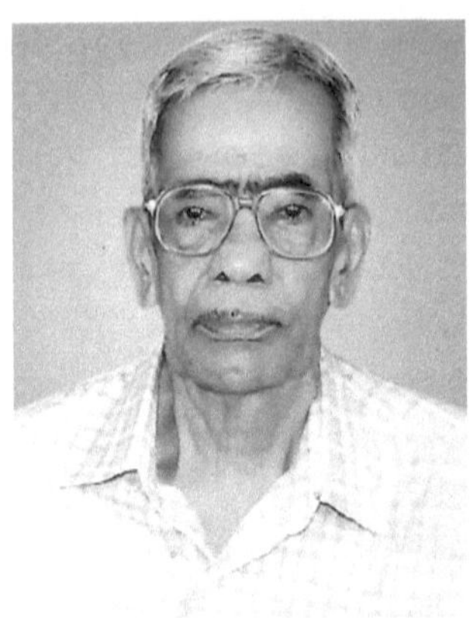

കെ. രാഘവൻ നമ്പ്യാർ (ചെങ്കുനി)

"മലബാർ ഡിസ്ട്രിക്ക് ബോർഡ് ഇലക്ഷൻ. സഖാവ് രൈരുനമ്പ്യാർ കയരളം ഫർക്കയിലെ ഉശിരനായ പ്രവർത്തകനായി മാറി. വടക്കേ മലബാർ സമരത്തിനശേഷം എങ്ങും ശ്മശാന നിശ്ശബ്ദത. നാടാകെ ഭീകരാവസ്ഥ. ഇതിനെ തിരുത്തിയെടുക്കാൻ ആ പോരാളിവീരൻ ശപഥം ചെയ്തിറങ്ങി. കമ്പിൽ നിന്നും ഇരുന്നൂറോളം പേരടങ്ങിയ ഒരു ജാഥ മുദ്രാവാക്യങ്ങളും പാട്ടുകളുമായി മയ്യിലേക്ക് മാർച്ച് ചെയ്യുന്നു. നാടിന്റെ ഹൃദയം ആവേശം കൊണ്ട് ഓളംവെട്ടി. ജാഥ മയ്യിലെത്തി. വൻ ജനാവലി പൊതുയോഗത്തിൽ അണിചേർന്നു.

വേളം, കോട്ടയാട് - രണ്ട് എം.എസ്.പി. ക്യാമ്പ്. ഈ ജാഥാപ്രവാഹം കേട്ടമ്പരന്ന എം.എസ്.പി. വെടിയേറ്റ പുലികളെപ്പോലെ യോഗസ്ഥലത്തിന് ചുറ്റും വലയം ചെയ്തു. യോഗത്തിലെ ഏക പ്രസംഗകൻ നമ്മുടെ സഖാവായിരുന്നു. എം.എസ്.പി. മേധാവി മുന്നോട്ട് വന്ന് രൈരുനമ്പ്യാരോട് പ്രസംഗിക്കാൻ പാടില്ലെന്ന് ആജ്ഞാപിച്ചു. ആര് പറഞ്ഞു, അത് നിങ്ങളല്ല പറയേണ്ടത്, ഇക്കൂടിയ ജനങ്ങളാണ് എന്ന് സഖാവിന്റെ മറുപടി. ഏതായാലും സഖാവ് രൈരുനമ്പ്യാർ പത്ത് മിനുട്ടോളം ഉദ്ബോധനജനകവും ആവേശകരവുമായ ഒരു പ്രസംഗം ചെയ്തു. എം.എസ്.പി. മേധാവി- "നിങ്ങളെ അറസ്റ്റുചെയ്തിരിക്കുന്നു". "നാട്ടുകാരോട് ചോദിച്ചിട്ട് ചെയ്തോ, പക്ഷേ സൂക്ഷിച്ചേക്കണം" എന്ന് സഖാവ്. ഒടുവിൽ എം.എസ്.പി. പിന്മാറുക തന്നെ ചെയ്തു.

അടുത്ത ദിവസം കമ്പിൽ ഇലക്ഷൻ യോഗം. പ്രസംഗകൻ സഖാവ് രൈരുനമ്പ്യാർ. പതിനഞ്ച് മിനുട്ടോളം പ്രസംഗിച്ചു. അവിടെവെച്ച് സഖാവ് കോൺഗ്രസ്സിന്റെ ആയുർദൈർഘ്യം ഗണിച്ച് പ്രസംഗിച്ചുവെന്ന് നാട്ടുകാർ പറയുന്നു. കണക്ക് തീർത്തുകൊണ്ടുള്ള ആ പ്രസംഗമായിരുന്നു സഖാവിന്റെ ജീവിതത്തിലെ അത്യുജ്ജ്വല പ്രസംഗമെന്ന് കേട്ടവർ പറയുന്നു.

യശോദടീച്ചർക്ക് വേണ്ടി മഹിളകൾ സജീവമായി രംഗത്തിറങ്ങി. തെരഞ്ഞെടുപ്പ് പ്രചരണവുമായി ബന്ധപ്പെട്ടാണ് പ്രദേശത്താകെ മഹിളാപ്രസ്ഥാനം ശക്തിപ്പെട്ടത്. കർഷക പ്രസ്ഥാനത്തിന്റെയും മഹിളാപ്രസ്ഥാനത്തിന്റെയും അദ്ധ്യാപക പ്രസ്ഥാനത്തിന്റെയും

വടക്കേമലബാറിലെ ഏറ്റവും പ്രമുഖ നേതാവും ത്യാഗോജ്ജ്വലമായ പ്രവർത്തനത്തിനടമയുമായ യശോദ ടീച്ചർ അക്കാലത്ത് ദേശാഭിമാനിയുടെ ചിറക്കൽ താല്ലൂക്ക് ലേഖികയുമായിരുന്നു. കയ്യൂർ സഖാക്കളെ ജയിലിൽ ഇന്റർവ്യൂ ചെയ്യലും പി.സി. ജോഷി, പി. സുന്ദരയ്യ, പി. കൃഷ്ണ പിള്ള എന്നിവർ കയ്യൂർ സഖാക്കളെ ജയിലിൽ സന്ദർശിച്ചപ്പോൾ ഒപ്പമുണ്ടായിരുന്ന സഖാവും ആ സന്ദർശനത്തെപ്പറ്റി ഹൃദയസ്പൃക്കായി പുറംലോകതെ അറിയിച്ചതുമെല്ലാം യശോദടീച്ചറാണ്. കേരള ത്തിലെ കമ്മ്യൂണിസ്റ്റ് പ്രസ്ഥാനത്തിന്റെ ചരിത്രത്തിൽ, കേരളത്തിലെ ദേശീയ പ്രസ്ഥാനത്തിന്റെ ചരിത്രത്തിൽ അദ്വിതീയ സ്ഥാനമുള്ള വീരാംഗന. ആ കമ്മ്യൂണിസ്റ്റ് പോരാളിയെ ജയിപ്പിക്കാൻ നാട്ടുകാർ സജീവമായി രംഗത്തിറങ്ങി. എന്നാൽ കണ്ണൂരിൽ ചിറക്കൽ താല്ലൂക്ക് ഹജ്ജൂർ കച്ചേരിയിൽ നടന്ന വോട്ടെണ്ണലിൽ നാല് വോട്ടിന് അവർ പരാജയപ്പെട്ടു. വിഷ്ണുഭാരതീയനാണ് വിജയിച്ചത്. സെപ്റ്റംബർ 27-ന് വൈകീട്ട് വോട്ടെണ്ണൽ കഴിഞ്ഞ് പ്രവർത്തകർ പുറത്തിറങ്ങുമ്പോഴേയ്ക്കും അറിഞ്ഞ വിവരം കമ്മ്യൂണിസ്റ്റ് പാർട്ടിയെ അഖിലേന്ത്യാവ്യാപകമായി നിരോധിച്ചുവെന്നാണ്. വോട്ടെണ്ണലിന് ഏജന്റുമാരായി ഉണ്ടായിരുന്ന രൈരുനമ്പ്യാർ, കെ.കെ. കുഞ്ഞനന്തൻ നമ്പ്യാർ ഇടങ്ങിയവർ ഉടൻ അവിടെനിന്ന് മുങ്ങി ഒളിവിൽപോവുകയായിരുന്നു.

നാടെങ്ങും കടുത്ത മർദ്ദനവാഴ്ച കമ്മ്യൂണിസ്റ്റ് പ്രവർത്തകർക്ക് മാത്ര മല്ല, അവരുടെ കുടുംബാംഗങ്ങൾക്കും ഏതെങ്കിലും തരത്തിൽ ബന്ധമു ള്ളവർക്കും വീട്ടുകളിൽ കഴിയാനാവാത്ത സ്ഥിതി. നാട്ടിലിറങ്ങി നടന്ന കൂടാ. പണിക്ക് പോകാനാവില്ല. വീട്ടുകളിൽ കയറി തല്ലിത്തകർക്കൽ, അമ്മിയും വീട്ടുപകരണങ്ങളും കിണറ്റിലെറിയൽ... കൊടുംക്രൂരതയുടെ ദിനരാത്രങ്ങൾ...

കമ്പിൽ സംഭവത്തെയും ചേലേരി നെല്ലെടുപ്പ് സമരത്തെയും ഇടർന്ന് നടമാടിയ പോലീസ്-ഗുണ്ടാ ഭീകരവാഴ്ചയുടെ ഭാഗമായി പി.സി. അനന്തൻ എന്ന പതിനെട്ടുകാരനെ കൊലചെയ്ത് പുഴയിലൊഴുക്കിയതി നെക്കുറിച്ച് നേരത്തെ വിശദീകരിച്ചു. അതുകൊണ്ടവസാനിച്ചില്ല. രണ്ട് സംഭവത്തിലും ഉശിരോടെ പങ്കെടുത്ത ചടയൻഗോവിന്ദൻ വീട്ടിലും നാട്ടിലും നിൽക്കാനാവാതെ ഓടിരക്ഷപ്പെട്ട് കാട്ടിൽ അഭയം തേടി. നടന്ന് നടന്ന് പാടിക്കുന്നിലെത്തിയപ്പോൾ എം.എസ്.പി.ക്കാരുടെ പിടിയിലാവുകയും നിഷ്ഠുരമായ പീഡനത്തിനിരയാവുകയും ചെയ്തു. നെല്ലെടുപ്പ് നടന്ന അനന്തൻ നമ്പ്യാരുടെ വീട്ടിലേക്കാണ് തെളിവെടു പ്പിനെന്നോണം ചടയനെ ആദ്യം കൊണ്ടുപോയത്. വീട്ടുമുറ്റത്ത് വെച്ച് ആ വീട്ടുകാരുടെയും ഗുണ്ടകളുടെയും മുന്നിൽ വെച്ച് അടിയും ചവിട്ടും...

പിന്നീട് കമ്പിലെ കോൺഗ്രസ് ഓഫീസിലെ പോലീസ് ക്യാമ്പിൽ, മാങ്ങാട്ട് പറമ്പ് പോലീസ് ക്യാമ്പിൽ പൈശാചിക മർദ്ദനം. ജീവച്ഛവ മായെന്ന് കണ്ടപ്പോൾ ജയിലിലേക്ക്.

നെല്ലെടുപ്പിൽ പങ്കെടുത്ത ചെറുപഴശ്ശി വള്ളിയോട്ടെ വി.വി. കൃഷ്ണൻ നമ്പ്യാരുടെ തറവാട്ട് വീട്ടിൽ അർദ്ധരാത്രി പോലീസ് ഇരച്ചുകയറി വീട്ടുസാധനങ്ങളെല്ലാം തല്ലിത്തകർത്തു. പത്തായം പൊളിച്ച് വളപ്പി ലെറിഞ്ഞു. സഹോദരങ്ങളായ വി.വി. കണ്ണന്റെയും വി.വി. കുമാരന്റെ യും വീട്ടിൽ കയറിയ പോലീസ് കഞ്ഞിയിൽ വെണ്ണീർ കോരിയിട്ടു. വീട്ടിലുണ്ടായിരുന്ന വൃദ്ധനെ ചവിട്ടിപ്പരിക്കേൽപിച്ചു. പെരുമാച്ചേരി പോലീസ് ക്യാമ്പിൽ വി.വി. കൃഷ്ണൻ നമ്പ്യാർ, കെ. രാമൻ നായർ മാസ്റ്റർ എന്നിവരെ പീഡിപ്പിച്ചു. നേതാക്കളെ ഒളിവിൽ കഴിയാൻ സഹായിച്ച സ്കൂൾ വിദ്യാർത്ഥിയായ കെ. രാഘവൻ നമ്പ്യാരെ (ചെങ്ങനി) പോലീസ് ക്യാമ്പിൽ കൊണ്ടുപോയി തല്ലിച്ചതച്ചു. മയ്യിൽ കവിളിയോ ട്ടുചാലിലെ തിരുവങ്ങാടൻ കുഞ്ഞപ്പയുടെ നെയ്ത്ത് കമ്പനി തകർത്തു. അനാദി-ചായക്കട കത്തിച്ചു. നാറാത്ത് ചടയന്റെയും ബന്ധുക്കളുടെയും നെയ്ത്ത് മഗ്ഗങ്ങളും പാവും നശിപ്പിച്ചു. പി.കെ.കുഞ്ഞനന്തൻ നായരുടെ വീട് ആക്രമിച്ചു. പുസ്തകങ്ങളും സാധനങ്ങളും കിണറ്റിലെറിഞ്ഞു നശിപ്പിച്ചു. അത്തരത്തിൽ എണ്ണിയാലൊടുങ്ങാത്ത, വിവരണാതീതമായ നൂറുനൂറ് ക്രൂരതകൾ.

ശ്രദ്ധാലോചനയും മർദ്ദനവാഴ്ചയും

ഇന്ത്യ സ്വതന്ത്ര പരമാധികാര റിപ്പബ്ലിക്കായികഴിഞ്ഞിട്ടും കൃഷിക്കാർക്കും സാധാരണക്കാർക്കും നാട്ടിൽ രക്ഷയില്ലാത്ത അവസ്ഥ. പോലീസിനെക്കാൾ വലിയ പോലീസായി കോൺഗ്രസ് സേവാദൾ വോളണ്ടിയർമാർ ലാത്തിയും വിസിലുമായി രാപ്പകൽ പരതിനടന്നു. 1950 ഏപ്രിൽ 21-ന് മയ്യിൽ വില്ലേജ് പാർട്ടി സെക്രട്ടറിയായ കെ.കെ. കുഞ്ഞനന്തൻ നമ്പ്യാരെ മയ്യിൽ വെച്ച് അറസ്റ്റ് ചെയ്ത് സെൻട്രൽ ജയിലിലടച്ചു. നാട്ടിൽ രക്ഷയില്ലാത്ത അവസ്ഥയിൽ കയരളം മേഖലാ പാർട്ടി സെക്രട്ടറി രൈരുനമ്പ്യാർ ഏപ്രിൽ 26-ന് മാണിയ്യൂരിലേക്ക് പുറപ്പെട്ടു. വയലിലൂടെ നടന്ന് ഏന്തിവയൽ കഴിഞ്ഞ് കട്ടർ മുക്കിൽ (കാലടി) എത്തിയപ്പോഴേയ്ക്കും കോൺഗ്രസ് വോളണ്ടിയർമാർ വളഞ്ഞു. മാണിയ്യൂരിൽ ഒളിവിൽ കഴിയുന്ന രോഗബാധിതനായ ഒരു പാർട്ടി പ്രവർത്തകനെ രഹസ്യമായി ചികിത്സയ്ക്കായി കോൾ തുരുത്തിയിലെ ത്തിക്കുക എന്ന ഉദ്ദേശ്യത്തോട്ടുകൂടിയുമായിരുന്ന രൈരുനമ്പ്യാരുടെ യാത്ര. സേവാദൾ വോളണ്ടിയർമാർ രൈരുനമ്പ്യാരെ കൈകൾ പിറകിൽ കെട്ടി നടത്തിക്കാൻ തുടങ്ങി. വടികൊണ്ട് അടി, വീഴൽ വീണ്ടും എഴുന്നേൽപിക്കൽ... കൊല്ലാക്കൊല ചെയ്തുകൊണ്ടുള്ള ആ യാത്ര കൊളച്ചേരി മുക്കിലെത്തുമ്പോൾ അവിടെ ഇ.കെ. കുഞ്ഞിരാമൻ നമ്പ്യാരുടെ നേതൃത്വത്തിൽ കോൺഗ്രസ് നേതാക്കൾ കാത്തുനിൽക്കു ന്നു. ഗുണ്ടകളും പോലീസും കൂടി അവിടെവെച്ച് വീണ്ടും മർദ്ദിച്ചു. പരിക്ക കളോടെ വളപട്ടണം പോലീസ് സ്റ്റേഷനിലെ ലോക്കപ്പിലേക്ക്.

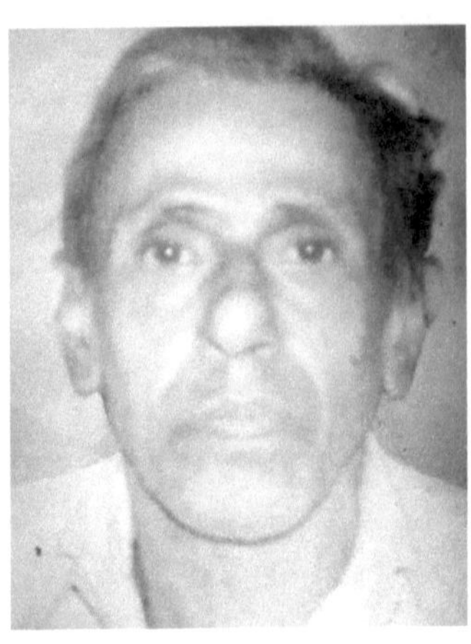

അപ്പനകുറുപ്പ്

രൈരുനമ്പ്യാരെ പിടിച്ചുകെട്ടി പോലീസിനെ ഏൽപിച്ച സംഭവം ജനങ്ങളെയാകെ രോഷം കൊള്ളിച്ചു. പോലീസിന്റെയും ഗുണ്ടകളുടെയും മുഖ്യലക്ഷ്യം അറാക്കലായിരുന്നു. അറാക്കലിനെ പിടിക്കാൻ അറാക്ക ലിന്റെ കോൺഗ്രസ്സിലെ സഹപ്രവർ ത്തകനായിരുന്ന ആർ.പി. ആലിക്ക ട്ടിയെയാണ് നിയോഗിച്ചിരുന്നത്. 1940 സെപ്റ്റംബർ 15-ന്റെ മൊറാഴ ചെറുത്തുനിൽപിൽ അറാക്കലിന്റെ ജാഥയിലെ അംഗമായിരുന്ന ആലി ക്കുട്ടി. കോൺഗ്രസ്സിന്റെ ജാഥയെന്ന നിലയിലായിരുന്നു അത്. നേതൃത്വം

കമ്മ്യൂണിസ്റ്റുകാർക്കാണെന്ന് മനസ്സിലാക്കിയിരുന്നില്ല. ആ സംഭവത്തി നുശേഷം കടുത്ത കമ്മ്യൂണിസ്റ്റ് വിരുദ്ധനായ ആലിക്കുട്ടി കോൺഗ്രസ്സി ന്റെ ഗുണ്ടാസംഘത്തിന്റെ നേതാവായി.

ഈ സംഭവങ്ങളെല്ലാം നടക്കുമ്പോൾ ഒരു രാത്രിയിൽ പാടിക്കു ന്നിലെ രഹസ്യതാവളത്തിൽ നിന്ന് പുറത്തുവന്ന അറാക്കൽ കുഞ്ഞി രാമൻ എം.പി. ദാമോദരൻ നമ്പ്യാരോടൊപ്പം പൊയ്സ്റ്റർ വഴി കയരള ത്തേക്ക് ഊടുവഴിയിലൂടെ നടക്കുന്നു. അപ്പോൾ അതാ കൂരിരുട്ടിൽ ഒരു രൂപം. അടുത്തനിമിഷം അയാൾ ടോർച്ചടിച്ചു. അറാക്കലിന്റെ അരയിൽ തിരുകിയ കഠാരയിലാണ് വെളിച്ചം വീണത്. ടോർച്ചടിച്ചത് ആലിക്ക ട്ടിയായിരുന്നു. അയാൾ പെട്ടെന്ന് തന്നെ പിറകോട്ടേക്ക് തിരിഞ്ഞ് വേഗത്തിൽ നടന്നു. അറാക്കലും എം.പി.യും കയരളത്തേക്കുള്ള യാത്രവേണ്ടെന്ന് വെച്ച് തിരിച്ച് പാടിക്കുന്ന് ഭാഗത്തേക്ക് തന്നെ നടന്നു.

ഇരിക്കൂർ ഫർക്കയിലാകെയും അതിന്റെ പകുതിയായ കയരളം മേഖലയിൽ (കയരളം ഫർക്ക എന്നതന്നെ അക്കാലത്ത് പാർട്ടി ക്കാർക്കിടയിൽ പറഞ്ഞുവന്നു) കമ്മ്യൂണിസത്തെ ഇനി തലപൊക്കാ നനുവദിക്കില്ലെന്ന പ്രഖ്യാപനമാണ് പോലീസും കോൺഗ്രസ്സും ചേർന്ന് നടത്തിക്കൊണ്ടിരുന്നത്. കമ്മ്യൂണിസ്റ്റ് പാർട്ടിയുടെ നിയന്ത്രണത്തിൽ ടി. ഒതേനൻ മാസ്റ്റർ പ്രസിഡന്റും പി.കെ. കൃഷ്ണൻ മാസ്റ്റർ സെക്രട്ടറിയു മായ മുല്ലക്കൊടി പി.സി.സി. രണ്ട് പേരെയും ജയിലിലടച്ച് പിടിച്ചടക്കി. പ്രസിഡന്റായി ആർ.പി. ആലിക്കുട്ടിയെയും സെക്രട്ടറിയായി ഇ.കെ. കുഞ്ഞിരാമൻ നമ്പ്യാരെയുമാണ് കോൺഗ്രസ് നേതൃത്വം നിയോഗിച്ചത്.

അവരിരുവരുമാണ് പാർട്ടി പ്രവർത്തകരെ മർദ്ദിക്കുന്നതിനും പിടിച്ച് പോലീസിലേൽപിക്കുന്നതിനും നേതൃത്വം നൽകുന്നത്. അവസാനം കെ.കെ. കുഞ്ഞനന്തൻ നമ്പ്യാരുടെ അറസ്റ്റിലേക്കും രൈരുനമ്പ്യാരെ പിടിച്ചുകെട്ടി പോലീസിലേൽപിക്കുന്നതിലേക്കും അത് എത്തി. അറാ ക്കലിനെ പിടിക്കാൻ നാടെങ്ങും വലവീശീയിരിക്കുന്നു. എന്തെങ്കിലും ഉടനെ ചെയ്തേ പറ്റൂ. പാർട്ടിയുടെ മലബാർ കമ്മറ്റി അംഗമായ പി. കുഞ്ഞിരാമൻ (1960കളിൽ ചെറിയൊരിടവേളയിൽ പാർട്ടി സംസ്ഥാന സെക്രട്ടറിയുടെ ചുമതല വഹിച്ച പി. കുഞ്ഞിരാമൻ കരിവെള്ളൂർ സ്വദേ ശിയാണ്) കയരളത്തെത്തി കൂടിയാലോചനകൾ നടത്തി.

1950-മേയ് 4

അടുത്തദിവസം രാത്രി അറാക്കൽ നേരിട്ട് അരിമ്പ്രയിൽ പ്രത്യ ക്ഷപ്പെട്ടു. വിവിധ സ്ഥലങ്ങളിൽ ഒളിവിലുള്ളവർ അവിടെ എത്തി. കുറേനാൾക്ക് ശേഷം അന്ന് പരസ്യമായി ഒരു പ്രകടനം. നിരോധനം നിലനിൽക്കുന്ന സമയത്ത് പിടികിട്ടാപ്പുള്ളികളായ അറാക്കലെടക്കമുള്ളവരുടെ നേതൃത്വത്തിൽ പ്രകടനം. മുല്ലക്കൊ ടിയിലേക്കാണത് നീങ്ങിയത്. പോലീസിനെയും ഗുണ്ടകളെയും താക്കീതുചെയ്തുകൊണ്ടുള്ള പ്രകടനമായിരുന്നു. രണ്ട് മാസം മുമ്പ് (1950 ഫെബ്രുവരി 11ന്) സേലം ജയിലിൽ 22 സഖാക്കളെ വെടിവെ ച്ചുകൊന്ന സംഭവമടക്കം (ആ സംഭവത്തിൽ ഇരിക്കൂർ ഫർക്കയിലെ (കാവുമ്പായി) വിപ്ലവകാരികളായ തളിയൻ രാമനും ഒ.പി. അനന്തൻ മാഷും രക്തസാക്ഷികളായി.) എടുത്തുപറഞ്ഞുള്ള താക്കീത്. ഗുണ്ടാ നേതാവായ ആർ.പി. ആലിക്കുട്ടിക്ക് ഒരു താക്കീത് കൊടുക്കുക ലക്ഷ്യമാക്കിയായിരുന്നു ജാഥ മുന്നോട്ട് പോയത്. എന്നാൽ രണ്ട് ദിവസം മുമ്പ് എളിയിൽ തിരുകിയ കഠാരയുമായി അറാക്കലിനെ കണ്ടതിന്റെ നടുക്കത്തിൽ ആലിക്കുട്ടി നാടുവിട്ടുവെന്ന വിവരമാണ് കിട്ടിയത്. അതേത്തുടർന്ന് ജാഥ പിരിച്ചുവിട്ടു.

രൈരുനമ്പ്യാരെ പിടിച്ചുകെട്ടി പോലീസിലേൽപിക്കാൻ നേതൃത്വം നൽകിയ ഇ.കെ. കുഞ്ഞിരാമൻ നമ്പ്യാരെ വെറുതെ വിട്ടുകൂടാ, ഒന്നു താക്കീതു ചെയ്യവിടണം എന്ന് തീരുമാനിക്കപ്പെട്ടു. ചടയൻ ഗോവിന്ദൻ അടക്കമുള്ളവരുടെ നേതൃത്വത്തിൽ വോളണ്ടിയർ സംഘം

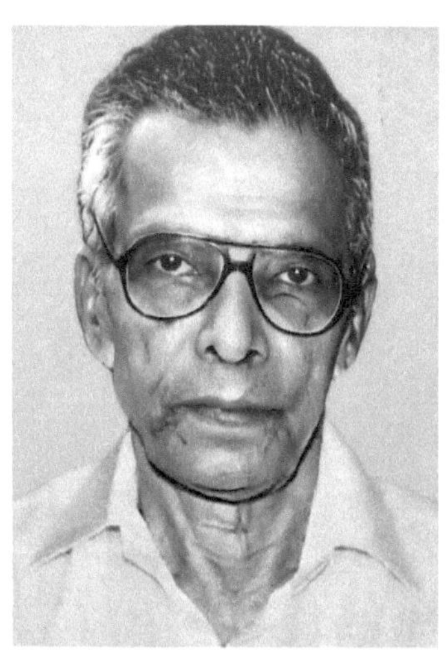

എം.പി. ദാമോദരൻ നമ്പ്യാർ

ഏപ്രിൽ അവസാനത്തെ ഒരു രാത്രി കയരളത്ത് കുഞ്ഞിരാമൻ നമ്പ്യാരുടെ വീട്ടിലേക്ക് കയറിച്ചെന്നു. കൊട്ടംച്ചടായതിനാൽ വീടിന്റെ ഇറയത്താണ് കുഞ്ഞിരാമൻ നമ്പ്യാർ കിടക്കുന്നത്. വോളണ്ടി യർമാരുടെ ഒച്ചകേട്ട് ബഹളമായി, ചെറിയ തോതിൽ തല്ല് നടന്നു. വയലിൽ വെള്ളരിപ്പന്തലിൽ കാവൽ നിന്നവർ ആരെന്നറി യാതെ കല്ലേറ് തുടങ്ങിയതോടെ വോളണ്ടിയർമാർ സ്ഥലം വിട്ടു. ഒരോർമപ്പെടുത്തൽ, താക്കീത് മാത്രമാണ് തീരുമാനിക്കപ്പെട്ടത്.

ബഹളം കേട്ട് ഓടിയെത്തിയ സ്ഥലം അധികാരിയും കുഞ്ഞിരാമൻ നമ്പ്യാരുടെ ജ്യേഷ്ഠനമായ വ്യക്തിയടക്കമുള്ളവരുമായി ഉന്തും തള്ളമായയോടെ അത് അടിയിൽ കലാശിക്കുകയായിരുന്നു. ഈ സംഭവത്തെ തുടർന്ന് കയരളത്ത് പോലീസ് ക്യാമ്പ് സ്ഥാപിച്ചു. കയരളം മലയൻകുനി സ്ക്കൾ പോലീസ് ക്യാമ്പാക്കി മാറ്റി. പ്രധാന നേതാക്കളെ കൊന്നാൽ മാത്രമേ കമ്മ്യൂണിസ്റ്റുകാരെ അടക്കിനിർ ത്താനാവൂ എന്ന തീരുമാനത്തിലെത്തുകയായിരുന്ന പ്രദേശത്തെ കോൺഗ്രസ് നേതാക്കളും വളപട്ടണം സർക്കിൾ ഇൻസ്പെക്ടർ ജോർജ്ജ് റേയും.

മെയ് രണ്ട്. അന്നാണ് പോലീസിന്റെ ഏറ്റവും വലിയ ശത്രുക്കളി ലൊരാളായ എം.വി. ഗോപാലൻ അറസ്റ്റിലാകുന്നത്. ഓലക്കാട്ടെ ഒരു ചായക്കടയുടെ പിന്നിൽ നിന്ന് ചായകുടിക്കുമ്പോൾ വളയുകയാ യിരുന്നു. സാധാരണ ഗതിയിൽ പോലീസിന് പിടിക്കുടാൻ കഴിയുന്ന പ്രകൃതമായിരുന്നില്ല ഗോപാലന്റെത്. കയ്യിൽ പിടിച്ച് പോലീസ് അറസ്റ്റ് ചെയ്യവെന്ന പറഞ്ഞാൽ പോലും കയ്യിൽ കിട്ടില്ല. തൊട്ടട ത്തെത്തി അറസ്റ്റെന്ന് പറഞ്ഞാൽ കയ്യിൽ കിട്ടിയിട്ട് പറഞ്ഞാൽ മതിയെന്ന് കളിയാക്കിപ്പറഞ്ഞ് രക്ഷപ്പെടുന്ന സാഹസികൻ. അങ്ങ നെയുള്ള ഗോപാലനാണ് വീട്ടിൽ നിന്ന് അകലെയല്ലത്ത സ്ഥല ത്തുവെച്ച് അന്ന് അറസ്റ്റിലായത്. വല്ലാത്ത ഒരവസ്ഥയിലായിരുന്ന

 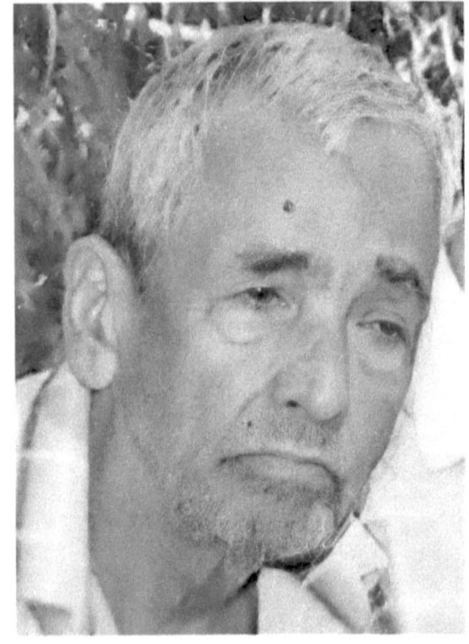

അറാക്കൽ കുഞ്ഞിക്കൃഷ്ണൻ നമ്പ്യാർ   വി.വി. കൃഷ്ണൻ നമ്പ്യാർ

അപ്പോൾ... അതേ ദിവസം തന്നെ മയ്യിൽ കാവിന്മൂലയിൽ വെച്ച് പി. അപ്പനവിനെയും (അപ്പനക്കുറുപ്പ്) അറസ്റ്റ് ചെയ്തു. രണ്ട് പേരെയും കൊണ്ടുപോയത് കയരളം പോലീസ് ക്യാമ്പിലേക്കാണ്.

ആ അറസ്റ്റ് സംഭവത്തെക്കുറിച്ച് 1981-82 കാലത്ത് ഇതെഴു തുന്നയാളോട് അപ്പനക്കുറുപ്പ് ഇങ്ങനെ പറഞ്ഞു: "എന്നെ മയ്യിൽ കൊണ്ടുവന്നപ്പോൾ അവിടെ വലിയൊരു വാനിൽ ഗോപാല നുണ്ടായിരുന്നു. പിന്നീട് ഞങ്ങളെ രണ്ടുപേരെയും കയരളത്തെ ക്യാമ്പിൽ കൊണ്ടുപോയി. ഞാൻ ബനിയൻ മാത്രമേ ധരിച്ചിട്ടുള്ളൂ. എന്തിനാണെന്നറിഞ്ഞില്ല, ഡ്രോയർ ഇട്ടിട്ടുണ്ടോ എന്ന് ഇൻസ്പെ ക്ടർ റേ ഞങ്ങളോട് ചോദിച്ചു. പിന്നീട് പോലീസുകാർക്ക് നിർദ്ദേശം കൊടുത്തു. "ടോർച്ചിന്റെ മൂന്ന് സിഗ്നൽ കാണും. അപ്പോൾ വണ്ടി വിട്ടോണം." വളരെ സമയം കഴിഞ്ഞിട്ടും സിഗ്നൽ കണ്ടില്ല. ക്ഷമന ശിച്ച് പോലീസുകാർ വണ്ടിവിട്ടു. വണ്ടിനിറയെ ഗുണ്ടകളായിരുന്നു. ഞങ്ങളെ പാടിക്കുന്നിൽ ഇറക്കി. അരമണിക്കൂർ നിന്നിട്ടും ആരെയും കാണാനില്ല. ഞങ്ങളെ വെടിവെച്ചുകൊല്ലാനാണ് കൊണ്ടുവന്നതെ ന്ന് അതിനകം മനസ്സിലായിരുന്നു. വണ്ടി കമ്പിലേക്ക് വിട്ടു. അവിടെ കോൺഗ്രസ് ഓഫീസിലേക്കാണ് കൊണ്ടുപോയത്. (1948 ഏപ്രിൽ 28ന് പി.സി. അനന്തനെ പോലീസുകാരും കോൺഗ്രസ്സുകാരും

ചേർന്ന് തല്ലിച്ചതച്ച് ജീവച്ഛവമാക്കി പായയിൽ കെട്ടി പുഴയിലൊ ഴുക്കിക്കൊല്ലാൻ കൊണ്ടുപോയ അതേ ഓഫീസ്.) ഞങ്ങൾ ഓഫീ സിനകത്തേക്ക് കയറുമ്പോൾ കാവൽക്കാരനായ പോലീസുകാരൻ "ഞങ്ങളിതെല്ലാം കാണാനായല്ലോ" എന്ന് പറയുന്നത് കേട്ട. കാൽ മണിക്കൂർ കഴിഞ്ഞുകാണും, റോഡിൽ നില്പായിരുന്ന ഇൻസ്പെക്ടർ രേ ഞങ്ങളെ താഴത്തേക്ക് വിളിച്ചു. കോൺഗ്രസ്സ് ഓഫീസിൽ നിന്നിറങ്ങുമ്പോൾ "ഇത് കാണേണ്ടിവന്നില്ലല്ലോ" എന്ന് കാവൽ ക്കാരനായ പോലീസുകാരൻ തന്നോട്ടുതന്നെ പറയുന്നത് കേട്ട. ഒരു ദീർഘനിശ്വാസവും. അതുകേട്ടപ്പോൾ ഇന്നേതായാലും കൊല്ലില്ലെന്ന് മനസ്സിലായി..."

പോലീസും കോൺഗ്രസ്സ് നേതൃത്വവും ശ്രദ്ധാലേചന നടത്തി തീരുമാനിച്ചത് രൈരുനമ്പ്യാരടക്കമുള്ളവരെ കൊലചെയ്യാനാണ്. അറാക്കൽ കുഞ്ഞിരാമനെ കിട്ടിയാൽ ഒന്നാമൻ, രണ്ടാമനായി രൈരുനമ്പ്യാർ, മൂന്നാമനായി എം.വി. ഗോപാലൻ. കെ.കെ. കുഞ്ഞ നന്തൻ നമ്പ്യാരെയും ഉദ്ദേശിച്ചിരുന്നു. പാർട്ടിയെയും കർഷക പ്ര സ്ഥാനത്തെയും നടുക്കി തകർക്കുന്നതിന് മൂന്നോ നാലോ പേരെ കൊലചെയ്യുക. ജുഡീഷ്യറിയെ കബളിപ്പിച്ചുകൊണ്ട് അത് നടപ്പാ ക്കാനാണ് തീരുമാനിച്ചത്. അവരുടെ ലക്ഷ്യം നടപ്പിലാക്കുന്നതിന് ചില തടസ്സങ്ങളുണ്ടായി. ഒന്നാമതായി നിശ്ചിതദിവസത്തിനകം അറാക്കലിനെ പിടിക്കാൻ കഴിഞ്ഞില്ല. ഉദ്ദേശിച്ച എല്ലാവരെയും കൂടി ജാമ്യത്തിലെടുക്കാൻ കടലാസ് പണികൾ പൂർത്തിയാക്കാനായില്ല...

മെയ് മൂന്നിന് പാടിക്കുന്നിൽ വെച്ച് 'ശിക്ഷ നടപ്പാക്കുവാൻ' തീരു മാനിച്ചതാണ്. ഗോപാലനെയും അപ്പനവിനെയും പിടികൂടിയിട്ടുണ്ട്. അവരെ കോടതിന്നിൽ ഹാജരാക്കിയാൽ ജയിലിലടക്കം. കള്ള ജാമ്യത്തിലെടുക്കലിന് കുറേ പണിയുണ്ട്. അതിനാൽ അന്നുതന്നെ ശിക്ഷ നടപ്പാക്കാമെന്ന് സർക്കിൾ ഇൻസ്പെക്ടർ തീരുമാനി ച്ചതാണ്. പക്ഷേ രൈരു നമ്പ്യാരെ അന്ന് ജാമ്യത്തിലെടുക്കാൻ കഴിഞ്ഞില്ല. അതിനാൽ ഗോപാലനെയും അപ്പനക്കുറുപ്പിനെയും കയരളം മലയൻകുനി സ്ക്കൂളിലെ കോൺസൻട്രേഷൻ ക്യാമ്പിലേ ക്ക് തന്നെ കൊണ്ടുപോയി.

പിറ്റേന്ന് എന്ത് നടന്നുവെന്ന് വിശദമാക്കുന്നതിനു മുമ്പ് അപ്പ നക്കുറുപ്പിന്റെ അനുഭവം എന്തെന്ന് നോക്കാം. "പിറ്റേന്ന് രാത്രി ഞങ്ങൾ 21 പേരും അടുത്തടുത്ത് കിടന്നുറങ്ങുകയാണ്. മിക്കവരും

നല്ല ഉറക്കത്തിലാണ്. ഞാൻ ഉറക്കം നടിച്ചുകിടന്നു. അപ്പോൾ ഒരു പോലീസുകാരൻ വിളിച്ചു. ഇന്നലത്തെ രണ്ടുപേരും വാ. അയാൾ വന്ന് ഗോപാലനെ പിടിച്ചെഴുന്നേൽപിച്ച് കൊണ്ടുപോയി. ഞാൻ അനങ്ങിയില്ല. ഗോപാലനെ മാത്രമേ ക്യാമ്പിൽ നിന്ന് കൊണ്ടുപോ യുള്ളവെന്ന് അപ്പനക്കുറുപ്പ് ഈ ലേഖകനോട് പറയുകയുണ്ടായി.

കയരളം പോലീസ് ക്യാമ്പിൽ ഇത് നടക്കുന്നത് മെയ് മൂന്നിന് അർദ്ധരാത്രിയോടടുപ്പിച്ചാണ്. എന്നാൽ അന്ന് വൈകിട്ട് മൂന്ന് മണിക്ക് കണ്ണൂർ ജയിലിൽ മറ്റൊരു ക്രൂരനാടകം അരങ്ങേറുകയായി രുന്നു. തടവുകാരെ സെല്ലിൽ അടക്കേണ്ട സമയമാകുന്നു. പെട്ടെന്ന് ഒരു വാർഡൻ വന്ന് വിളിക്കുകയാണ്. കെ.കെ. രൈരുനമ്പ്യാരെയും കുമ്മാട്ടുമ്മൽ കുട്ട്യപ്പയെയും (മുല്ലക്കൊടി) സൂപ്രണ്ടിന്റെ ഓഫീസിലേ ക്ക് വിളിക്കുന്നു. അവർക്ക് ജാമ്യം കിട്ടിയിരിക്കുന്നു. രാഷ്ട്രീയ തടവുകാർ പരസ്പരം നോക്കി. കമ്മ്യൂണിസ്റ്റ് അനുഭാവികൾക്ക് പുറത്തിറങ്ങാൻ പോലും കഴിയാത്ത സമയത്ത് രണ്ട് പ്രധാന പ്രവർത്തകർക്ക് ജാമ്യം! അതും ജയിലിൽ വന്ന് ഒരാഴ്ചക്കകം.

രൈരുനമ്പ്യാരെയും കുട്ട്യപ്പയെയും ജയിലിന് പുറത്ത് കാത്തിരു ന്നത് ഒരു വലിയ വാഹനത്തിൽ പോലീസും കയരളം മേഖലയിലെ കോൺഗ്രസ് നേതാക്കളമാണ്. പുറത്തിറങ്ങിയ ഉടൻ തന്നെ ഇരു വരുടെയും കണ്ണ് കെട്ടി, കൈകൾ പിറകിൽ കെട്ടി വാനിലേക്ക് വലിച്ചെറിയുകയായിരുന്നു. കള്ള ജാമ്യത്തിലെടുത്ത് കൊല്ലാൻ കൊണ്ടുപോവുകയാണെന്ന് തിരിച്ചറിയുകയായിരുന്നു...

കുമ്മാട്ടുമ്മൽ കുട്ട്യപ്പ. കുട്ട്യപ്പ അറസ്റ്റിലായതിനെക്കുറിച്ച് ഇതുവരെ സൂചിപ്പിച്ചില്ല. കൂട്ടുമുഖത്തെ കള്ള് ഷാപ്പിൽ ചാക്കണക്കാരനായി രുന്ന മുല്ലക്കൊടിക്കാരനായ കുട്ട്യപ്പ. മുല്ലക്കൊടിയിൽ നിന്ന് കള്ള് കൊണ്ടുപോകുന്ന തോണിയിലാണ് അങ്ങോട്ടുമിങ്ങോട്ടും യാത്ര. നേതാക്കളെയും പ്രവർത്തകരെയും ലക്ഷ്യസ്ഥാനത്തെത്തിക്കാൻ രഹസ്യസന്ദേശങ്ങൾ കൈമാറൽ, ഒളിവിൽ പ്രവർത്തിക്കുന്ന നേതാക്കളെ സഹായിക്കൽ എന്നീ പ്രവർത്തനങ്ങളിൽ വിദ ഗ്ധനായിരുന്നു കുട്ട്യപ്പ. കേരളീയൻ അടക്കമുള്ള നേതാക്കളെ തോണിയിൽ കയറ്റി ലക്ഷ്യസ്ഥാനത്തെത്തിച്ച നിരവധി അനുഭവ ങ്ങൾ. 1946-ൽ ഭക്ഷ്യോൽപാദനം വർദ്ധിപ്പിക്കുന്നതിനും പൂഴ്ത്തിവെപ്പ് തടയുന്നതിനും നെല്ലെടുത്ത് സൊസൈറ്റികളില്ലൂടെ വിതരണം ചെയ്യുന്നതിനും നടത്തിയ സമരങ്ങളിൽ കുട്ട്യപ്പ പങ്കാളിയായിരുന്നു.

ആ സമരവുമായി ബന്ധപ്പെട്ട് ക്രൂരമായ മർദ്ദനത്തിനിരയായി. 1950 മാർച്ച് അവസാനം ഒരു നാൾ കൊളച്ചേരിയിലെ രഹസ്യക്യാമ്പിൽ നിന്നും മുല്ലക്കൊടിയിലെത്തിയപ്പോൾ കുട്ട്യപ്പ കേട്ടത് ഞെട്ടിക്കുന്ന ഒരു വാർത്തയാണ്. പാർട്ടി പ്രവർത്തകനായ സഖാവ് പി.വി. ദാമോദരന്റെ ഭാര്യയെ കാണാനില്ല. പലതും സംശയിക്കാവുന്ന കാലം. സംശയമുള്ള നിരവധി വീട്ടുകളിൽ കുട്ട്യപ്പ കയറി പരിശോ ധിച്ചു. കാണാതായ സ്ത്രീയെ ആരും തട്ടിക്കൊണ്ടുപോയതല്ല, അവർ ആരോടും പറയാതെ ഒരു ബന്ധുവിന്റെ വീട്ടിൽ പോയതാണ് എന്ന് പിന്നീട് വ്യക്തമായി.

കുട്ട്യപ്പയുടെ നേതൃത്വത്തിൽ 'റെയ്ഡ്' നടത്തിയ സംഭവത്തോടെ മുല്ലക്കൊടിയിൽ പോലീസ് രാജ് ശക്തിപ്പെട്ടു. ഏപ്രിൽ 23ന് കുട്ട്യപ്പ ഗുണ്ടാസംഘത്തിന്റെ പിടിയിലായി. തന്നെ ചവിട്ടി പരിക്കേല്പിച്ച ഗുണ്ടാത്തലവൻ പ്രദേശത്തെ പ്രമുഖ കോൺഗ്രസ് നേതാവാണ്. ജയിലിൽ നിന്ന് തിരിച്ചവന്നാൽ പകരം വീട്ടുമെന്ന് കുട്ട്യപ്പ ഭീഷ ണിപ്പെടുത്തി. കുട്ട്യപ്പ തിരിച്ചവരാതിരിക്കാൻ മുല്ലക്കൊടിയിലെ കോൺഗ്രസ് നേതൃത്വവും പ്രസ്തുത ഗുണ്ടാനേതാവും വേണ്ടത് ചെയ്തു. സർക്കിൾ ഇൻസ്പെക്ടർ ജോർജ്ജ് റെയിൽ അവർ സമ്മർദ്ദം ചെലുത്തി. കൊല്ലാനായി ജാമ്യത്തിലെടുക്കുന്നവരിൽ രണ്ടാമനായി കുട്ട്യപ്പ വന്നത് അങ്ങനെയാണ്.

കണ്ണൂർ സെൻട്രൽ ജയിലിൽ നിന്നും രൈരുനമ്പ്യാരെയും കുട്ട്യ പ്പയെയും വഹിച്ചുള്ള വാഹനം പാടിക്കുന്നിലെത്തുമ്പോൾ അവിടെ ഗോപാലനെയും കൊണ്ട് കയരളം ക്യാമ്പിലെ പോലീസുകാർ കാത്തുനിൽക്കുകയായിരുന്നു. റോഡിൽ നിന്നും ആറ്റമ്പത് മീറ്ററോളം അകലെ കുറ്റിക്കാട്ടുകൾക്ക് നടുവിൽ മൂവരെയും മരത്തിൽ കെട്ടി യിട്ടു. ഇൻസ്പെക്ടർ റെയും കൂട്ടരും കാഞ്ചിവലിച്ചു. ഇൻക്വിലാബ് സിന്ദാബാദ് മുഴക്കിക്കൊണ്ട് യുവവിപ്ലവകാരികളുടെ ശബ്ദം നിലച്ചു... വിജയാഹ്ലാദത്തോടെ അഹിംസാപാർട്ടി നേതാക്കളും നരാധമനായ ഇൻസ്പെക്ടർ റെയുടെ നേതൃത്വത്തിലുള്ള പോലീസ് സംഘവും മടങ്ങി.

അവർ മൂവരും സാധാരണ പ്രവർത്തകരല്ലായിരുന്നു. സവിശേഷ സംഘടനാ സാമർത്ഥ്യമുള്ള വീരവിപ്ലവകാരികൾ. കണ്ടക്കൈയിലെ മഞ്ചേരി വീട്ടിൽ അംഗമായ ഗോപാലൻ. സദസ്യരെ ചിരിപ്പിച്ച് മണ്ണുകപ്പിക്കുന്ന നാടകക്കാരൻ. മികച്ച വോളിബോൾ കളിക്കാരൻ.

കൃഷിപ്പണി ചെയ്ത് ഉപജീവനം കഴിക്കുന്നതിനിടയിൽ നാല്പതുകളുടെ ആദ്യമാണ് ഗോപാലൻ പ്രസ്ഥാനത്തിന്റെ ഭാഗമായത്.

മയ്യിൽ, കയരളം മേഖലയിലെ കമ്മ്യൂണിസ്റ്റ് പ്രസ്ഥാനത്തിന്റെ സ്ഥാപക നേതാക്കളിലൊരാളായ കെ.കെ. കുഞ്ഞനന്തൻ നമ്പ്യാർ സഹപ്രവർത്തകനായ ഗോപാലനെ അനുസ്മരിച്ചുകൊണ്ട് ഈ ലേഖകനോട് പറഞ്ഞതിങ്ങനെ. "1946 മുതൽ 1950 ഏപ്രിൽ വരെ ഇരിക്കൂർ ഫർക്കയിൽ നടന്ന എണ്ണമറ്റ സമരങ്ങളുടെയും ഭീകരമർദ നങ്ങളുടെയും നടുവിൽ അനിതരസാധാരണമായ ധീരതയും പ്രവർ ത്തനപാടവവും കാഴ്ചവെച്ച ഗോപാലൻ. പോലീസ് ക്യാമ്പുകളുടെ ഇടയിലൂടെ ഒരു ഗറില്ലാ ഭടനെപ്പോലെ കടന്നുചെന്ന് മാതാപിതാ ക്കളെ ആശ്വസിപ്പിക്കാറുള്ള ഗോപാലൻ. പിന്തുടരുന്ന എം.എസ്. പി.ക്കാർ കിട്ടിപ്പോയെടാ എന്ന് അലറുമ്പോൾ കിട്ടിയിട്ട് പറഞ്ഞാൽ മതി എന്നും പറഞ്ഞ് വായുവേഗത്തിൽ ഓടിമറയുന്ന ഗോപാലൻ...

ഗോപാലനിലെ വിപ്ലവകാരിയെ കണ്ടെത്തി പ്രോത്സാഹിപ്പിച്ച സഖാവ് കേരളീയൻ എഴുതി. "ഗോപാലനെ കാണണമെങ്കിൽ വീട്ടിലോ കവലയിലോ അല്ല അന്വേഷിക്കേണ്ടത്. ചുറ്റവട്ടത്ത് രോഗ മെവിടെയുണ്ടോ അവിടെ. അവിടെ രോഗിയെ ശുശ്രൂഷിച്ചുകൊണ്ടും ഔഷധം പാകപ്പെടുത്തിക്കൊണ്ടും ഗോപാലൻ രോഗിയുടെ സ്വന്തം സഹോദരനെപ്പോലെ പ്രവർത്തിക്കുന്നതായി കാണാം. ചുറ്റപാട മുള്ള മുസ്ലീങ്ങൾക്ക് ഗോപാലൻ ആത്മമിത്രമാണ്. പ്രാണനാണ്. കോൺഗ്രസ്സുകാരന്റെ വീട്ടിലെ വസൂരിക്കിടയിലും ലീഗുകാരന്റെ വീട്ടിലെ കോളറയ്ക്കിടയിലും എന്തുവേണ്ട, നമ്മുടെ ഗോപാലൻ അഭിപ്രായവ്യത്യാസമില്ലാതെ എങ്ങും ശുശ്രൂഷകനാണ്. മന്ദഹാസം പൊഴിക്കുന്ന മുഖം, രസികത്വം തുളുമ്പുന്ന കണ്ണ്, ബദ്ധപ്പെട്ട് നടന്ന കാലുകൾ. അന്വേഷണം നിറഞ്ഞ ഹൃദയം."

സഖാവ് കെ.പി.ആറിന്റെ നേതൃത്വത്തിൽ യൂത്ത്‌ലീഗ് സ്പോർട്സും താലൂക്കിന്റെ പലഭാഗങ്ങളിലും സംഘടിപ്പിക്കപ്പെ ട്ട കാലം ഗോപാലനും നല്ലൊരു കളിക്കാരനായി. കല്ല്യാശ്ശേരി, ബക്കളം, മുഴപ്പാല എന്നിവിടങ്ങളിലെല്ലാം ഗോപാലൻ മത്സരക്ക ളികളിലെ കളിക്കാരനായിരുന്നു. നല്ലൊരു ഫുട്ബോൾ പ്ലേയർ. ഓലക്കാട്ട് വോളിബോൾ ടീമിന്റെ ക്യാപ്റ്റൻ തന്നെ നമ്മുടെ ഗോപാലനാണ്. മാത്രമല്ല നമ്മുടെ വേളം വായനശാലയുടെ ഒരു പ്ര വർത്തകൻ കൂടിയാണ്. മൂവ്മെന്റ് എന്നുവെച്ചാൽ പ്രവർത്തകന്റെ

ചലനമാണ് എന്ന് ഗോപാലൻ തെളിയിച്ചു. പ്രസ്ഥാനത്തിന്റെ പുരോഗതി എന്നുവെച്ചാൽ പ്രവർത്തകൻ നാട്ടിലെ നാനാവഴികളും അറിയുകയെന്നതാണ് മർമം എന്ന് ഗോപാലൻ സ്വന്തം ജീവിത ത്തിൽ തെളിയിച്ചു. ഇരിക്കൂർ-കയരളം ഫർക്കയുടെ കണ്ണിയാണ്. സഖാക്കൾ അറാക്കലിന്റെയും അളോറ കുഞ്ഞിക്കണ്ണന്റെയും പ്രസ്ഥാന നേതൃത്വത്തെ സംയോജിപ്പിച്ചു വളർത്തിയ വിശിഷ്ടമായ കണ്ണിയാണ് ഗോപാലൻ.